வாழ்வு தரும் புரட்சிகர வழி

Valvutharum Puratchikara Vazhi

Birth of Jesus and His Mission with Disciples - First Century

- ஒரு தமிழ் கிறிஸ்தவ நூல் -

நான் வழியும் சத்தியமும் ஜீவனும் ஆயிருக்கிறேன்

-யோவான் 14:6 / John 14:6-

I J K

ஐயாகுட்டி ஜெயக்குமார்

notionpress.com

INDIA • SINGAPORE • MALAYSIA

ISBN 979-8-90560-400-3

பொருளடக்கம்

G.Moses, B.A.
Retired Joint Secretary to Govt., Finance Department, Secretariate,
Fort. St. George, Chennai.

அணிந்துரை

வரலாற்று ஆய்வாளர் திரு. ஐயாக்குட்டி ஜெயக்குமார் அவர்களின் “வாழ்வு தரும் புரட்சிகர வழி” என்ற புத்தகத்திற்கு அணிந்துரை எழுதும் வாய்ப்பு கிடைத்ததற்காக இறைவனுக்கு நன்றி செலுத்துகிறேன்.

ஆசிரியர் முதல் அத்தியாயத்தில் இயேசு கிறிஸ்துவின் மூன்றரை ஆண்டு நற்செய்திப் பணி, சிலுவை மரணத்திற்கு முந்தைய விசாரணைகள் மற்றும் சிலுவையில் அனுபவித்த வேதனை, மரணம் ஆகியவற்றை ரத்தின சுருக்கமாக விவரித்துள்ளார்.

இரண்டாம் அத்தியாயத்தில், சிலுவையில் இயேசு அருளிய ஏழு வார்த்தைகளின் ஆழமான கருத்துக்களையும் போதனைகளையும் எளிமையான மொழியில் விரிவாக விளக்கியுள்ளார். மரணத்திற்குப் பின் ஆவியின் நிலை குறித்த பிற மதங்களின் கருத்துக்களும் சிறப்பானவை.

மூன்றாம் அத்தியாயத்தில் உயிர்த்தெழுந்த இயேசு 40 நாட்கள் சீடர்களுக்குக் காட்சியளித்து சுவிசேஷப் பணிக்குத் தயார்படுத்திய விவரங்கள் அழகாகச் சித்தரிக்கப்பட்டுள்ளன. சவுல் “பவுலாக” மாறிய

வரலாறு, அவரது பரப்புரை பயணங்கள் மற்றும் திருச்சபைகளுக்கு எழுதிய கடிதங்கள் தெளிவாக விவரிக்கப்பட்டுள்ளன.

நான்காம் அத்தியாயம் இப்புத்தகத்தின் மிக முக்கியப் பகுதி. இயேசுவின் சீடர்களின் வாழ்க்கை மற்றும் சுவிசேஷப் பணிகள் விரிவாகக் கூறப்பட்டுள்ளன. குறிப்பாக, புனித தோமா இந்தியாவுக்கு வந்து, கேரளா மற்றும் தமிழ்நாட்டில் திருச்சபைகளை நிறுவி, இரத்தச் சாட்சியாக மரித்த வரலாறு சிறப்பானது.

இறுதி அத்தியாயத்தில், இயேசு உயிர்த்தெழுந்தபின் முதல் அறுபது ஆண்டுகளில் திருச்சபையின் வளர்ச்சி சுவாரசியமாக விவரிக்கப்பட்டுள்ளது. அனைவரும் கட்டாயம் படிக்க வேண்டிய, பயனுள்ள சிறந்த புத்தகம் இது.

N. Vincent, B.A.
Retired Section Officer, Raj Bhavan, Guindy, Chennai and
Retired Under Secretary, Secretariate, Fort.St.George, Chennai.

அணிந்துரை

அனுபவம் பேசும் என்பார்கள். "To strive, to seek, to find, and not to yield" என்ற ஆங்கில இலக்கிய வரிகளுக்குச் சொந்தக்காரர் திரு. ஐ. ஜெயக்குமார் அவர்கள்.

அவருடைய முதல் மூன்று படைப்புகள் உலகியல் சார்ந்தவையாக இருந்த நிலையில், இந்த நான்காவது புத்தகம் ஆன்மீக சிந்தனையுடன் படைக்கப்பட்டுள்ளது. 'வாழ்வுதரும் புரட்சிகர வழி' என்ற இப்புத்தகத்தில், ஆசிரியர் இறை அன்பை உண்மையாக உணர்ந்தவர்களால் மட்டுமே இத்தகைய முயற்சிகளில் ஜொலிக்க முடியும் என்பதற்குச் சிறந்த எடுத்துக்காட்டாக விளங்குகிறார். இயேசு கிறிஸ்துவின் பிறப்பு, 33½ ஆண்டுகால வாழ்க்கை, 3½ ஆண்டுகால ஊழியம், அதிசயங்கள், நோயாளிகளை குணப்படுத்தியல், மரித்தோரை உயிர்ப்பித்தல், பாவ மன்னிப்பு, சிலுவை மரணம் மற்றும் உயிர்ப்பு ஆகியவற்றை வரலாற்று அடிப்படையிலும், விவிலிய அடிப்படையிலும் மிகத் தெளிவாகவும், கால அட்டவணையுடனும் விளக்கியுள்ளார். சிலுவையில் இயேசு அருளிய ஏழு வார்த்தைகள், சவுல் பவுலாக மாறிய வரலாறு, சீடர்களின் வாழ்க்கை மற்றும் ஊழியம், யூதாஸ் காரியோத்து பற்றிய விவரங்கள், இயேசுவுக்குப் பிறகு 60

ஆண்டுகால சரித்திரம், விவிலியத்தின் தோற்றம் ஆகியவற்றை ஆழமான ஆராய்ச்சியுடன் அழகிய நடையில் தொகுத்தளித்துள்ளார்.

இப்புத்தகம் துன்புறுவோருக்கும், நம்பிக்கை இழந்தோருக்கும் புத்துயிர் அளிக்கும் வாழ்வுதரும் வழியாக அமையும் என நம்புகிறேன். ஆசிரியரின் இறைப்பற்றும், அயராத முயற்சியும் பாராட்டுக்குரியது. இறைவனின் ஆசியும் அருளும் ஆசிரியரின் முயற்சிகளை நிலைபெறச் செய்யட்டும்.

Dr. J. Vijay Ratna Kumar, Ph.D.
Assistant Professor, VISCOM, Loyola College, Chennai.

Forward

In the remarkable book titled *The Life-Giving Revolutionary Path* (Vaazhvutharum Puratchikara Vazhi), the author presents historic events of the life of Jesus Christ and His disciples with exceptional clarity and insight. Over the remaining sixty years of the first century, His twelve disciples, spread His message throughout the civilized world of that time. The author, skillfully portrays them as the beginning of a powerful revolution that Jesus Christ brought about — not only in the spiritual realm but also in society and the wider world.

What started as a small, humble movement soon grew into a dynamic force. Despite facing strong opposition, it spread rapidly — first among the disciples, then among the surrounding Jewish communities, and eventually across the vast Roman Empire. Several factors contributed to this extraordinary social revolution: the oppressive social structures, intense political crises, and severe economic hardships that plagued that era. At the same time, it is undeniable that divine grace played a central and sustaining role, acting as a strong pillar that supported the remarkable growth and expansion of this movement.

In Chapter 5, titled "The First 60 Years After Jesus," the author raises some important questions:

For nearly 60 years after Jesus rose from the dead, Christians did not have a complete Bible. There were no printed books, no libraries or reading rooms, and no printing presses. Most believers did not own any written texts. In fact, the vast majority of them could not even read or write. In that kind of first-century world, how did the Christian faith spread so effectively among the believers? How were the stories and teachings about Jesus carefully preserved in people's minds? And how were those accounts passed on to others? These are natural and thoughtful questions. The author's clear and insightful answer to these questions reveals the powerful, foundational ways in which Christianity grew during the first century. It is a message that everyone should hear and understand.

One aspect that particularly impressed me while reading this book is the author's insightful explanation of how this movement achieved such rapid and widespread reach. Beyond the social and political conditions, a crucial reason for its success was the strong network of interpersonal relationships and meaningful connections deliberately built by Jesus and His early followers. The author's detailed and thoughtful analysis of this structural network of relationships stands out as one of the most valuable and noteworthy contributions of the book.

This is not merely a book for Christians alone. It is essential reading for anyone — irrespective of faith or background — who genuinely desires to bring about positive, meaningful change in society. The lessons it offers remain highly relevant even in our modern world.

My sincere and heartfelt congratulations to the author for this insightful and inspiring work.

Rev J. John Premkumar, M.A.,B.D.,
Pastor, Henrypuram Church,
Ottupurai street, Vadasery, Nagercoil.

அணிந்துரை

கிறிஸ்தவ வாழ்க்கை என்பது தேவ அழைப்பின் புரட்சிகரமான பாதையில் நடைபெறும் ஒரு பயணமாகும். "வாழ்வு தரும் புரட்சிகர வழி" என்பது இந்நூலின் மையக் கருத்து. இயேசு கிறிஸ்துவின் சீடர்களின் வாழ்க்கையை மையமாகக் கொண்டு இந்நூல் எழுதப்பட்டுள்ளது.

பாகம் 1-ல் இடம்பெற்றுள்ள பாடங்கள் 1 முதல் 11 வரை, சீடர்களின் அழைப்பு, அவர்களின் பெயர்கள் மற்றும் அவர்கள் பெற்ற பணிகளை விரிவாக விவரிக்கின்றன. பாகம் 2-ல் உள்ள பாடங்கள் 12 முதல் 25 வரை, அழைப்பின் பல்வேறு ஆழமான அம்சங்களை ஆராய்கின்றன – குடும்பத்தை விட்டு நிலைத்தல், சுழற்சி (Circumcision), பரலோக வாழ்வு, தமிழ் மொழி, நற்செய்தி, ராபோஜனம், சுவிசேஷம், பரலோகம், புதிய உடன்படிக்கை, ஆபிரகாம், யாக்கோபு, ஓபக் ஆகியவை இவற்றுள் அடங்கும்.

இயேசு கிறிஸ்து பன்னிரு சீடர்களைத் தேர்ந்தெடுத்து, அவர்களை உலகின் ஒளியாக மாற்றினார். அந்திரேயா, பேதுரு, யாக்கோபு, யோவான், பிலிப், பர்த்தலோமியு (நதானியேல்), தாமஸ், மத்தேயு, யாக்கோபு ஆகியோர் சாதாரண மனிதர்களிலிருந்து கிறிஸ்துவின்

உண்மையான சாட்சிகளாக உயர்ந்தனர். ஸ்தேவான், பவுல் போன்றோர் இரத்தப் புரட்சியைத் தொடர்ந்து நிறைவேற்றினர்.

பாடங்கள் 2 முதல் 11 வரை பரலோக வாழ்வு, புதிய உடன்படிக்கை மற்றும் திருச்சபையின் வளர்ச்சி ஆகியவற்றை விரிவாக எடுத்துரைக்கின்றன.

இந்நூல் கிறிஸ்தவ அழைப்பின் ஆழமான புரிதலை வாசகர்களுக்கு வழங்குகிறது. வாசகர்கள் நீங்கள், சீடர்களைப் போலவே தேவனின் சித்தத்திற்கு முழுமையாக ஒப்படைத்து, புதிய வாழ்வைப் பெறுங்கள். இறைவன் இந்நூல் மூலம் உங்களை வழிநடத்தி, ஆசீர்வதிப்பாராக.

ஆமேன்.

முன்னுரை:
வாழ்வு தரும் புரட்சிகர வழி

(The Revolutionary Path to Life)

இருபத்தொன்றாம் நூற்றாண்டின் இந்தக் காலகட்டத்தில், பரபரப்பான, பதற்றமான உலகில், மனிதர்கள் தங்கள் வாழ்க்கைக்கு உண்மையான அர்த்தத்தையும், நிலையான நம்பிக்கையையும், ஆழமான அமைதியையும் தேடிக் கொண்டிருக்கின்றனர். இந்த வேளையில், இரண்டாயிரம் ஆண்டுகளுக்கு முன்பு நிகழ்ந்த ஒரு அற்புதமான புரட்சியை நினைவுகூருவது மிகவும் அவசியமாகிறது. அந்தப் புரட்சியின் பெயர் கிருபை. அதன் மையம் இயேசு கிறிஸ்து. அவரை உலகம் முழுவதும் கொண்டு சென்று, மனித இதயங்களைத் தொட்டு, வரலாற்றையே தலைகீழாக மாற்றியவர்கள் - முதல் நூற்றாண்டின் இயேசுவின் சீடர்கள். அவர்கள் அப்போஸ்தலர்கள் (Apostles) என்று அழைக்கப்பட்டனர்.

கி.பி. 27-ல், தனது முப்பதாவது வயதில், நாசரேத்தின் ஒரு சாதாரணத் தச்சராக வாழ்ந்த இயேசு, "நானே வழியும், சத்தியமும், ஜீவனுமாய் இருக்கிறேன்" என்று அறிவித்தபோது, உலக வரலாறு முற்றிலும் தலைகீழாக மாறியது. அவர் பழைய யூத சட்டங்களின் கடுமையான சங்கிலிகளை உடைத்தெறிந்தார். பாவிகளோடு உணவருந்தினார். பெண்களுக்கு முழு மரியாதையும் சம உரிமையும் அளித்தார். எளிய மீனவர்களையும், வரி வசூலிப்பவர்களையும், சாதாரண மக்களையும் அழைத்து, "என்னைப் பின்பற்றுங்கள், நான் உங்களை மனிதர்களைப் பிடிக்கும் மீனவர்களாக்குவேன்" என்று

சொன்னார். அந்த அழைப்பை ஏற்ற அப்போஸ்தலர்கள், தங்கள் வாழ்க்கையை முழுமையாகத் தியாகம் செய்து, உலகை மாற்றும் சக்தியாக உருமாறினர்.

இயேசு தன் ஊழியத்தின்போது பல இடங்களில் போதித்தார். மலை முகட்டில் அமர்ந்து பாக்கியவான்களைப் பற்றிப் பேசினார். கலிலேயா ஏரியில் படகில் நின்றுகொண்டு உவமைகளைச் சொன்னார். எருசலேம் கோவிலிலும், உள்ளூர் தேவாலயங்களிலும் அடிக்கடி மக்களுக்கு உபதேசம் செய்தார். இந்தப் போதனைகள் சில சமயம் ஒரே நிகழ்வின் வெவ்வேறு விவரிப்புகளாக இருந்தாலும், அனைத்தும் எளிய மக்களுக்கும் அவரது சீடர்களுக்கும் ஆழமான பாடங்களைத் தந்தன.

இயேசு உயிர்த்தெழுந்த கி.பி. 30-ம் ஆண்டுக்குப் பிறகு, முதல் அறுபது ஆண்டுகளில் கிறிஸ்தவர்களிடம் எந்த எழுத்துப் புத்தகமும் இல்லை. அச்சு இயந்திரம் இல்லை. பெரும்பாலான மக்களுக்கு எழுதப் படிக்கத் தெரியாது. அப்படியிருந்தும், இயேசுவின் நற்செய்தி எப்படி இவ்வளவு தூரம் பரவியது என்பதை இந்தப் புத்தகம் எளிய மொழியில் சொல்கிறது. அவரது செய்தி எருசலேமிலிருந்து ரோம் வரை, மீனவர்களிடமிருந்து தத்துவவாதிகள் வரை, அராமிக் மொழி பேசும் யூதர்களிடமிருந்து கிரேக்கம் பேசும் மக்கள் வரை பரவியது. இந்த அதிசயத்துக்கு மூன்று முக்கியக் காரணங்கள் இருந்தன: வாய்மொழி மரபு, அப்போஸ்தலர்களின் கடிதங்கள், மற்றும் சபைகளில் நடந்த பொது வாசிப்பு.

யூதர்களுக்கு வாய்மொழியாகக் கற்றல் மிகவும் பழக்கமான விஷயம். குருக்கள் தலைமுறை தலைமுறையாக வேதங்களை மனப்பாடம் செய்து, திரும்பத் திரும்பச் சொல்லி பாதுகாத்தனர். கிறிஸ்தவர்களும் அதையே செய்தனர். “கேளுங்கள், உங்களுக்குக் கொடுக்கப்படும். தேடுங்கள், நீங்கள் கண்டடைவீர்கள்” போன்ற இயேசுவின் வார்த்தைகளை இசையுடன் ஓதினர். கர்த்தருடைய ஜெபத்தை அனைவரும் ஒன்றாகக் கற்றுக்கொண்டனர். மலைப்பிரசங்கத்தை முழுமையாக மனப்பாடம் செய்தனர்.

“கிறிஸ்து பாவங்களுக்காக மரித்தார், மூன்றாம் நாளில் உயிர்த்தெழுந்தார்” என்பதை நம்பிக்கையின் சுருக்கமான வாக்கியமாகச் சொல்லி வைத்தனர். இயேசுவை நேரில் கண்ட சாட்சிகள், அவர் நோயாளிகளைக் குணப்படுத்தியதையும், உவமைகளைச் சொன்னதையும், சிலுவையில் மரித்ததையும், உயிர்த்தெழுந்ததையும் கதைகளாகச் சொன்னார்கள். பயண ஆசிரியர்கள் ஒரு ஊரிலிருந்து இன்னொரு ஊருக்குச் சென்று, அதே செய்தியைத் திரும்பத் திரும்பச் சொல்லி, உள்ளூர் ஆசிரியர்களை நியமித்தனர். ஒவ்வொரு ஞாயிறும் சபை கூடும்போது முதலில் பழைய ஏற்பாட்டு வேதத்தை வாசித்தனர். பிறகு அப்போஸ்தலர்களின் கடிதத்தைச் சத்தமாகப் படித்தனர். அதன் பிறகு ஒருவர் விளக்கவுரை கொடுத்தார். பாடல்கள் பாடினர். ஜெபம் செய்தனர். உணவைப் பகிர்ந்து கொண்டனர். இப்படியாக இயேசுவின் செய்தி உயிரோடு இருந்தது.

கி.பி. 49-ல் பவுல் முதல் கடிதத்தை எழுதினார். அது கொரிந்து, எபேசு, ரோம் போன்ற சபைகளுக்கு அனுப்பப்பட்டது. இந்தக் கடிதங்கள் தனிப்பட்ட வாசிப்புக்கு அல்ல. சபையில் சத்தமாக வாசிக்கப்பட வேண்டும் என்பதற்காகவே எழுதப்பட்டன.

ஆனால் காலம் செல்லச் செல்ல முதல் தலைமுறை அப்போஸ்தலர்கள் மறைந்தனர். கி.பி. 62-ல் இயேசுவின் சகோதரர் யாக்கோபு கல்லெறிந்து கொல்லப்பட்டார். கி.பி. 64-ல் பேதுரு ரோமில் சிலுவையில் அறையப்பட்டார். கி.பி. 67-ல் பவுல் ரோமில் தலைவெட்டப்பட்டார். இயேசுவை நேரில் கண்ட சாட்சிகள் இல்லாமல் போனார்கள். இரண்டாம் தலைமுறையினர் தீமோத்தேயு, தீத்து, அப்பல்லோ போன்றோர் இயேசுவை நேரில் பார்க்கவில்லை. ஆனால் அப்போஸ்தலர்களிடமிருந்து நேரடியாகக் கற்றுக்கொண்டு, அதே செய்தியைத் தொடர்ந்து பரப்பினர். அப்போது, எழுதப்பட்ட நூல்களின் முக்கியத்துவம் அதிகரித்தது. இந்தக் காலகட்டத்தில் நான்கு முக்கிய சுவிசேஷங்கள் எழுதப்பட்டன. மாற்கு சுவிசேஷம் கி.பி. 65-70-ல், மத்தேயு 80-90-ல், லூக்கா 80-90-ல்,

யோவான் 90-100-ல் எழுதப்பட்டன. இவை அனைத்தும் அக்கால உலகப் பொதுமொழியான கிரேக்க மொழியில் எழுதப்பட்டன.

இந்தப் புத்தகம், அந்தப் புரட்சியின் முதல் அத்தியாயங்களை உயிரோட்டமாக, உணர்ச்சிகரமாக, ஆனால் ஆழமான வேத அடிப்படையில் உயிர்ப்பிக்கிறது. இயேசுவின் ஊழியத்தின் மூன்று ஆண்டுக் காலப் பயணம், கலிலேயாவின் மலைகளிலிருந்து யூதேயாவின் பாலைவனங்கள் வரை, ஜோர்டான் ஆற்றங்கரையிலிருந்து எருசலேமின் கோவில் வரை, தெளிவாக, அழகாக, உண்மையாக விவரிக்கப்படுகிறது. அவரது போதனைகளின் சாரம்சம்- மனந்திரும்புதல், தேவனுடைய இராஜ்யம், உவமைகள், அன்பு, மன்னிப்பு, கிருபை - இவை அனைத்தும் இந்தப் புத்தகத்தில் துடிப்புடன் உயிர் பெறுகின்றன. ஆனால் இந்தப் புத்தகம் இயேசுவை மட்டும் சொல்லவில்லை. அவருக்குப் பிறகு, அவரது அப்போஸ்தலர்களின் வாழ்க்கையின் அற்புதமான மாற்றத்தையும், அவர்களின் தோல்விகளையும், வெற்றிகளையும், தியாகங்களையும், இறுதியில் உலகைத் தலைகீழாகப் புரட்டிப்போட்ட அவர்களின் அசாதாரணப் பயணத்தையும் இங்கே நாம் காண்கிறோம்.

இந்தப் புத்தகம் வெறும் வரலாற்று ஆவணம் அல்ல. இது வாழ்க்கையைத் தொடும், இதயத்தை மாற்றும், ஆன்மாவை எழுப்பும் ஒரு அழைப்பு. ஒவ்வொரு அப்போஸ்தலனின் வாழ்க்கையிலும் நம்முடைய சொந்த வாழ்க்கையின் பிரதிபலிப்பை நாம் காண்போம் - நம்முடைய தோல்விகள், சந்தேகங்கள், அச்சங்கள், தைரியங்கள், உடைந்த இதயங்கள், மீண்டும் எழுந்து நிற்கும் தருணங்கள். இயேசு இன்றும் அதே அழைப்பை நமக்கு விடுக்கிறார்: "நான் உங்களுக்காக வழியைத் தயாரித்திருக்கிறேன். வாருங்கள், என்னைப் பின்பற்றுங்கள். நான் உங்களுக்கு ஜீவனைத் தருவேன்." இந்தப் புத்தகத்தைப் படிக்கும் ஒவ்வொரு வாசகருக்கும், இந்த அழைப்பு புதிதாக ஒலிக்கும். உங்கள் இதயத்தில் ஒரு புரட்சி ஏற்படும். உங்கள் வாழ்க்கை ஒரு புதிய பாதையில் செல்லும். "வாழ்வு தரும் ஒரு புரட்சிகர வழி" - இது வெறும் தலைப்பு அல்ல.

இது ஒரு அழைப்பு. இது ஒரு வாக்குறுதி. இது ஒரு வாழ்க்கை. இந்தப் புனிதப் பயணத்தில் உங்களோடு இணைந்ததில் மகிழ்ச்சி. இயேசு கிறிஸ்துவின் அன்பும், கிருபையும், சமாதானமும் உங்கள் வாழ்க்கையில் நிறைந்து வழியட்டும். இயேசு கிறிஸ்துவின் அன்பில், ஆசீர்வாதங்களுடன்!

இந்த புத்தகத்தை உருவாக்கிட உறுதுணையாக இருந்த எனது துணைவியார் திருமதி.சுகந்தி மற்றும் மகன்கள், முனைவர். J.விஜய் ரெத்தின குமார் Ph.D., J.நவீன் ரெத்தின குமார் M.E., ஆகியோருக்கு என் நன்றி உரித்தாகுக. - I.J.K

அத்தியாயம் I

வாழ்வு தரும் புரட்சிகர வழி

(The Revolutionary Path to Life)

புரட்சிகர வழியின் தொடக்கம்

இயேசுவானவர், தனது 30-வது வயதில், தனது புரட்சிகரமான பொதுப் பிரசங்க ஊழியத்தைத் தொடங்கினார். இது அறிஞர்களால் கி.பி.27-29-க்கு இடைப்பட்ட காலம் எனத் தேதியிடப்பட்டுள்ளது. லூக்கா நற்செய்தியின்படி, அவரது முதல் பதிவு செய்யப்பட்ட பிரசங்கம் நாசரேத்தில் தொடங்கியபோது அவருக்கு "சுமார் முப்பது வயது".

இயேசு, கலிலேயாவில் உள்ள நாசரேத் என்ற தனது சொந்த ஊரிலிருந்து ஜோர்டான் ஆற்றுக்கரையோரமுள்ள, பெத்தானியா (பெத்தபாரா) என்ற இடத்திற்கு ஞானஸ்நானம் பெறுவதற்காகப் பயணமாகச் சென்றார். இது ஜோர்டானுக்கு அப்பால் இருக்கலாம். இயேசு நாசரேத்திலிருந்து புறப்பட்டு, பெத்தானியாவிற்குப் பயணித்த தூரம் சுமார் 80 மைல்கள் (130 கிலோமீட்டர்கள்) ஆகும். இது நவீன காலங்களில் கால்நடையாகச் சென்றால் 26 மணி நேரம் எடுக்கும், அதாவது இது சுமார் ஒரு நாள் பயணம் ஆகும். அந்த இடத்தில், யோவான் (John) என்ற தீர்க்கதரிசியிடம் இயேசு ஞானஸ்நானம் பெறுகிறார். பின்னர், பாலைவனத்தில் சோதனைக்கு உள்ளானார்.

நற்செய்திகளில் விவரிக்கப்பட்டபடி, இயேசு அன்று ஆரம்பித்த ஊழியம் சுமார் மூன்று ஆண்டுகள் (கி.பி. 27-30) நீடித்தது. அவர் கலிலேயா, யூதேயா, சமாரியா போன்ற இஸ்ரவேல் நாட்டின் தெற்கு வடக்குப் பகுதிகளில் விரிவாகப் பயணம் செய்தார். மேலும் யூதர்கள் அல்லாத வசிப்பிடப் பிரதேசங்களுக்கும் குறுகிய கால அளவிற்குச் சென்றார். அவரது பயணங்கள், நடைபயணமாக அல்லது படகு மூலமாக இருந்தன. அவர் சுமார் 3,000-4,000 மைல்கள் தொலைவிற்கு பயணங்களை மேற்கொண்டார் என்று அறியப்படுகின்றது. இயேசுவின் மக்கள் சந்திப்பு, யூதர்களின் பிரார்த்தனை கூடங்கள் (synagogues), திறந்த வெளி மைதானங்கள், மலை அடிவாரம், மற்றும் கோவில் ஆகிய இடங்களில் நடைபெற்றது. அவர் தேவனின் இராஜ்யம், மனந்திரும்புதல், மற்றும் உவமை ஆகியவற்றை வலியுறுத்தி பிரசங்கங்கள் மேற்கொண்டார்.

அவர் போதித்த அடிப்படை தத்துவம் 'நானே வழியும், சத்தியமும், ஜீவனுமாய் இருக்கிறேன்.' என்பதே. **இதுவே ஆரம்பகால இயேசுவின் புரட்சிகர "வழி" (The Way) என்று அறியப்பட்டது.** அது "கிருபை" (Grace) என்று அழைக்கப்பட்டது. கிருபையானது, அவரது அன்பு, அவரது இரட்சிப்பு, அவரது பலம் ஆகியவற்றை உள்ளடக்கியது. அதே சமயம் அவரது செய்தியைக் கேட்ட மக்கள் மத்தியில் இயேசு அற்புதங்கள் பல செய்தார். தனது சீடர்களைக் கொண்டு இந்தப் போதனைகளை உலகுக்கு எடுத்துச் செல்லும் ஆரம்பக்காலமாக இருந்தது. அது அன்றைய மக்களின் தேவையாக இருந்தது. **முதல் நூற்றாண்டில் இயேசு கிறிஸ்து மற்றும் அப்போஸ்தலர்கள் காட்டிய புரட்சிகர வழி, இன்று உலகின் அகிம்சை மார்க்கமாக இருக்கின்றது.**

இயேசுவின் முதல் சந்திப்பு

கலிலேயா கடலின் கரையில் சலனமற்ற நீர், வானத்தைப் பிரதிபலித்தன. அதிகாலை குளிர்காற்றின் இதமான அரவணைப்பில், மீன்கள் செம்படவர்களின் பயணத்தை எதிர்நோக்கி இருந்தன.

அப்போது இயேசு, தனது உலகத்தை மாற்றும் புரட்சிப் பயணத்தைத் தொடங்கியிருந்தார். அவர் சக்திவாய்ந்த அல்லது செல்வாக்குமிக்கவர்களைத் தேடவில்லை, எளிய மனிதர்களை, தினசரி வேலையால் கடினமான கைகளுடன் உழைப்பவர்களைத் தேடினார். முதலில், இயேசுவைப் பின்பற்றியவர்கள் இரண்டு சகோதரர்கள் ஜோடி. பேதுரு மற்றும் அந்திரேயா சகோதரர்கள், மற்றும் யாக்கோபு மற்றும் யோவான் (John) சகோதரர்கள் ஆகியோர். இயேசுவின் அழைப்பை ஏற்று அவர் பின்னால் சென்றனர். இந்தச் சாதாரண மனிதர்கள் எல்லாவற்றையும் விட்டுவிட்டு இயேசுவைப் பின்பற்றினர். அவர்களின் வாழ்க்கை மாற்றப்படும் என்று அவர்களுக்கு அப்பொழுது தெரியவில்லை. அவர்கள் நூற்றாண்டுகளாக பில்லியன் இதயங்களைத் தொடும் நம்பிக்கையின் தூண்களாக மாறுவார்கள் என்று அறிந்திருக்கவில்லை. இந்த நான்கு மீனவர்களின் நிஜ வாழ்க்கையில், பயம் மற்றும் தோல்விகள் இருந்தபோதிலும், கிறிஸ்துவின் அன்பு மற்றும் போதனைகளால் வடிவமைக்கப்பட்ட மனிதர்களின் வாழ்வியலாகத் தொடர்கிறது.

அவர்களைத்தொடர்ந்து இயேசு மீதமுள்ள எட்டு சீடர்களைத் தேர்வு செய்தார். அவர்கள் அவரைப் பிந்தொடர்ந்தனர். இயேசு கிறிஸ்துவின் மூன்றரை ஆண்டுகால நற்செய்தி பரப்புரையின், நோக்கம், முக்கிய சொற்பொழிவுகள், அவரது இறுதி இராபோஜன இறுதிநேரம் ஆகியவற்றை மத்தேயு, மார்க், லூக்கா, யோவான் ஆகிய நற்செய்தி நூல்கள் நமக்கு விளக்கமாக தெரிவிக்கின்றன.

இயேசு கிறிஸ்துவின் நற்செய்தி பொதுப் பணி

இயேசு கிறிஸ்துவின் நற்செய்தி பொதுப் பணி (public ministry) தோராயமாக 3½ ஆண்டுகள் (சுமார் 3.5 years அல்லது 42 மாதங்கள்) நீடித்தது. இது யோவான் சுவிசேஷத்தில் பஸ்கா பண்டிகை குறிப்புகளால் அடையாளம் காணப்படுகிறது. அதன் **நோக்கம்** (Purpose) தேவனின் இராஜ்யத்தை (Kingdom of God) அறிவித்தல்; **பாவத்திலிருந்து இரட்சித்தல்**; தேவனோடு ஒப்புரவாக்குதல்;

தேவனின் அன்பு, இரக்கம், நீதி ஆகியவற்றை வெளிப்படுத்துதல்; மனந்திரும்புதலுக்கும் (repentance) விசுவாசத்துக்கும் அழைப்பு விடுத்தல்.

அவரது முக்கிய சொற்பொழிவுகள்/போதனைகள் (Key Teachings)

1. **மலைப்பிரசங்கம்** (Sermon on the Mount): மத்தேயு நற்செய்தி நூலில் அதிகாரம் 5-7 வரையிலான போதனைகள் தேவனுடைய ஆசீர்வாதங்கள், உப்பு மற்றும் ஒளி ஆகியவற்றின் உவமை கருத்து விளக்கங்கள், பழைய ஏற்பாட்டு தீர்க்கதரிசனங்களின் நிறைவேற்றம், உன்னைப்போல் பிறனையும், எதிரியையும் நேசி என்ற உபதேசங்கள், இரட்சிப்புகான ஜெபம் ஆகியவற்றைக் கூறுகிறது.
2. **உவமைக் (Parables)கதைகள்:** தேவ இராஜ்யத்தின் இயல்பினை விதை விதைத்தல், களைகள்; கடுகு மரம்; தொலைந்த ஆடு; இரக்கமுள்ள சமாரியன்; சேமிக்கத்தெரியாதவன் ஆகியவற்றை மத்தேயு-13, மற்றும் லூக்கா-15 நற்செய்தி நூலின் அத்தியாயங்கள் வாயிலாக அறிவிக்கிறது.
3. **பாவமன்னிப்பும் இரக்கமும்:** "நான் வந்தது நீதிமான்களுக்கு அல்ல பாவிகளை மனந்திரும்பச்செய்யவே"[1]என்று நற்செய்தி நூல் போதிக்கின்றன.

கடைசி இராப்போஜனம், இயேசுவின் கைது மற்றும் சிலுவை மரணம் ஆகியவற்றின் காலவரிசை

பாஸ்கா பண்டிகை (கிறிஸ்து பாடுபடுவதற்கு முந்தைய நாள், மாலை) எருசலேமில் ஒரு மேல்வீட்டு அறையில் நடைபெற்றது. இந்த கூடுகை கிறிஸ்தவர்களின் மிக முக்கியமான நிகழ்வாகும். இந்த முக்கிய நிகழ்வில் சீடர்களில் ஒருவன் (யூதாஸ்) தம்மைப் பகைவரிடம் ஒப்புக்கொடுப்பான் என்று அறிவித்தார்.

1. மாற்கு 2.17

ரொட்டியை எடுத்து ஆசீர்வதித்து, உடைத்து, "இது உங்களுக்காகக் கொடுக்கப்படும் என் சரீரம்; இதை நினைவுகூரும்படி செய்யுங்கள்" என்றார். பாத்திரத்தை எடுத்து, "இது பலருக்காகச் சிந்தப்படும் என் இரத்தம், புது உடன்படிக்கையின் இரத்தம்" என்று கூறினார். இதன் முக்கியத்துவம் கிறிஸ்தவத்தின் அடிப்படை போதனையாக அமையப்பெற்றது. இதுவே கர்த்தருடைய இராப்போஜனம்/ திருவிருந்து/Eucharist எனப்படும் நினைவாசரிப்பின் தொடக்கம். பழைய ஏற்பாட்டு பஸ்கா பண்டிகை, ஆட்டுக்குட்டியை பலியிட்டு நிறைவேற்றியது; இயேசு தாமே "தேவ ஆட்டுக்குட்டி" என்பதை இராப்போஜனம் குறிக்கிறது.

யோவான் சீடரின் காலவரிசையான குறிப்புகளை அடிப்படையாகக் கொண்டு, மற்ற மூன்று நற்செய்தி நூல்களுடனும் ஒப்பிட்டு உருவாக்கப்பட்ட ஒரு தோராயமான காலவரிசை மதிப்பீடு. (மத்தேயு 26 மற்றும் 27| மாற்கு 14 மற்றும் 15 | லூக்கா 22 மற்றும் 23 | யோவான் 13 (பஸ்கா) | யோவான் 18 மற்றும் 19 -சிலுவை மரணம்)

1. **வியாழன் இரவு** 6-9 **மணி**. எருசலேமின் தென்மேற்குப் பகுதியில் அமைந்துள்ள ஒரு வீட்டில் 'கடைசி இராப்போஜனம்' நடைபெற்றது (யூதாஸ் வீரர்களை அழைத்து வருவதற்காக அங்கிருந்து வெளியேறுகிறான்).
2. **இரவு** 10 **மணி**. இயேசுவும் சீடர்களும் அந்த வீட்டை விட்டு வெளியேறி, எருசலேமுக்கு வடகிழக்கே அமைந்துள்ள கித்ரோன் பள்ளத்தாக்கிலுள்ள கெத்செமனே தோட்டத்திற்குச் செல்கிறார்கள்.
3. **இரவு** 11 **மணி முதல் அதிகாலை** 2 **மணி வரை**. இயேசு சீடர்களை விட்டு விலகிச் சென்று, மூன்று மணி நேரம் ஜெபிக்கிறார். அவர் இரண்டு முறை சீடர்களிடம் திரும்பி வந்து, அவர்களைத் தட்டி எழுப்பி, ஜெபிக்குமாறு அழைக்கிறார். **மூன்றாவது மணி நேரத்தில், அவருடைய வியர்வை "இரத்தத் துளிகளைப் போல" வழிந்தோடியது.**

கெத்சமனே தோட்டத்தில் அதீத மன அழுத்தத்தால் இரத்த வியர்வை (hematidrosis) ஏற்பட்டது. சிறு இரத்த நாளங்கள் வெடித்து இரத்தம் வியர்வையுடன் கலந்தது[2]. இது உடலை மிகவும் பலவீனப்படுத்தியது.

தேவதூதர்கள் அவருக்குத் துணையாக வருகிறார்கள்; வரவிருக்கும் அவமானத்தையும் வேதனையையும் துச்சமென மதித்து, இயேசு மீண்டும் தன் உடலின் மீது முழு ஆளுமை பெறுகிறார். "உரோமம் கத்தரிப்பவனுக்கு முன்பாக ஆடு ஊமையாய் இருப்பது போல, அவர் தம் வாயைத் திறக்கவில்லை".

4. **அதிகாலை** 2 **மணி முதல்** 5 **மணி வரை**. இயேசு கைது செய்யப்படுகிறார்

ஆரம்பத்தில் வீரர்கள் அனைவரும் அவருக்கு முன்பாகத் தரையில் விழுந்தனர். அவர்கள் இயேசுவைக் கட்டி, அவரை விசாரணைக்காக அழைத்துச் செல்கிறார்கள்;

முதல் விசாரணை: அன்னா, கைபா: முதலில் அன்னா என்பவரின் வீட்டிற்கு (இவர் முன்னாள் பிரதான ஆசாரியர்), பின்னர் காய்பா என்பவரின் வீட்டிற்கு (இவர் அப்போதைய பிரதான ஆசாரியர்) இயேசுவை அழைத்துச் செல்கிறார்கள்.

குறிப்பு: அக்காலத்தில் பிரதான ஆசாரியர் பதவி 'சதுசேயர்' பிரிவிலிருந்து தேர்ந்தெடுக்கப்பட்டது. இவர்கள் தோரா (மோசேயின் நியாயப்பிரமாணம்) மரபுகளைப் பின்பற்றிய அறிவுசார் உயர்குடியினர் ஆவர்; ஆனால் தேவதூதர்கள் அல்லது ஆவிகள் விடயத்தில் இவர்களுக்குச் சிறிதும் நம்பிக்கை இருக்கவில்லை. பிரதான ஆசாரியருக்கு நன்கு அறிமுகமான சீடன் யோவான், அந்த விசாரணையின்போது அங்கிருக்க முடிந்தது; மேலும், அன்னா என்பவரின் வீட்டு வாசற்படிக்குள் பேதுருவை அனுமதிப்பதற்கான அனுமதியையும் அவர் பெற்றுத் தந்தார். இதனால் பேதுருவால் விசாரணையை உற்று நோக்க முடிந்தது;

2. லூக்கா 22:44

ஆயினும், தான் இயேசுவின் சீடன் அல்லது பின்பற்றுபவன் என்பதை அவர் மறுத்துவிட்டார்.

5. **அதிகாலை 5 மணி**.

அது விடியற்காலைப் பொழுது; வானில் விடியலின் முதல் ஒளி தென்படுகிறது. விசாரணை முடிந்ததும், பேதுரு மூன்றாவது முறையாக இயேசுவை மறுத்துச் சத்தியம் செய்தபோது சேவல் கூவியது; பேதுருவின் இந்தச் சத்திய மறுப்பு, அவர் முன்னதாக இயேசுவிடம் அளித்த 'இறக்கும் வரை மாறாத பற்றுறுதி' குறித்த வாக்குறுதிகளுக்கு முரணாக அமைந்திருந்ததால், இயேசு "திரும்பி அவனைப் பார்த்தார்".

இரண்டாவது விசாரணை: பொந்து பிலாத்து (Pontius Pilate)

இயேசுவின் கண்களைக் கட்டி, அவரை அடித்த பிறகு, அவர்கள் அவரைப் பொந்து பிலாத்துவின் (The Roman Governor) அரண்மனைக்கு (Praetorium) அழைத்துச் செல்கிறார்கள்.

ஒரு கனவின் மூலம் எச்சரிக்கப்பட்டிருந்த பிலாத்துவின் மனைவி, அந்த "நீதிமானோடு" தனக்கு எந்தச் சம்பந்தமும் இருக்கக்கூடாது என்று பிலாத்துவிடம் கூறுகிறாள்; மேலும், பொறாமையின் காரணமாகவே இயேசு தன்னிடம் ஒப்படைக்கப்பட்டிருக்கிறார் என்பதைப் பிலாத்துவும் அறிந்துகொள்கிறான்.

இயேசு கலிலேயாவைச் சேர்ந்தவர் என்று கேள்விப்பட்ட பிலாத்து, அவரை உடனே அருகிலேயே இருந்த ஏரோது அந்திபாஸ் அரண்மனைக்கு அனுப்பிவைக்கிறான்.

மூன்றாவது விசாரணை: ஏரோது (Herod Antipas)

[ஏரோது-1 மாமன்னன் (Herod the Great) (கி.மு.72- கி.மு.4) யூத தேசத்தை, ரோமப்பேரரசின் பிரிதிநிதியாக ஆட்சிசெய்தவன். இயேசு பிறந்தபோது அவரை கொலைசெய்ய உத்தரவிட்டவன். அவனது மகன் ஏரோது அந்திபாஸ்.]

இந்த ஏரோது அந்திபாஸ், இயேசு தன் கண்முன்னே ஒரு அற்புதத்தைச் செய்வார் என்று எதிர்பார்த்து, அதனைக் காணும் வாய்ப்பிற்காக நீண்ட காலமாகவே காத்திருந்தான். ஏரோது, இயேசுவிடம் பல கேள்விகளைக் கேட்கிறான், ஆனால் அவரிடமிருந்து எந்தப் பதிலும் கிடைப்பதில்லை. ஏரோதின் வீரர்கள் இயேசுவிற்கு ஒரு தனித்துவமான, அநேகமாகப் பளிச்சென்ற வெள்ளை நிற அங்கியைக் கொடுத்து அணிவித்து, அவரை ஏளனம் செய்து, பரிகாசம் செய்த பிறகு, அவரை மீண்டும் பிலாத்துவிடமே அனுப்பிவைக்கிறார்கள்.

நான்காவது விசாரணை: பொந்து பிலாத்து (Pontius Pilate)

இதன் விளைவாக, முன்பு ஒருவருக்கொருவர் எதிரிகளாக இருந்த ஏரோதும் பிலாத்துவும் இப்போது நண்பர்களாகிவிடுகிறார்கள்.

இப்போது ஏரோது மக்களைப் பார்த்து, “பளிச்சென்ற அங்கியணிந்திருக்கும் இயேசுவையோ அல்லது பரபாசையோ(ஒரு கலகக்காரனும் கொலைகாரனும்) யாரை விடுவிக்கவேண்டும்?” இன்று கேட்டான். **இவ்விருவரில் ஒருவரை** விடுவிப்பதற்காக, ஒருவரைத் தேர்ந்தெடுக்குமாறு பிலாத்து மக்களிடம் முன்மொழிகிறான்.

பரபாசையே விடுவிக்க வேண்டும் என்று மக்கள் கோரும்போது, பிலாத்து அதற்கு மாறாக இயேசுவின் ஆடைகளைக் களைந்து அவரைச் சாட்டையால் அடிக்கச் செய்கிறான்; பிலாத்துவின் வீரர்கள் இயேசுவின் தலையில் முட்களால் ஆன ஒரு கிரீடத்தைச் சூட்டி, அவருக்கு ஊதா நிற அங்கியணிவித்து, அவர் கையில் ஒரு கோலைக் கொடுத்து, அவரைப் பரிகாசமாக வணங்கி, குத்தியும் கோலால் அடித்தும் துன்புறுத்துகிறார்கள்.

இப்போது உடல் முழுவதும் கடுமையாகச் சிதைந்துபோயிருக்கும் இயேசுவை, பிலாத்து இரண்டாவது முறையாக மக்கள் கூட்டத்தின் முன் கொண்டுவந்து நிறுத்துகிறான். "இதோ, அந்த மனிதன்!" என்று கூறுகிறான்.

இந்த இரண்டாவது முறை, **இயேசு தன்னை "எலோகிமின் (கடவுளின்) மகன்"** என்று அறிவித்துக்கொண்டிருப்பதாகப் பிலாத்துவிடம் தெரிவிக்கப்படுகிறது. அப்போது பிலாத்து, அரண்மனைக்குள் இயேசுவை அழைத்துச் சென்று, “நீ எங்கிருந்து வந்தவன்?” என்று பிலாத்து கேட்கிறான். "நீ எனக்குப் பதிலளிக்கவில்லையா? உன்னைச் சிலுவையில் அறைவதற்கோ அல்லது உன்னை விடுவிப்பதற்கோ எனக்கு அதிகாரம் உண்டு என்பதை நீ அறியாயா?” என்றான்.

அதற்கு இயேசு, “மேலிருந்து உனக்கு உத்தரவு அளிக்கப்பட்டாலன்றி, என்மீது உனக்கு எந்த அதிகாரமும் இல்லை; ஆகையால், என்னை உன்னிடம் ஒப்புவித்தவனுக்கே அதிக பாவம் உண்டு,” என்று இயேசு பதிலளிக்கிறார்.

இப்போது பிலாத்து முன்னெப்போதையும் விட அதிக அச்சமடைகிறான்; அவர் இயேசுவை விடுவிக்க விரும்பினாலும், மக்களுடைய ஒப்புதலைப் பெற இயலாமல் தவிக்கிறான்.

யோவான் நற்செய்தி நூலின்படி, இது **ஆறாம் மணி நேரம்** (ரோமானியக் குடிமை நேரக் கணக்கின்படி **காலை** 6 **மணி முதல்** 7 **மணி வரை**).

லூக்கா நற்செய்தியின்படி, பிலாத்து மக்கள் முன்பாக வெளியே வருவது இது மூன்றாவது முறையாகும். இயேசுவை விடுவிக்க வேண்டும் என்பதை மக்கள் ஏற்றுக்கொள்ளச் செய்ய இயலாத பிலாத்து, அவர்களிடம், “உங்கள் அரசனைச் சிலுவையில் அறையவா?” என்று கேட்கிறான். மக்கள், “எங்களுக்குச் சீசரை (ரோம பேரரசன்) தவிர வேறு அரசர் இல்லை,” என்றும் – "அவருடைய இரத்தம் எங்கள் மீதும் எங்கள் பிள்ளைகள் மீதும் இருக்கக்கடவது,” என்றும் முழக்கமிட்டபோது – பிலாத்து தன் கைகளைக் கழுவிவிட்டு, இயேசுவைச் சிலுவையில் அறைவதற்காக ஒப்புவித்தான்.

இயேசு இப்போது கருஞ்சிவப்பு நிறப் பூச்சியிலிருந்து பெறப்பட்ட சாயத்தால் தோய்க்கப்பட்ட அங்கியொன்றை அணிந்திருக்க, வீரர்கள் அவரை மேலும் ஏளனம் செய்து அடித்தனர். பின்னர் அவர்கள் அவருடைய சொந்த அங்கியையே தற்காலிகமாக மீண்டும் அணிவித்து, முள்முடியையும் சூட்டி, அவர் தன் சிலுவையைச் சுமந்து செல்ல, நகர மதில்களுக்கு வெளியே வடக்கே அவரை அழைத்துச் சென்றனர்.

நற்செய்தி நூல்களின் பதிவுகளின்படி, இயேசு தமது விசாரணைகளின்போதும், சிலுவை மரணத்தை நோக்கிய பயணத்தின்போதும் பல்வேறு வகையான உடல்ரீதியான கொடுமைகளுக்கும் சித்திரவதைகளுக்கும் உட்படுத்தப்பட்டார். இவற்றில் முதன்மையானதும் மிகக் கடுமையானதுமான நிகழ்வு, சாட்டை அடி (Scourging/Flogging). ரோமானியர்கள் எலும்பு/உலோகத் துண்டுகள் நுனியைக் கொண்ட சாட்டை (flagrum) கொண்டு 39 அடிகள் வரை அடித்தனர். இது தோல், தசை, நரம்புகளை கிழித்து 1-2 லிட்டர் இரத்த இழப்பு ஏற்படுத்தியது. வலி மிகுந்தது; கடுமையான ஆபத்தான இரத்த இழப்பால் உயிருக்கு ஆபத்தான 'குறை இரத்த அதிர்ச்சி' (hypovolemic shock) தொடங்கியது.

இது, பொந்தியு பிலாத்துவின் முன்னிலையில் நடைபெற்ற விசாரணைகளுக்குப் பின்னரும், அவர் சிலுவைக்கு அழைத்துச் செல்லப்படுவதற்குச் சற்று முன்னரும் நிகழ்ந்தது.

சிரேனே ஊரைச் சேர்ந்த சீமோன், இயேசுவுக்கு சிலுவையை சுமந்துசெல்ல உதவப் பணிக்கப்பட்டார். கொல்கொதா (எபிரேயத்தில் 'மண்டை ஓடு'; லத்தீனில் 'கல்வாரி' –வழுக்கை/நிர்வாணம்/வெற்றுத்தன்மை) என்னும் குன்றின் மீது, அவர் சிலுவையில் அறையப்பட்டார்.

வெள்ளி கிழமை காலை 9 மணி: சிலுவை மரணம் தொடங்குகிறது.

இயேசு அனுபவித்த தண்டனை கொடுமைகள்: சிலுவைத் தண்டனை என்பது ரோமானியர்களால் பயன்படுத்தப்பட்ட மிகக்

கொடூரமான மரண தண்டனை முறைகளில் ஒன்று. இது உடல் ரீதியாகவும், மன ரீதியாகவும் மிகுந்த வேதனையை ஏற்படுத்தும் முறை.

சிலுவைத் தண்டனைக்கு முன் இயேசு கிறிஸ்துவுக்கு ஏற்பட்ட உடல் பாதிப்புகள் இரண்டு. கெத்சமனே தோட்டத்தில் அதீத மன அழுத்தத்தால் இரத்த வியர்வை (hematidrosiss) ஏற்பட்டது. சிறு இரத்த நாளங்கள் வெடித்து இரத்தம் வியர்வையுடன் கலந்தது[3]. இது உடலை மிகவும் பலவீனப்படுத்தியது.

ரோமானியர்கள் சாட்டை அடி (Scourging/Flogging) என்பது எலும்பு/உலோகத் துண்டுகள் நுனி கொண்ட சாட்டை கொண்டு 39 அடிகள் வரை அடிப்பது ஆகும். இயேசுவை இந்த வகையில் துன்புறுத்தினார்கள். அவருக்கு இரத்த இழப்பால் அதீத மன அழுத்தம் (hypovolemic shock) தொடங்கியது. சிலுவைக்கு நடந்து செல்லும் போது, சிறிது தூரம் சிலுவை மரத்தை சுமந்தபோது (பின்னர் சிரேனிய ஊரைச்சார்ந்த சீமோன் சிலுவையைச் சுமந்தார்) இரத்த அழுத்தம் மேலும் குறைந்திருக்கும் (70-80/40-50 mmHg ஆக). மேலும், சிலுவையில் 6 மணி நேரம் (9 AM முதல் 3 PM வரை) கூடுதல் இரத்த இழப்பும் (கைகள்-கால்கள் காயங்கள்), நீரிழப்பு, சுவாசப் பிரச்சினை. இறுதி நிலையில் இரத்த அழுத்தம் அல்லது அதற்கும் கீழே உயிருக்கு ஆபத்தான நிலையில் இருந்திருக்கும்.

சிலுவையில் அறையப்பட்டபோது ஏற்பட்ட உடல் வேதனை, கொடுமையிலும் கொடுமையானது! கை மணிக்கட்டு (wrist) அருகில், மீடியன் நரம்பு (median nerve) பகுதியில் ஆணிகள் அறையப்பட்டன. அந்த ஒரு ஆணியடி மட்டுமே கை மணிக்கட்டு நரம்பை சேதப்படுத்தி, உடல் முழுவதும் எரியும் கொடூரமான வலியை ஏற்படுத்தியது. அந்த வலியை வார்த்தைகளால் விவரிக்கவே முடியாது!

---

3 லூக்கா 22:44

நம்முடைய கைகளிலும், கால்களிலும் ஆணி அறையப்பட்டால் நாம் அனுபவிக்கும் கொடுமையான வேதனையை ஒரு கணம் கற்பனை செய்து பாருங்கள்! கால்கள் ஒன்றின் மீது ஒன்றாக அறையப்பட்டு, எலும்புகள் நொறுங்கும் சேதம் மற்றும் தாங்க முடியாத வலியால், குற்றுயிர் நிலையில் இயேசு சிலுவையில் தொங்கினார்.

"இவன் யூதருடைய இராஜா" என்று கிரேக்க மற்றும் லத்தீன் எழுத்துக்களில் எழுதப்பட்டு, அவருக்கு மேலாக வைக்கப்பட்ட அந்த பலகை, அவரது வேதனையை இன்னும் ஆழமாக்கியது. இப்படிப்பட்ட அளவற்ற வலியையும் அவமானத்தையும் தாங்கியவர் நம்முடைய ஆண்டவராக இருக்கிறார் என்ற உண்மை, நமது இதயத்தை நெகிழச் செய்யும் அல்லவா?

சிலுவையில், உடல் எடையின் அழுத்தம், அவரது கைகளில் தொங்கியதால், நுரையீரல் விரிவடைவது கடினமானது. சுவாசிக்க கால்களைத் தூக்கி உடலை உயர்த்த வேண்டிய நிலை - இது எலும்பு வலி, தசைப்பிடிப்பு ஆகியவற்றை ஏற்படுத்தியிருக்கும். இதனால் கரியமலவாய்வு (CO_2) உருவாகி, ஆக்ஸிஜன் குறைவு (hypoxia) ஏற்பட்டு சுவாசிக்க முடியாத நிலை உருவான (Asphyxiation) நிலையில் அரை மயக்க நிலையை அடைந்திருப்பார்.

18-20 மணி நேரம் கடந்தபோது, நீர் இல்லாமை, இரத்த இழப்பு, வியர்வை ஆகியவற்றால் கடுமையான நீரிழப்பு ஏற்பட்டது. அப்போது நீரிழப்பின் (Dehydration) காரணமாக, "நான் தாகமாயிருக்கிறேன்"[4] என்றார்.

இந்த நிலையில் அவர் தனது கடைசி ஏழு வார்த்தைகளைக் கூறினார். அவற்றின் தோராயமான காலவரிசைப்படியும், அதற்கான வேதாகமக் குறிப்புகளுடனும் கூடிய ஒரு பட்டியல் இதோ:

---

4 யோவான் 19:28

1. "பிதாவே, இவர்களுக்கு மன்னியும்; தாங்கள் செய்கிறது இன்னதென்று அறியாதிருக்கிறார்களே." (லூக்கா 23:34)
2. "இன்று நீ என்னுடனேகூடப் பரதீசிலிருப்பாய் என்று மெய்யாகவே உனக்குச் சொல்லுகிறேன்."(லூக்கா-23:43) தம் அருகில் சிலுவையில் அறையப்பட்டிருந்த, மனம் வருந்திய கள்வனை நோக்கிக் கூறியது.
3. "ஸ்திரீயே, அதோ உன் மகன்... அதோ உன் தாய்." (யோவான் 19:26-27) - தம் தாய் மரியாளைத் தம் சீடரான யோவானிடம் ஒப்படைத்தபோது கூறியது.

நண்பகல் 12 **மணி:** சூரியன் இருண்டு போகிறது.

பிற்பகல் 3 **மணி:** எபிரேய-அரமேய மொழியில் இயேசுவின் இறுதி வார்த்தைகள்:

4. "ஏலோய் ஏலோய் லாமா சபக்தானி" – "என் தேவனே, என் தேவனே, 'ஏன்' – 'எதற்காக' என்னை 'கைவிட்டீர்' – 'துறந்தீர்'?"

   (மத்தேயு 27:46; மாற்கு 15:34) - சங்கீதம் 22-ஐ மேற்கோள் காட்டி, தம்முடைய வேதனையை வெளிப்படுத்தியபோது கூறியது.

பின்னர்:

5. "நான் தாகமாயிருக்கிறேன்."

   இதைக் கேட்டுக்கொண்டிருந்த மக்கள், அவர் எலியாவை அழைத்துத் தன்னை வந்து காப்பாற்றுமாறு வேண்டுவதாக நினைத்தனர். ஒருவன் ஒரு கடற்பஞ்சில் காடியை (புளிப்புச் சாற்றை) நனைத்து அவரிடம் கொண்டு வந்தான்.[5] தம்முடைய சரீர வேதனையைச் சுட்டிக்காட்டியபோது கூறிய வார்த்தை; இதற்குப் பின்னரே அவருக்குக் காடி (வினிகர்) கொடுக்கப்பட்டது.

---

5 ibid

இறுதியாக:

6. “முடிந்தது! என்றார்”; தன் ஆவியை ஒப்புவித்தார். தம்முடைய மீட்பின் பணி நிறைவடைந்ததை அறிவித்தபோது கூறியது.
7. “பிதாவே, உம்முடைய கையில் என் ஆவியை ஒப்புவிக்கிறேன்.”[6] மரணத்தை எதிர்கொள்வதற்கு முன், அவர் தம்மை முழுமையாக ஒப்புவித்தபோது கூறிய இறுதி வார்த்தைகள் இவை. சூரியன் மறைவதற்கு முன்பாகவே இயேசு உயிர் துறந்தார்;

அவருடைய எலும்புகள் எதுவும் முறிக்கப்படவில்லை. அவருடைய உடல் மிகக் கொடூரமாகச் சிதைக்கப்பட்டிருந்தது.

---

6 லூக்கா 23:46

அத்தியாயம் 2

இயேசு கிறிஸ்து சிலுவையில் கூறிய ஏழு வசனங்கள்

1. "பிதாவே, இவர்களுக்கு மன்னியும்; தாங்கள் செய்கிறது இன்னதென்று அறியாதிருக்கிறார்களே."[7]

இயேசுவின் முதல் பார்வை; முதல் வார்த்தை

"பிதாவே, இவர்களுக்கு மன்னியும்; தாங்கள் செய்கிறது இன்னதென்று அறியாதிருக்கிறார்கள்" என்பவை இயேசுவின் முதல் வார்த்தைகள். சிலுவையிலிருந்து கீழே நோக்கிய இயேசு, தனக்கு மிகுந்த வேதனையளிக்கக்கூடிய ஒரு காட்சியைக் கண்டார். ரோமானியப் போர்வீரர்கள் அவருடைய ஆடைகளுக்காகச் சீ ட்டுப்போட்டுக்கொண்டிருந்தார்கள்[8]; அவருக்கு இருபுறமும் சிலுவைகளில் அறையப்பட்டிருந்த குற்றவாளிகள் அவரை நிந்தித்துக்கொண்டிருந்தார்கள்[9]; மதத் தலைவர்கள் அவரை ஏளனம் செய்துகொண்டிருந்தார்கள்[10]; மேலும் திரளாகக் கூடியிருந்த மக்கள் அவரைத் தூஷித்துக்கொண்டிருந்தார்கள்[11]. இத்தகைய முற்றிலும்

7 லூக்கா 23:34
8 யோவான் 19:23-24
9 மத்தேயு 27:44
10 மத்தேயு 27:41-43
11 மத்தேயு 27:39.

தகுதியற்ற கூட்டத்தால் சூழப்பட்டிருந்த நிலையிலும், இயேசு அவர்களுக்காகப் பிரார்த்தித்தார். "பிதாவே, இவர்களுக்கு மன்னியும்" என்பது ஈடுஇணையற்ற இரக்கத்தையும் அன்பையும் வெளிப்படுத்தும் ஒரு ஜெபமாகும்.

அவர்கள் தாங்கள் என்ன செய்கிறோம் என்பதை அறியாதிருந்தார்கள்

தம்மைத் துன்புறுத்தியவர்களை மன்னிக்க இயேசு கொண்டிருந்த விருப்பத்தோடு இணைந்திருக்கும் மற்றொரு உண்மை என்னவென்றால், **அவர்கள் தாங்கள் என்ன செய்கிறோம் என்பதை அறியாதிருந்தார்கள் என்பதே**[12]. இயேசுவைச் சிலுவையில் அறைந்த அந்தப் பாவிகள், தங்கள் செயல்களின் உண்மையான முக்கியத்துவத்தை அறியாதிருந்தனர். அந்த வீரர்களுக்கு இயேசுவின்மீது தனிப்பட்ட முறையில் எந்தத் துவேஷமும் இருக்கவில்லை. அவர்கள் வெறுமனே தங்களுக்கு இடப்பட்ட கட்டளைகளை நிறைவேற்றினார்கள். மரண தண்டனை விதிக்கப்பட்டவர்களை அவர்கள் வழக்கமாக நடத்துவது அப்படித்தான்; மேலும், இயேசுவும் அத்தகைய தண்டனைக்கு உண்மையிலேயே தகுதியானவர் என்றே அவர்கள் நம்பினார்கள். தாங்கள் கடவுளின் மகனையே கொலை செய்துகொண்டிருக்கிறோம் என்பதை அவர்கள் அறியாதிருந்தார்கள்[13] அந்தக் கூட்டம் தாங்கள் யாரை அழிக்க முயன்று கொண்டிருக்கிறோம் என்பதை உண்மையில் அறிந்திருக்கவில்லை. இயேசு ஒரு போலி என்றும், ஒரு கலகக்காரர் என்றும் நம்பும்படி யூதத் தலைவர்கள் அவர்களை ஏமாற்றியிருந்தனர்[14].

இயேசு மன்னிக்க தயாராக இருந்தார்: இயல்பாகவே, கிறிஸ்து யாருக்காக ஜெபித்தார் என்ற கேள்வி ஒருவருக்கு எழலாம். அது, அவருக்கு மரண தண்டனை விதிக்கச் சதி செய்த யூதர்களுக்காகவா?

---

12 லூக்கா 23:34

13 1 கொரிந்தியர் 2:8

14 (அப்போஸ்தலர் 3:17)

அல்லது, அவரைச் சிலுவையில் அறைந்துவிட்டு, பின்னர் அவருடைய ஆடைகளுக்காகச் சீட்டுப்போட்டுப் பங்கிட்டுக்கொண்ட ரோமானிய வீரர்களுக்காகவா? அல்லது, அவரை ஏளனம் செய்து பரிகசித்த அந்தக் கூட்டத்திற்காகவா?

இயேசு சிலுவையில் தொங்கியபோது, இந்த முதல் வசனத்தை கூறினார். இயேசு தமது கடும் வேதனையின் மத்தியிலும், தம்மைத் தமது எதிரிகளாகக் கருதியோரின் மன்னிப்பிலேயே இயேசுவின் கவனம் இருந்தது. சிலுவையில் தொங்கிக்கொண்டே தம்மை ஏளனம் செய்த கள்வர்களை மன்னிக்குமாறு அவர் பிதாவைக் கேட்டுக்கொண்டார். தம்மைப் பரிகாசம் செய்த, தம்மேல் துப்பிய, தம்மை அடித்த, தம் தாடியைப் பிடுங்கிய, தம்மைச் சாட்டையால் அடித்த, தம் தலையில் முள்முடி சூட்டிய, மற்றும் தம்மைச் சிலுவையில் அறைந்த ரோமானிய வீரர்களை மன்னிக்குமாறு அவர் பிதாவைக் கேட்டுக்கொண்டார். தம்மை ஏளனம் செய்து, தம்மைச் சிலுவையில் அறையுமாறு கூக்குரலிட்ட ஆத்திரமடைந்த கூட்டத்தினருக்காகவும் இயேசு மன்னிப்பைக் கோரினார்[15]. ஒரு வகையில் பார்க்கும்போது, அந்த ஜெபத்தின் வீச்சு அல்லது எல்லை, அன்று அங்கே கூடியிருந்த மக்களைத் தாண்டி, கிறிஸ்துவை விசுவாசித்து அதன் மூலம் அவருடைய மன்னிப்பைப் பெற்றுக்கொண்ட ஒவ்வொரு மனிதனையும் சென்றடைகிறது என்பது திண்ணம். ஏனெனில், நம்முடைய பாவங்களே அவரை அந்தச் சிலுவைக்குக் கொண்டுசென்றன. பாவமற்ற அவருடைய கைகளிலும் கால்களிலும் அந்த ஆணிகளை உண்மையில் அறைந்த மனிதர்கள் எந்தளவுக்குக் குற்றவாளிகளோ, அதே அளவுக்கு நாமும் குற்றவாளிகளே.

இயேசுவின் ஜெபமான, “பிதாவே, இவர்களை மன்னியும்,” என்பது, மனந்திரும்புதலும் விசுவாசமும் இல்லாமலேயே, தன்னிச்சையாக அனைவரும் மன்னிக்கப்பட்டுவிட்டார்கள் என்று பொருள்படுவதில்லை என்பதை அறிந்துகொள்வது முக்கியம்.

15 (மாற்கு 15:29-30)

மாறாக, இயேசு அவர்களை மன்னிக்கத் தயாராக இருந்தார் என்பதையே அது குறிக்கிறது–உண்மையில், மன்னிப்பளிப்பதே அவர் சிலுவையில் தொங்கியதற்கான முக்கியக் காரணமாக அமைந்தது. "பிதாவே, இவர்களை மன்னியும்" என்ற வார்த்தைகள் கடவுளின் இரக்கமுள்ள இருதயத்தை வெளிப்படுத்துகின்றன.

தாங்கள் செய்த செயலின் பயங்கரமான தன்மையை அவர்கள் உணர்ந்து, அதற்காக இறைவனிடம் மன்னிப்பு கோரும்போது, இறைவன் அதை அவர்களுக்கு எதிராகக் குற்றமாகச் சுமத்தக்கூடாது என்று இயேசு ஜெபித்துக் கொண்டிருந்தார். மாறாத அவநம்பிக்கை, பாவம் மற்றும் கலகத்தில் பிடிவாதமாகத் தொடர்ந்திருப்பவர்களுக்கு மன்னிப்பு உரித்தானது அல்ல. அவரைப் பற்றிய தங்கள் இரும்பு போன்ற வெறுப்பைச் சவக்குழி வரை சுமந்து சென்றவர்கள், இந்தப் ஜெபத்தின் மூலம் தங்கள் குற்றத்திலிருந்து விடுவிக்கப்படவில்லை.

இருப்பினும், மன்னிப்பு அனைவருக்கும் இலவசமாக வழங்கப்படுகிறது[16]. ஊதாரிப் பிள்ளையின் தந்தை மன்னிப்பதில் எவ்வளவு ஆர்வமாக இருந்தாரோ, அவ்வளவு ஆர்வமாகவே கடவுளும் மன்னிக்கிறார். ஒவ்வொரு பாவியும் தாழ்மையான மனந்திரும்புதலோடு தம்மிடம் திரும்பும்படி அவர் கெஞ்சுகிறார்[17]; அவ்வாறு செய்பவர்களை, இருகரம் நீட்டி, வரம்பற்ற மன்னிப்போடு ஏற்றுக்கொள்வதாக அவர் வாக்களிக்கிறார். ஆனால் அவநம்பிக்கையிலும் எதிர்ப்பிலும் நிலைத்திருப்பவர்கள் ஒருபோதும் கடவுளின் மன்னிப்பை அறியமாட்டார்கள்.

தீர்க்கத்தரிசனம் நிறைவேறியது: கிறிஸ்து அடிக்கப்படுவதற்குக் கொண்டுசெல்லப்படும் ஒரு ஆட்டுக்குட்டியைப்போல வழிநடத்தப்பட்டார்[18]. அவமானத்தையும் அநீதியையும் ஏற்றுக்கொண்டு, அவர் எந்த எதிர்ப்பும் காட்டாமலும்,

16 (வெளிப்படுத்தின விசேஷம் 22:17)

17 (எசேக்கியேல் 18:3-32) அப்போஸ்தலர் 17:30).

18 (ஏசாயா 53:7)

அச்சுறுத்தாமலும், பழிவாங்காமலும் தன் உயிரை ஒப்புக்கொடுத்தார். அவருடைய இதயம் மன்னிப்பினால் நிறைந்திருந்தது; அதில் குற்றத்தீர்ப்போ அல்லது பழிவாங்கும் உணர்வோ இருக்கவில்லை. அவர் முன்னரே கூறியிருந்தார்: "மனுஷகுமாரன் மனுஷருடைய உயிர்களை அழிக்க அல்ல, அவைகளை இரட்சிக்கவே வந்தார்"[19].

ஏசாயா 53:12-இல் முன்னறிவிக்கப்பட்டவாறு, இயேசு, "பிதாவே, இவர்களை மன்னியும்," என்று ஜெபித்ததற்குக் காரணம், அவர் பழைய ஏற்பாட்டுத் தீர்க்கதரிசனத்தை நிறைவேற்றிக்கொண்டிருந்தார் என்பதே: "அவர் அநேகருடைய பாவத்தைத் தாமே ஏற்றுக்கொண்டு, மீறுதல் செய்தவர்களுக்காகப் பரிந்துபேசினார்." "அவர் தம் உயிரை மரணத்திற்கே ஒப்புக்கொடுத்தார்; மீறுபவர்களோடு ஒருவராக எண்ணப்பட்டார்". சிலுவையில் அறையப்பட்டிருந்த வேளையில், இயேசு இதைச் செயல் வடிவம் கொடுக்கிறார்.

இயேசுவே "கடவுளுக்கும் மனிதர்களுக்கும் இடையில் உள்ள ஒரே மத்தியஸ்தராக" விளங்குகிறார்[20]. மலைப்பிரசங்கத்தில் அவர் போதித்த ஒரு கோட்பாட்டைச் செயலில் காட்டிக்கொண்டிருந்தார்: "'உன் அயலானை நேசி, உன் எதிரியை வெறுத்துவிடு' என்று சொல்லப்பட்டிருப்பதை நீங்கள் கேட்டிருக்கிறீர்கள். ஆனால் நான் உங்களுக்குச் சொல்லுகிறேன்: **உங்கள் எதிரிகளை நேசியுங்கள்; உங்களைத் துன்புறுத்துகிறவர்களுக்காக ஜெபியுங்கள்**"[21].

எல்லையற்ற இரக்கம்: தம் வேதனையின் உச்சத்தில், சிலுவை மரணத்தின் பிடியில் சிக்கிய பெரும்பாலானோர் சீற்றத்துடன் சபித்துக் கதறக்கூடிய அந்தத் தருணத்தில், கிறிஸ்து தம்மைத் துன்புறுத்தியவர்களுக்காக மன்னிப்பு வேண்டி ஜெபித்தார்: "பிதாவே, இவர்களுக்கு மன்னியும்; தாங்கள் செய்கிறது இன்னதென்று அறியாதிருக்கிறார்கள்"[22].

---

19 (லூக்கா 9:56)

20 (1 தீமோத்தேயு 2:5)

21 (மத்தேயு 5:43-44)

22 (லூக்கா 23:34)

“பிதாவே, இவர்களை மன்னியும்” என்று ஜெபித்ததன் மூலம், இயேசு தமது எல்லையற்ற இரக்கத்தை வெளிப்படுத்தினார்; அவர் அவர்களை இப்போதும் நேசித்தார்; அவர்கள் தங்களைத் தாழ்த்தி மனந்திரும்பினால், அவர்களை மன்னிக்கவும் அவர் தயாராக இருந்தார்[23]. “பாவம் அறியாத அவரை, கடவுள் நமக்காகப் பாவமாக மாற்றினார்”. சிலுவையிலிருந்து கொண்டே, இந்தப் பரிந்துபேசுதல் செயல் மனிதகுலம் முழுவதற்கும் விரிவடைகிறது. துன்புறுத்தப்பட்டவரான இயேசு, தம்மைத் துன்புறுத்தியவர்களுக்காகவே ஜெபித்தார். ஆம், ஆனால் இப்போது நம் பாவங்களைச் சுமப்பவராக, அவர் நம் இடத்தைப் பிடித்து, நமக்குப் பதிலாக மரித்துக்கொண்டிருந்தார்; நம் சார்பாகத் தம்முடைய சொந்த உயிரைச் சேர்த்து, தம்முடைய ஒவ்வொரு தெய்வீக உரிமையையும் அவர் துறந்திருந்தார். பாவம் நிறைந்த மனிதகுலத்தின் பிரதிநிதியாக, அவர் கடவுளின் முன்பாக அங்கே சிலுவையில் தொங்கிக்கொண்டிருந்தார். எனவே, அந்த மீறுதல் செய்தவர்களை மன்னிக்கும்படி அவர் பிதாவிடம் வேண்டிக்கொண்டார். தம்மைப் பற்றிய தங்கள் பகுத்தறிவற்ற வெறுப்பினால் தமக்கு இத்தனை துயரங்களைக் கொண்டுவந்தவர்களுடனேயே, அந்தத் தருணத்தில் அவர் தம்மை முழுமையாக ஒன்றிணைத்துக்கொண்டிருந்தார். தெய்வீக இரக்கத்தின் அதிசயம் இத்தகையதே!

இயேசுவின் “பிதாவே, இவர்களை மன்னியும்” என்ற ஜெபம் பலருடைய வாழ்க்கையில் நிறைவேறியது. சிலுவையின் அடியில் நின்ற ரோமச் சேனாதிபதி, இயேசு மரித்த விதத்தைக் கண்டபோது, “நிச்சயமாக இந்த மனிதன் தேவனுடைய குமாரன்!” என்று ஆச்சரியத்துடன் கூறினார்[24]. இயேசுவோடு சிலுவையில் அறையப்பட்டிருந்த இரண்டு கள்ளர்களில் ஒருவன், கிறிஸ்துவின் மீது விசுவாசம் வைத்தான்; அவனுக்கு இயேசு பரலோகத்தை

23 (மத்தேயு 18:14; 2 பேதுரு 3:9)

24 (மாற்கு 15:39)

வாக்களித்தார்[25] யூதமத தலைமை சங்கத்தின் (Sanhedrin) உறுப்பினர்களில் ஒருவர், பகிரங்கமாகத் தன்னை இயேசுவின் பக்கம் இணைத்துக்கொண்டார்[26]. மேலும், ஒரு மாதத்திற்கும் சற்று அதிகமான காலத்திற்குப் பிறகு, திருச்சபை தொடங்கப்பட்ட வேளையில், எருசலேமில் ஒரே நாளில் மூவாயிரம் பேர் இரட்சிக்கப்பட்டனர்[27].

சிலுவையின் மீது இருந்தபோது, தம்மை என்றென்றும் விசுவாசிக்கப்போகும் அனைவருக்கும் இயேசு மன்னிப்பை வழங்கினார்[28]. நாம் அறியாமையினால் செய்யும் பாவங்களுக்கு மட்டுமல்லாமல், நாம் வேண்டுமென்றே செய்த பாவங்களுக்குமான தண்டனையையும் இயேசு தாமே ஏற்றுக்கொண்டார்.

“பிதாவே, இவர்களை மன்னியும்” என்று ஏன் கூறினார்?

அவர் மன்னிக்கும் அதிகாரமுள்ள தேவகுமாரனாக இருந்தார். ஆனாலும், இயேசு, ‘பிதாவே, அவர்களை மன்னியும், ஏனென்றால் அவர்கள் என்ன செய்கிறார்கள் என்று அவர்களுக்குத் தெரியாது’ என்று கூறினார்.”[29]. திரித்துவத்திற்குள், தெய்வீக குமாரனாக அவரது பங்கு, தந்தைக்கு கீழ்ப்படிதலாகும். அவர் உலகத்திற்கு வந்த நோக்கம், மனிதகுலத்திற்கான பரிந்துரையாளர் மற்றும் மத்தியஸ்த செயல்பாடு என்பதாக இருந்தது.

வேதனையிலும் கூட அவர் ஜெபம் மற்றும் கருணையை மாதிரியாக்கினார். தந்தையுடன் பணிவு மற்றும் ஒற்றுமையின் செயலாக பரிந்துரை செய்யத் தேர்ந்தெடுத்தார். இயேசு மன்னிக்க “தயக்கம்” காட்டவில்லை; அவர் தனது பூமிக்குரிய ஊழியத்தின் போது பல முறை வெளிப்படையாக மன்னிப்பைப் பயன்படுத்தினார், அவரது தெய்வீக அதிகாரத்தை உறுதிப்படுத்தினார். இயேசு தனது

25 ((லூக்கா 23:39-43).

26 (யோவான் 19:39)

27 (அப்போஸ்தலர் 2:41)

28 (மத்தேயு 20:28)

29 (லூக்கா 23:34)

ஊழியம் முழுவதும் நிரூபிக்கப்பட்டபடி, பாவங்களை மன்னிக்க முழு அதிகாரத்தையும் கொண்டிருந்தார். அவரது ஜெபம் கடவுளின் மீட்புத் திட்டத்துடன் இணைந்த குறிப்பிட்ட நோக்கங்களுக்கு உதவுகிறது. பைபிள் சான்றுகள்:

பாவங்களை மன்னிக்க இயேசுவுக்கு முழு அதிகாரம் இருந்தது: உதாரணமாக: ஒரு பக்கவாதக்காரனை குணப்படுத்தும்போது, இயேசு, "'மகனே, உன் பாவங்கள் மன்னிக்கப்பட்டன' என்று கூறுகிறார்[30]. மதத் தலைவர்கள் இதைக் கேள்வி கேட்கிறார்கள், "கடவுள் ஒருவரால் தவிர யார் பாவங்களை மன்னிக்க முடியும்?" என்று கேட்கிறார்கள். "பூமியில் மனுஷகுமாரனுக்கு பாவங்களை மன்னிக்க அதிகாரம் உண்டு" என்பதை நிரூபிக்க இயேசு அந்த மனிதனை குணப்படுத்துவதன் மூலம் பதிலளிக்கிறார். இந்தப் பகுதி இயேசுவின் மன்னிக்கும் உள்ளார்ந்த சக்தியை நேரடியாக நிறுவுகிறது, ஏனெனில் அவர் கடவுள் அவதாரம் எடுத்தவர்[31]. இதேபோல், மத்தேயு 9:2-8 (மாற்குவுக்கு இணையாக), இயேசு மன்னித்து குணப்படுத்துகிறார், தனது அதிகாரத்தை வலியுறுத்துகிறார். விபச்சாரத்தில் பிடிபட்ட பெண்ணிடம், "நானும் உன்னைக் கண்டிக்கவில்லை... இப்போதே போய் உன் பாவ வாழ்க்கையை விட்டுவிடு"[32]என்று அவர் அறிவிக்கிறார், இடைத்தரகர்கள் இல்லாமல் திறம்பட மன்னிப்பை வழங்குகிறார்.

அப்படியானால் ஏன் சிலுவையில் பிதாவிடம் ஜெபிக்க வேண்டும்?

இந்தச் செயல் **திரித்துவத்திற்குள்** (தந்தை, மகன், பரிசுத்த ஆவி மூன்று நபர்களில் ஒரே கடவுளாக)உள்ள இயேசுவின் தேவகுமாரன் என்ற உறவினை எடுத்துக்காட்டுகிறது. இது தாழ்மையின் வெளிப்பாடாகும்

30 (மாற்கு 2:5-12)

31 (யோவான் 1:1, 14)

32 யோவான் 8:11)

கடவுளுக்குச் சமமானவர்: இயேசு, **கடவுளுக்குச் சமமானவராக** இருந்தபோதிலும்,[33] தாம் மனித உருவெடுத்த காலத்தில் பிதாவுக்குத் தாமாகவே கீழ்ப்படிந்து நடந்தார்; "நான் உங்களுக்கு உறுதியாகச் சொல்கிறேன்: மகன் தாமாகவே எதையும் செய்ய இயலாது; பிதா எதைச் செய்வதைப் பார்க்கிறாரோ, அதை மட்டுமே அவராலும் செய்ய முடியும்."[34] சிலுவையில் அறையப்பட்டிருந்த வேளையில், இயேசு ஒரு கீழ்ப்படிதலுள்ள மகனாகத் தமது பங்கை நிறைவேற்றுகிறார்; அதிகாரம் பெற்றிருந்தபோதிலும், அவர் பரிபூரணக் கீழ்ப்படிதலுக்கும் சார்ந்திருத்தலுக்கும் ஒரு முன்மாதிரியாகத் திகழ்கிறார். இது ஒரு தயக்கத்தின் வெளிப்பாடு அல்ல, மாறாகத் தாழ்மையின் வெளிப்பாடாகும்; இதை பிலிப்பியர் நிருபம் இவ்வாறு குறிப்பிடுகிறது: "அவர் தம்மைத் தாழ்த்தி, மரணம் வரை–ஆம், சிலுவை மரணம் வரை–கீழ்ப்படிந்து நடந்தார்!"[35]

மன்னிப்பை அருளுபவர்: இறையியல் ரீதியாகப் பார்க்கையில், பாவங்கள் என்பவை இறுதியில் பிதாவாகிய கடவுளுக்கு எதிராக இழைக்கப்படும் குற்றங்களாகும் "உமக்கு எதிராக, உமக்கு மட்டுமே எதிராக நான் பாவம் செய்தேன்[36]"; எனவே, பாவிகளுக்காகப் பரிந்துபேசும் அதே வேளையில், மன்னிப்பை அருளுவதில் பிதாவுக்குள்ள பங்கை இயேசுவின் ஜெபம் அங்கீகரிக்கிறது. இது 1 தீமோத்தேயு 2:5 வசனத்தோடு ஒத்திசைந்து நிற்கிறது: "ஏனெனில், கடவுள் ஒருவரே; கடவுளுக்கும் மனிதர்களுக்கும் இடையே உள்ள மத்தியஸ்தரும் ஒருவரே–அவரே மனிதராகிய கிறிஸ்து இயேசு."

பாவிகளுக்காகப் பரிந்துபேசும் பிரதான ஆசாரியர்: புதிய ஏற்பாட்டில், உயிர்த்தெழுதலுக்குப் பின்னரும் இந்தப் பரிந்துபேசுதல் பணி தொடர்ந்து நடைபெறுகிறது. இயேசுவை நித்திய பிரதான ஆசாரியராகச் சித்தரிக்கிறது: "ஆகையால், அவர்

---

33 (பிலிப்பியர் 2:6)

34 (யோவான் 5:19)

35 (பிலிப்பியர் 2:8)

36 (சங்கீதம் 51:4)

வழியாகக் கடவுளிடம் வருபவர்களை முழுமையாக மீட்பதற்கு அவர் வல்லமை பெற்றிருக்கிறார்; ஏனெனில் அவர்களுக்காகப் பரிந்துபேசுவதற்காகவே அவர் என்றென்றும் உயிரோடு இருக்கிறார்[37]". இதேபோல், அவரை "பிதாவின் வக்கீல் - நீதியுள்ள இயேசு கிறிஸ்து" என்று அழைக்கிறது[38].

பிதாவிடம் ஜெபிப்பதன் மூலம், இயேசு தனது சொந்த அதிகாரத்தைத் தவிர்ப்பதில்லை. மாறாக மனிதகுலத்தை கடவுளுடன் எவ்வாறு இணைக்கிறார் என்பதைக் காட்டுகிறார், அந்த உறவுக்குள் நம்மை அழைக்கிறார். கர்த்தருடைய ஜெபத்தைப் போலவே, ஜெபத்தைப் பற்றிய அவரது போதனையிலும் இது எதிரொலிக்கிறது. அங்கு அவர் விசுவாசிகளுக்கு "நமது கடனாளிகளை மன்னித்தது போல" "எங்கள் பிதாவே" என்று ஜெபித்து மன்னிப்பு கேட்கும்படி அறிவுறுத்துகிறார்[39] தயக்கத்திற்கு மாறாக, இந்த ஜெபம் ஒரு முன்முயற்சியான இரக்கச் செயலாகும். இயேசு அவர்களைக் கண்டித்திருக்கலாம் "கடவுள் தம்முடைய குமாரனை உலகிற்கு ஆக்கினைத்தீர்க்க அனுப்பவில்லை, மாறாக அவர் மூலம் உலகைக் காப்பாற்றுவதற்காக அனுப்பினார்"[40], மாறாக, அவர்கள் அவரை கேலி செய்தபோதும் அவர் கிருபைக்காக மன்றாடுகிறார்[41].

விசுவாசிகளுக்கான மாதிரியாகக் ஜெபம்: அறியாமையை மன்னிக்கும் இரக்கத்தை அடிப்படையாக எடுத்துக்காட்டும் ஜெபம். கிறிஸ்தவர்கள் ஜெபத்தின் மூலம் எதிரிகளை மன்னிக்க இயேசுவின் வார்த்தைகள் ஒரு எடுத்துக்காட்டாகச் செயல்படுகின்றன. "உங்கள் எதிரிகளை நேசியுங்கள், உங்களைத் துன்புறுத்துபவர்களுக்காக ஜெபியுங்கள்.[42]" என்று அவர் கட்டளையிடுகிறார் மேலும் "உங்களைச் சபிப்பவர்களை ஆசீர்வதியுங்கள், உங்களைத்

37 (எபிரெயர் 7:25)

38 (1 யோவான் 2:1)

39 (மத்தேயு 6:9-12)

40 (யோவான் 3:17),

41 (மத்தேயு 27:39-44)

42 (மத்தேயு 5:44)

துன்புறுத்துபவர்களுக்காக ஜெபியுங்கள்.[43]" என்று இயேசு கூறுகிறார். உரக்க ஜெபிப்பதன் மூலம், துன்பத்தின் மத்தியில் இயேசு கற்பிக்கிறார். உண்மையான மன்னிப்பு என்பது கடவுளிடம் மன்றாடுவதை விடக் கடவுளிடம் மன்றாடுவதை உள்ளடக்கியது என்பதைக் காட்டுகிறது.

பாவம் செய்யாதவர்: தன் எதிரிகளுக்கு மன்னிப்பை மறுப்பதற்கு யாருக்காவது தகுந்த காரணம் இருந்ததென்றால், அது கர்த்தராகிய இயேசுவுக்கு மட்டுமே இருந்தது. அவரே ஒரே உண்மையான பாதிக்கப்பட்டவர்–எந்தவொரு தவறும் செய்யாத முற்றிலும் குற்றமற்றவர். அவர் ஒருபோதும் தேவனுடைய நியாயப்பிரமாணத்தை மீறியதில்லை. தன் செயல்களிலோ, வார்த்தைகளிலோ அல்லது சிந்தனைகளிலோ அவர் ஒருபோதும் பாவம் செய்ததில்லை. எத்தகைய சோதனைக்கும் அவர் ஒருபோதும் இடமளித்ததில்லை.

வேதவசனம் இவ்வாறு கூறுகிறது: "அவர் பாவம் செய்யவில்லை; அவர் வாயில் வஞ்சனையும் காணப்படவில்லை"[44]. அவர் "நம்மைப்போலவே எல்லாவற்றிலும் சோதிக்கப்பட்டும், பாவம் செய்யாதவராயிருக்கிறார்"[45] அவர் "பரிசுத்தரும், குற்றமற்றவரும், மாசற்றவரும், பாவிகளிலிருந்து பிரித்து வைக்கப்பட்டவருமாயிருக்கிறார்."[46]

மரணத்தை அனுபவிக்கத் தகுதியற்றவர் என்று கருதப்படக்கூடியவர் அவரைவிட வேறு யாரும் இல்லை. பொல்லாத ரோம ஆளுநரான பொந்தியு பிலாத்துகூட, "இந்த மனிதனிடத்தில் நான் ஒரு குற்றத்தையும் காணவில்லை" என்று பலமுறை சாட்சியளித்தார்[47] இருந்தும் பிலாத்து, மற்ற பொல்லாத மனிதர்களுடன் சேர்ந்து சதி செய்து, பொய்யான

43 (லூக்கா 6:28).

44 (1 பேதுரு 2:22)

45 (எபிரெயர் 4:15).

46 (எபிரெயர் 7:26)

47 (லூக்கா 23:4; ஒப்பிடுக: மாற்கு 15:14; யோவான் 19:4, 6)

மற்றும் இட்டுக்கட்டப்பட்ட குற்றச்சாட்டுகளைப் பயன்படுத்தி, கிறிஸ்துவுக்கு மரண தண்டனை விதித்து, கற்பனை செய்யக்கூடிய மிகக் கொடூரமான முறையில் அவரைக் கொன்றான். திரளான மக்கள் வெறுப்பின் வெறியூட்டப்பட்டு, அநீதியான முறையில் அவருடைய மரணத்தையே கோரினார்கள்.[48]

கிறிஸ்து இவ்வளவு மன்னிக்கும் மனப்பான்மையுடன் இருப்பது அவருக்கு எளிதாக இருந்திருக்கும் என்று நீங்கள் நினைக்கலாம். எப்படியாயினும், அவர் மரிப்பது தேவனுடைய திட்டத்தில் அடங்கியிருக்கிறது என்பதை அவர் அறிந்திருந்தார் அல்லவா? அவர் நிறைவேற்ற வேண்டிய ஒரு பணி இருந்தது; அந்தப் பணியில் அவருடைய மரணமும் அடங்கியிருந்தது. இவை அனைத்தையும் கிறிஸ்து மரித்த விதம், ஒவ்வொரு கிறிஸ்தவனும் பின்பற்றுவதற்குரிய ஒரு முன்மாதிரியாகத் தெளிவாக முன்வைக்கப்பட்டுள்ளது. கிறிஸ்துவும் உங்களுக்காகப் பாடுபட்டு, நீங்கள் அவருடைய அடிச்சுவடுகளைப் பின்பற்றுவதற்கு ஒரு முன்மாதிரியை உங்களுக்கு விட்டுச் சென்றார்; அவர் பாவம் செய்யவில்லை; அவர் வாயில் வஞ்சனையும் காணப்படவில்லை. அவர் நிந்திக்கப்பட்டபோது, பதிலுக்கு நிந்திக்கவில்லை; பாடுபட்டபோது, அச்சுறுத்தவில்லை; மாறாக, நீதியாய் நியாயந்தீர்க்கிறவரிடமே தம்மை ஒப்புவித்தார்.[49]

2. "இன்று நீ என்னுடனே கூடப் பரதீசியிலிருப்பாய்."

["நான் உனக்கு மெய்யாகவே சொல்லுகிறேன்: இன்று நீ என்னுடனே கூடப் பரதீசியிலிருப்பாய்."[50]]

இயேசுவோடு, இரண்டு குற்றவாளிகள் சிலுவையில் அறையப்பட்டிருந்தனர்; ஒருவர் அவருடைய வலதுபுறத்திலும், மற்றொருவர் இடதுபுறத்திலும் இருந்தனர். "அங்கே தொங்கிக்கொண்டிருந்த குற்றவாளிகளில் ஒருவன் அவரை

48 (மாற்கு 15:11-14)

49 (1 பேதுரு 2:21-23)

50 (லூக்கா 23:43)

நோக்கி: 'நீ கிறிஸ்து அல்லவா? உன்னையும் எங்களையும் இரட்சித்துக்கொள்' என்று அவரை நிந்தித்தான்."[51] இதோ, தன் வாழ்வின் கடைசி மணித்துளிகளில் இருக்கும் ஒரு மனிதன். முற்றிலும் வழிதவறியவன்; முற்றிலும் உதவியற்றவன்; ஆயினும், கடவுள்மீது இன்னும் கோபம் கொண்டிருப்பவன்.

மற்றொரு குற்றவாளியும் தன்னை ஒரு குற்றமயமான வாழ்வுக்கே அர்ப்பணித்திருந்தான். நித்திய வாழ்வை அடைவதற்கு அவனுக்கு எஞ்சியிருந்தவை சில மணிநேரங்களே. விரைவில் அவன் கடவுளின் நியாயத்தீர்ப்பை எதிர்கொள்ளவிருந்தான். ஆனால், அப்போது அவனுக்குள் ஏதோ ஒன்று மாறியது. அந்த மனிதனின் ஆன்மாவில் ஒரு அமைதி குடிகொண்டது; ஒருவேளை தன் வாழ்விலேயே முதன்முறையாக, அவர் தன் சொந்த நிலையைப் பற்றி ஆழமாகச் சிந்திக்கத் தொடங்கினானோ! பூவுலகம் அவனிடமிருந்து விலகிச் சென்றுகொண்டிருந்தது; அதே வேளையில், நித்திய வாழ்வு அடிவானத்தில் பிரம்மாண்டமாகத் தென்படத் தொடங்கியது.

அங்கீகரிக்கப்பட்ட வேதாகமம், இயேசுவுடன் சிலுவையில் அறையப்பட்ட அந்த இரண்டு திருடர்களைப் (அல்லது "குற்றவாளிகள்"/"கொள்ளையர்கள்") பற்றிய எந்த முன்வரலாற்றையோ, பெயர்களையோ, அல்லது பின்னணிக் கதையையோ வழங்கவில்லை. நற்செய்தி நூல்களில் அவர்கள், அவருடன் மரணதண்டனைக்குட்படுத்தப்பட்ட இரண்டு மனிதர்களாக, அதாவது ஒருவர் அவருடைய வலப்புறத்திலும் மற்றொருவர் இடப்புறத்திலும் எனத் திடீரெனத் தோன்றுகிறார்கள்[52]

லூக்கா மட்டுமே அவர்களுடைய மனப்பான்மைகளை வேறுபடுத்திக் காட்டுகிறார். ஒருவன் இயேசுவைப் பரிகசிக்கிறான், மற்றவன் மனந்திரும்புகிறான்.[53] ஆனால் அவர்களுடைய

51 (லூக்கா 23:39).

52 (மத்தேயு 27:38; மாற்கு 15:27; லூக்கா 23:32; யோவான் 19:18)

53 (லூக்கா 23:39-43)

வாழ்க்கை, குற்றங்கள், பூர்வீகம் அல்லது இயேசுவுடனான முந்தைய சந்திப்புகள் பற்றி எந்த விவரங்களையும் அவர் கொடுக்கவில்லை. நற்செய்தி நூல்கள் அவர்களை, மரணத் தருணத்தில் கிறிஸ்துவுக்குக் மாறுபட்ட எதிர்வினைகளின் எடுத்துக்காட்டுகளாகவே கருதுகின்றன.

இயேசுவுடன் சிலுவையில் அறையப்பட்ட அந்த இரண்டு திருடர்கள் யார்?

மனந்திரும்பிய திருடன் – பாரம்பரியமாக **டிஸ்மாஸ்** (சில நூல்களில் மாற்றுப் பெயர்கள்: டைஸ்மாஸ், டிமாஸ், டெமாஸ் அல்லது **டைட்டஸ்**) என்று அழைக்கப்படுகிறான். இவன்தான் மற்ற திருடனைக் கடிந்துகொண்டு, இயேசுவிடம், **"நீர் உமது இராஜ்யத்தில் வரும்போது என்னை நினைவுகூரும்"**[54] **என்று கேட்கிறான்.** மனந்திரும்பாத திருடன் – பாரம்பரியமாக **கெஸ்டாஸ்** (மாற்றுப் பெயர்கள்: கெஸ்மாஸ், கிஸ்மாஸ் அல்லது டுமாக்கஸ்) என்று அழைக்கப்படுகிறான். இவன் கூட்டத்தோடு சேர்ந்து இயேசுவைப் பரிகசிக்கிறான்.

நிக்கதேமுவின் நற்செய்தி அல்லது அரிமத்தியாவின் யோசேப்பின் கதை, தண்டனைத் தீர்ப்புக்கான காரணங்களைக் குறிப்பிடுகிறது. கெஸ்டாஸ் ஒரு கொள்ளைக்காரனும் கொலைகாரனும் ஆவான்; அவர் வழிப்போக்கர்களைப் படுகொலை செய்தான், பெண்களின் மார்பகங்களை வெட்டி அவர்களைச் சித்திரவதை செய்தான், குழந்தைகளின் இரத்தத்தைக் குடித்தான், மேலும் மனிதர்களையோ கடவுளையோ மதிக்காமல், தான் செய்த தீமைகளில் இன்பம் கண்டான். அதே மறைநூல், டிஸ்மா அல்லது டெமா என்பவன் கலிலேயாவிலிருந்து வந்து ஒரு சத்திரத்தை நடத்தி வந்தவன் என்றும், அவன் செல்வந்தர்களிடமிருந்து திருடினான் என்றும்; ஆனால் அவன் ஏராளமான தர்மங்களையும் செய்து, தேவையுள்ளவர்களுக்கு உதவியும் செய்தான் என்று கூறுகிறது. ரோமன் கத்தோலிக்கப் பாரம்பரியத்தில், திருடர்கள்,

54 (லூக்கா 23:42)

கைதிகள் மற்றும் மரணப்படுக்கையில் இருப்பவர்களின் பாதுகாவலரான புனித டிஸ்மாஸ் என்று போற்றப்படுகிறார்; இவரது திருவிழா நாள் மார்ச் 25 ஆகும். இந்தப் பெயர்கள் முதன்முதலில் **நிக்கொதேமுவின் நற்செய்தியில்** (பிலாத்துவின் நடபடிகள் என்றும் அழைக்கப்படுகிறது) தோன்றுகின்றன. இது 4-ஆம் நூற்றாண்டின் பிற்பகுதி அல்லது 5-ஆம் நூற்றாண்டின் முற்பகுதியைச் சேர்ந்த ஒரு மறைநூல் படைப்பாகும் – **இது நிகழ்வுகள் நடந்த சுமார் 300-400 ஆண்டுகளுக்குப் பிறகு எழுதப்பட்டது**.

இயேசுவுடன் கல்வாரியில் சிலுவையில் அறையப்பட்ட அந்த இரண்டு திருடர்களைப் பற்றி நமக்கு அதிகம் தெரியாது. சில மரபுகளின்படி, அவர்கள் எகிப்துக்குத் தப்பிச் சென்றபோது மரியாளையும் யோசேப்பையும் கொள்ளையடிப்பதற்காகத் தாக்கிய கொள்ளையர்களில் இருவர் ஆவர்.

சிலுவையில் அறையப்பட்டு மரண தண்டனை என்பது, தங்கள் எஜமானர்களிடமிருந்து தப்பி ஓடிய சாதாரண குற்றவாளிகளுக்கும் அடிமைகளுக்கும் விதிக்கப்பட்டது என்பதை நாம் அறிவோம். ஏனெனில், மற்றவர்களை விட அத்தகைய கொடூரமான மரணத்திற்கு அவர்கள் தகுதியானவர்கள் என்று நம்பப்பட்டதுடன், அது அவர்களின் சகாக்களுக்கு ஒரு எச்சரிக்கையாகவும் அமைந்தது. நற்செய்திகளில், அவர்கள் 'ககோர்கோய்' என்ற கிரேக்க வார்த்தையால் குறிப்பிடப்படுகிறார்கள்; அதன் பொருள், நெறிபிறழ்ந்த குற்றங்களைச் செய்த மனிதர்கள் என்பதாகும்.

மிகவும் பரவலாக அறியப்பட்ட புராணக்கதை: கி.பி. 5-6 ஆம் நூற்றாண்டைச் சேர்ந்த மறைநூலான அரபு குழந்தைப்பருவ நற்செய்தியிலிருந்து, இவர்கள் எகிப்துக்குத் தப்பிச் செல்லுதல் செய்தி வருகிறது. இது, ஏரோது மன்னனிடமிருந்து யோசேப்பு, மரியா குடும்பம் தப்பித்த நிகழ்வுடன்[55] இந்த இரண்டு திருடர்களையும் தொடர்புபடுத்துகிறது. யோசேப்பு, மரியா மற்றும் குழந்தை இயேசு

55 (மத்தேயு 2:13-23)

ஆகியோர் பாலைவனத்தில் பயணம் செய்துகொண்டிருந்தபோது, கொள்ளையர் கூட்டத்தால் வழிமறிக்கப்படுகிறார்கள். அந்தக் கொள்ளையர்களில் இருவர் தீத்து (பிற்கால நல்ல திருடன், திஸ்மா) மற்றும் துமாக்கஸ் (பிற்கால கெட்ட திருடன், கெஸ்டாஸ்) ஆவர். துமாக்கஸ் அந்தக் குடும்பத்தைக் கொள்ளையடிக்கவோ அல்லது காயப்படுத்தவோ விரும்புகிறான், ஆனால் தீத்து கருணை காட்டி, அந்தத் தாக்குதலைத் தடுத்து, அவர்களைப் பாதுகாக்கிறான் (சில பதிப்புகளில் அவர் அவர்களுக்கு உணவுப் பொருட்களையும் கொடுக்கிறான்). குழந்தை இயேசு பின்னர், 'முப்பது ஆண்டுகளில் இதே இரண்டு மனிதர்களும் அவருடன் சிலுவையில் அறையப்படுவார்கள், மேலும் இரக்கமுள்ளவர் முதலில் பரலோகத்தில் நுழைவார்' என்று தீர்க்கத்தரிசனம் உரைக்கிறார்.

சிரியாக் பதிப்பில், பாதுகாக்கப்பட்டுள்ள ஒரு நேரடி மேற்கோளில், வருங்கால நல்ல திருடன் (தீத்து) குழந்தை இயேசுவை நோக்கி இவ்வாறு கூறுவதாக வருகிறது, "ஓ, பிள்ளைகளிலேயே மிகவும் ஆசீர்வதிக்கப்பட்டவனே, என்றாவது ஒரு நாள் நான் உமது இரக்கத்தை வேண்டிக்கொள்ளும் நிலை வந்தால், என்னை நினைவுகூர்ந்தருளும், இன்று கடந்துபோனதை மறக்காதீர்."

இந்தக் குழந்தைப்பருவச் சந்திப்பே, அந்த நல்ல திருடன் பிற்காலத்தில் சிலுவையில் இயேசுவை அடையாளம் கண்டுகொண்டு, "இன்று நீ என்னுடன் பரலோகத்தில் இருப்பாய்" என்ற வாக்குறுதியைப் பெறுவதற்கான காரணமாக முன்வைக்கப்படுகிறது. இது குழந்தைப்பருவக் கதைகளை பாஸ்கா நிகழ்வுடன் அழகாக இணைக்கிறது.

கூடுதல் புராண விவரங்கள்: திருச்சபைத் தந்தையர்கள் மற்றும் இடைக்கால மரபுகள், கெஸ்டாஸ் குறிப்பாகக் கொடூரமானவனாக–பாதிக்கப்பட்டவர்களைச் சித்திரவதை செய்த ஒரு கொலையாளியாக–சித்தரிக்கப்படுகிறான். டிஸ்மாஸ்

சில சமயங்களில் ஒரு வன்முறையான பாலைவனக் கொள்ளைக்காரனாகச் சித்தரிக்கப்படுகிறான்; அவர் தன் சொந்த சகோதரனைக் கொன்றிருக்கக்கூடும், ஆனாலும் அவர் அவ்வப்போது கருணை காட்டியும் அல்லது தர்மம் செய்தும் உள்ளான்.

இன்றைய நாள் முடிவதற்குள்ளாகவே, தான் கடவுளின் சந்நிதியில் நின்று தன் வாழ்விற்குக் கணக்கு ஒப்புவிக்கப்போவதை, அவன் இப்போது பிரமிக்கத்தக்கத் தெளிவுடன் உணர்ந்துகொண்டான். இச்சிந்தனைகள் அவன் மனதிற்குள் ஓடிக்கொண்டிருந்த வேளையில், இயேசுவை நிந்தித்துக்கொண்டிருந்த மற்றொரு கள்ளனின் குரலை அவர் கேட்டான்; உடனே அவன், "நீ கடவுளுக்குப் பயப்படுகிறதில்லையா?" என்று கேட்டான்.

பின்னர் அவன் இயேசுவை நோக்கித் திரும்பி, "நீர் உம்முடைய இராஜ்யத்தில் வரும்போது என்னை நினைத்தருளும்" என்று வேண்டிக்கொண்டான். அதற்கு இயேசு அவனை நோக்கி: "நான் உனக்கு மெய்யாகவே சொல்லுகிறேன்: இன்று நீ என்னுடனே கூடப் பரதீசிலிருப்பாய்" என்று கூறினார். இது ஒரு மிக அற்புதமான கதை. நரகத்திற்குச் செல்லவே விதிக்கப்பட்டவனாய், நித்திய அழிவின் விளிம்பிலேயே நின்றுகொண்டிருந்த ஒரு மனிதனுக்கு, நித்திய வாழ்வின் இன்பங்களையும் சிறப்புரிமைகளையும் முழுமையாக அனுபவிக்கும் பாக்கியம் வழங்கப்படுகிறது. இந்த மனிதனுக்கு நம்பிக்கை இருந்ததென்றால், உங்களுக்கும்–நீங்கள் சந்திக்கப்போகும் ஒவ்வொரு மனிதனுக்கும்–நிச்சயமாக நம்பிக்கை உண்டு.

லூக்கா நற்செய்தி நூல் தம்முடன் சிலுவையில் அறையப்பட்ட மனந்திரும்பிய குற்றவாளியிடம் இயேசு கூறிய வார்த்தைகளைப் பதிவு செய்கிறது: "மெய்யாகவே நான் உனக்குச் சொல்கிறேன், இன்று நீ என்னுடன் பரலோகத்தில் இருப்பாய்." இது சிலுவையிலிருந்து கூறப்பட்ட ஏழு கடைசி வார்த்தைகளில் இரண்டாவதாகும்; "இயேசுவே, நீர் உமது இராஜ்யத்தில் வரும்போது என்னை

நினைவுகூரும்" என்ற திருடனின் மன்றாட்டிற்குப் பதிலளிக்கும் விதமாக இது கூறப்பட்டது. துன்பங்களுக்கு மத்தியில் ஆழ்ந்த இரக்கம் வெளிப்படுவதை இதன் சூழல் காட்டுகிறது. இயேசுவின் பதில் இரட்சிப்புக்கான உடனடி உறுதியை அளிக்கிறது.

வேதாகமத்தின்படி "பரதீஸ்" என்றால் என்ன?

இங்கு பயன்படுத்தப்பட்டுள்ள 'பரதீஸ்'(Paradise)ன் கிரேக்க வார்த்தை 'பரேடைசோஸ்' (παράδεισος) ஆகும். இது, பெரும்பாலும் அரசர்களின் இன்பத் தோட்டங்களுடன் தொடர்புடைய, வேலியிடப்பட்ட தோட்டம் அல்லது பூங்காவைக் குறிக்கும். ஏதேன் தோட்டம் பேரின்பம், செழிப்பு மற்றும் கடவுளுடனான ஐக்கியம் ஆகியவற்றின் இடமாக இருந்ததைக் குறிப்பிடுகிறது[56]. புதிய ஏற்பாட்டில் **பரதீஸ்** 'பரேடைசோஸ்' என்ற சொல் மூன்று முறை மட்டுமே வருகிறது:

1. திருடனுக்கு **இயேசு கொடுத்த வாக்குறுதி**[57]-
2. பவுல், "மூன்றாம் வானத்திற்கு... பரதீசுக்கு எடுத்துக்கொள்ளப்பட்டதை" விவரிக்கிறார்; அங்கே அவர் விவரிக்க முடியாத காரியங்களைக் கேட்டார், அதை ஒரு பரலோக மண்டலத்திற்கு ஒப்பிடுகிறார்.[58]
3. இயேசு வெற்றி பெற்றவர்களுக்கு வாக்குறுதி அளிக்கிறார்: "தேவனுடைய **பரதீஸில் உள்ள ஜீவ விருட்சத்தின் கனியைப் புசிக்கும் உரிமையை நான் கொடுப்பேன்**,"[59] இது தேவனுடைய பிரசன்னத்தில் நித்திய ஜீவனுடன் இணைக்கப்பட்டு, மீண்டும் நிறுவப்பட்ட ஏதேனை நினைவூட்டுகிறது[60]

56 (ஆதியாகமம் 3:23-24)

57 லூக்கா 23:43

58 2 கொரிந்தியர் 12:2-4

59 வெளிப்படுத்தல் 2:7

60 (வெளிப்படுத்தல் 22:1-2, 14).

வேதாகமத்தின்படி, பரதீஸ் என்பது ஆசீர்வாதம், இளைப்பாறுதல் மற்றும் தேவனுடனான ஐக்கியம் ஆகிய நிலைகளைக் குறிக்கிறது; இது பெரும்பாலும் வேதனை அல்லது பிரிவினைக்கு முரணாகக் காட்டப்படுகிறது (உதாரணம்- செல்வந்தனும் லாசருவும்[61]; அங்கு நீதிமான் லாசரு, ஆறுதலான மறுவாழ்வைக் குறிக்கும் யூத வழக்காறான "ஆபிரகாமின் மடியில்" இருக்கிறார்). எல்லா பார்வைகளிலும் இது ஒரு தற்காலிக "தங்குமிடம்" அல்ல, மாறாக இது இறுதி மீட்பைக் குறிக்கிறது.

மரணத்திற்குப் பிறகு ஒருவர் பரதீஸில் இருக்கிறாரா (அல்லது அங்கு செல்கிறாரா)?

'பரலோகம் என்பது கிறிஸ்துவுடன் வாழும் உணர்வுபூர்வமான வாழ்வு நிலை' (Heaven is an experiential state of living with Christ.)

ஆம், பிரதான கிறிஸ்தவ இறையியலின்படி, விசுவாசிகள் மரணத்திற்குப் பிறகு உடனடியாக பரலோகத்தில் நுழைகிறார்கள்– அது தேவனுடைய பிரசன்னத்தில் உணர்வுபூர்வமான, மகிழ்ச்சியான வாழ்வு நிலையாகும். இருப்பினும், அதன் தன்மை, நேரம் மற்றும் இடம் குறித்த விளக்கங்கள் வெவ்வேறு கிறிஸ்தவப் பிரிவுகள் மற்றும் மரபுகளுக்கு ஏற்ப வேறுபடுகின்றன. இது சர்வ இரட்சிப்பு (அனைவருக்குமான இரட்சிப்பு) அல்ல, மாறாக கிறிஸ்து மீதான விசுவாசத்தைச் சார்ந்தது. நீதிமான்கள் தேவனுடன் இருக்கும், அநீதிமான்கள் நியாயத்தீர்ப்பை எதிர்கொள்ளும் ஒரு மறுவாழ்வை வேதாகமம் உறுதிப்படுத்துகிறது[62] இருப்பினும், "பரலோகத்தில் இருப்பது" தானாகக் கிடைப்பதல்ல; திருடன் மூலம் எடுத்துக்காட்டப்பட்டதைப் போல, மனந்திரும்பி இயேசுவை நம்புபவர்களுக்கு அது வாக்களிக்கப்பட்டுள்ளது. உடனடி உணர்வுபூர்வமான மறுவாழ்வு.

61 லூக்கா 16:19-31

62 (எபிரேயர் 9:27; 2 கொரிந்தியர் 5:10)

பழைய ஏற்பாட்டு ஒப்பீட்டு மேற்கோள்: "கர்த்தராகிய தேவன் கிழக்கே ஏதேன் என்னும் ஒரு தோட்டத்தை உண்டாக்கி, தாம் உருவாக்கின மனிதனை அங்கே வைத்தார்." (ஆதியாகமம் 2:8-9) 'பரதீஸ்' (Paradise) என்பது ஏதேன் தோட்டத்தை, பேரின்பமும் தெய்வீகப் பிரசன்னமும் நிறைந்த ஓர் இடமாகச் சித்தரிக்கிறது; மேலும், இது மனிதனின் 'வீழ்ச்சியிலிருந்து'[63] ஏற்படும் மறுசீரமைப்பிற்கு அடையாளமாகத் திகழ்கிறது.

புதிய ஏற்பாட்டு ஒப்பீட்டு மேற்கோள்: "ஜெயங்கொள்ளுகிறவனுக்கு, தேவனுடைய பரதீஸில் இருக்கிற ஜீவவிருட்சத்தின் கனியைப் புசிக்கக் கொடுப்பேன்." (வெளிப்பாடு 2:7) இந்த வெளிப்படுத்தல் சார்ந்த வாக்குறுதியானது, விசுவாசத்தின் வாயிலாகக் கிடைக்கும் உடனடி மீட்பையும் நித்திய ஜீவனையும் குறித்த இயேசுவின் உறுதிமொழியைப் பிரதிபலிக்கிறது.

சீர்திருத்த கிறிஸ்தவர்கள் (Protestants)/சுவிசேஷகர்கள் (Evangilists) பார்வை: பரலோகம் என்பது பரலோகம் அல்லது "கிறிஸ்துவுடன்" இருப்பதற்கு ஒத்ததாகும். விசுவாசிகள் மரணத்திற்குப் பிறகு உடனடியாக அங்கு செல்கிறார்கள்.

பவுல்: "நான் புறப்பட்டு கிறிஸ்துவுடனே இருக்க விரும்புகிறேன், அது மிகவும் மேலானது."[64] என்று இந்த ஏக்கத்தை வெளிப்படுத்துகிறார். அதேபோல் "நாங்கள்... சரீரத்தை விட்டுப் பிரிந்து, கர்த்தருடன் வீட்டில் இருக்கவே விரும்புகிறோம்".[65] என்று பவுல் கூறுகிறார். இயேசு **"இன்று"** என்ற வார்த்தையைப் பயன்படுத்தியது எந்தத் தாமதமும் இல்லை என்பதை வலியுறுத்துகிறது. மரணம் பேரின்பத்திற்கு உடனடி மாற்றத்தைக் கொண்டுவருகிறது, திருடன், குற்ற வாழ்க்கை வாழ்ந்தபோதிலும், விசுவாசத்தின் மூலமாக மட்டுமே இதைப் பெறுகிறான்.[66] இது

63 (Genesis 3:23-24)

64 பிலிப்பியர் 1:23

65 2 கொரிந்தியர் 5:8

66 (எபேசியர் 2:8-9),

கிரியைகளை விட "கிருபை" மேலோங்குகிறது என்பதைக் காட்டுகிறது.

இது உத்தரிப்பு ஸ்தலம் அல்லது காத்திருப்பு பற்றிய கருத்துக்களை மறுக்கிறது, இரட்சிப்பிற்காக எந்த இடைநிலை சுத்திகரிப்பும் இல்லை என்பதை உறுதிப்படுத்துகிறது.[67]

கத்தோலிக்க கண்ணோட்டம்: பரதீஸ், நீதிமான்களுக்கான "பேரின்ப தரிசனத்துடன்" (கடவுளுடன் நேரடி பிரசன்னம்) ஒத்துப்போகிறது, ஆனால் சிறிய பாவங்களுக்காக உத்தரிப்பு ஸ்தலத்தை உள்ளடக்கியிருக்கலாம்.[68] திருடன், ஒரு "விருப்பத்தின் ஞானஸ்நானம்" என்ற வகையில், பரிபூரண மனவருத்தத்தின் காரணமாக உடனடியாக நுழைகிறான். மரியாளின் விண்ணேற்றமும் புனிதர்களின் பரிந்துரையும் இந்தப் பரலோக பரதீஸைப் பிரதிபலிக்கின்றன.

பிற்காலப் புனிதர்களின் (LDS) பார்வை: பரதீஸ் என்பது உயிர்த்தெழுதலுக்காகக் காத்திருக்கும் நீதிமான்களுக்கான ஒரு தற்காலிக ஆவி உலகம் (மோர்மன் புத்தகத்தில் அல்மா 40:11-14), இது இறுதிப் பரலோகத்திலிருந்து வேறுபட்டது. **"இன்று" என்பது ஆவி மண்டலத்தைக் குறிக்கிறது**, இறுதி மேன்மைப்படுத்தலைக் குறிக்கவில்லை, மரணத்திற்குப் பிந்தைய போதனைகளையும் நியமங்களையும் வலியுறுத்துகிறது.

செவன்த்-டே அட்வென்டிஸ்டுகள், சில அனபாப்டிஸ்டுகள்: ஆத்தும உறக்கம் அல்லது நிபந்தனைக்குட்பட்ட அழியாமை உடனடிப் பரதீஸ் இல்லை; **உயிர்த்தெழுதல் வரை மரணம்** என்பது **உணர்வற்ற "உறக்கம்" ஆகும்.**[69] அவர்கள் "மெய்யாகவே நான் இன்று உங்களுக்குச் சொல்கிறேன், நீங்கள் என்னுடன் பரதீஸில் இருப்பீர்கள்"[70] ("இன்று" என்பதற்குப் பிறகு காற்புள்ளி)

---

67 53 (ரோமர் 3:28).

68 (1 கொரிந்தியர் 3:13-15)

69 (பிரசங்கி 9:5; சங்கீதம் 146:4; 1 தெசலோனிக்கேயர் 4:13-18).

70 லூக்கா 23:43

என்று மாற்றி அமைக்கிறார்கள். இது இயேசுவின் உயிர்த்தெழுதல் நம்பிக்கையுடன்[71] ஒத்துப்போகும் வகையில், அன்றைய தினம் ஒரு எதிர்கால நிகழ்வைப் பற்றிய அறிவிப்பாக அமைகிறது. இது பரதீஸை உடனடியான ஒரு பரலோக நிலையாகக் கருதாமல், கிறிஸ்துவின் வருகையின்போது சீரமைக்கப்படும் பூமியாகக் கருதுகிறது.

யெகோவாவின் சாட்சிகளின் விளக்கம்: ஆத்தும உறக்கத்தைப் போலவே, அவர்களும் காற்புள்ளி மாற்றத்தை வலியுறுத்துகிறார்கள். பரதீஸை தேவனுடைய இராஜ்யத்தின் கீழ் எதிர்காலத்தில் பூமிக்குரிய ஒரு மறுசீரமைப்பாகக் காண்பது[72] உயிர்த்தெழுதல் வரை ஆத்துமாக்கள் இல்லாமல் போவதால், “இன்று" என்பது வாக்குறுதியின் நிச்சயத்தன்மையைக் குறிக்கிறது, அதன் காலத்தை அல்ல.

கல்விசார்/வரலாற்றுப் பார்வைகள்: ஆரம்பகால யூத மதம் இந்தக் கருத்தை பாதித்தது–பரதீஸை "ஆபிரகாமின் மார்பு" அல்லது நீதிமான்களுக்கான பாதாளத்தின் ஒரு பகுதியாக[73] வேதனையிலிருந்து தனிப்பட்டதாகக் கருதியது. இயேசுவின் வார்த்தைகள் இதிலிருந்து பெறப்பட்டிருக்கலாம், ஆனால் அவருடைய உயிர்த்தெழுதல் கவனத்தை தேவனுடனான உடனடி ஐக்கியத்தின் மீது திருப்புகிறது. சில அறிஞர்கள் சாத்தியமான முரண்பாடுகளைக் குறிப்பிடுகின்றனர் (உதாரணமாக, யோவான் 20:17-ல் இயேசு மரியாளிடம் தான் இன்னும் பரலோகத்திற்கு ஏறவில்லை என்று கூறுகிறார், ஆனால் "இன்று" பரதீஸை வாக்குறுதியளிக்கிறார்), இது அவருடைய பரலோக ஏற்றத்திற்கு முன்பு பரதீஸை பாதாளத்தின் நீதிமான்களுக்கான பகுதியாக[74] அல்லது ஒரு ஆவிக்குரிய பிரசன்னமாகக் கருதுவதன் மூலம் தீர்க்கப்படுகிறது.

---

71 (யோவான் 5:28-29)

72 (சங்கீதம் 37:11, 29; வெளிப்படுத்தல் 21:3-4)

73 (லூக்கா 16:22-23)

74 (அப்போஸ்தலர் 2:31; எபேசியர் 4:8-10)

x **விவாதங்கள்:** பெரும்பாலும் இந்த வசனத்தின் கிருபையின் முக்கியத்துவத்தை எடுத்துக்காட்டுகின்றன; பயனர்கள் திருடன் கடைசி நிமிடத்தில் காட்டிய விசுவாசத்தை, சடங்குகள் இல்லாத இரட்சிப்புக்கான சான்றாகக் குறிப்பிடுகின்றனர், இது சுவிசேஷக் கண்ணோட்டங்களுடன் ஒத்துப்போகிறது.

சொர்க்கம் (Heaven) உலக மதங்களின் கருத்துக்களும் மாறுபாடுகளும்

கிறிஸ்தவத்தில் சொர்க்கம் (Heaven) என்பது மிக முக்கியமான மற்றும் ஆழமான கருத்து. இது மரணத்திற்குப் பிறகு தேவனுடன் நித்தியமாக இருக்கும் இடம்/நிலை, முழு ஆனந்தம், புனிதம், சமாதானம், துன்பமின்மை ஆகியவற்றைக் குறிக்கிறது. இந்து மதத்தில் உள்ள மோட்சம் அல்லது வைகுண்டம்/கைலாசம் போன்றவற்றுடன் ஒப்பிடும்போது சில ஒற்றுமைகள் இருந்தாலும், மிகப் பெரிய வேறுபாடுகள் உள்ளன. கிறிஸ்தவத்தில் சொர்க்கம் இரண்டு நிலைகளாக பேசப்படுகிறது.

முதலாவது, **இடைநிலை சொர்க்கம்** (Intermediate Heaven): மரணத்திற்குப் பிறகு உடனடியாக ஆவி/ஆத்துமா தேவனுடன் இருக்கும் நிலை (conscious presence with God).

இயேசு திருடனிடம்: “இன்றே நீ என்னோடு பரதீசில் இருப்பாய்.”[75]

“உடலை விட்டுப் பிரிந்து கர்த்தரோடு இருக்க விரும்புகிறோம்.”[76]

“கிறிஸ்துவோடு இருப்பது மிகவும் நல்லது.”[77]

இரண்டாம் நிலை, **புதிய சொர்க்கம்/புதிய பூமி (New Heaven & New Earth):** இறுதி நியாயத்தீர்ப்புக்குப் பிறகு, உடல் உயிர்த்தெழுதல்; புதிய உலகம் உருவாகும். “புதிய வானத்தையும் புதிய பூமியையும் நான் கண்டேன்... தேவன் அவர்களுடன் இருப்பார்... அவர்களுடைய

75 லூக்கா 23:43

76 2 கொரிந்தியர் 5:8

77 பிலிப்பியர் 1:23

கண்ணீரை எல்லாம் துடைப்பார்; இனி மரணம் இல்லை, துக்கம் இல்லை, அழுகை இல்லை, வேதனை இல்லை. ஜீவநதி, ஜீவ விருட்சம், தேவனுடன் நேரடி தரிசனம் (face to face), இரவு இல்லை, வெளிச்சம் தேவனே.[78]" புனிதர்களுடன் ஒற்றுமை (communion of saints). உடல் உயிர்த்தெழுதல் – ஆவி மட்டுமல்ல, புதுப்பிக்கப்பட்ட உடலுடன் நித்திய வாழ்வு.[79]

ஆம், கிறிஸ்தவ வேதாகமத்தின் (பைபிள்) போதனைப்படி பரதீசு இந்த அண்ட வெளியிலோ (physical universe/cosmos), இந்த பூமியிலோ, விண்வெளியிலோ இல்லை. எங்கும் வியாபித்திருக்கும் ஆன்மீகம்/நிலை (spiritual realmGod's presence) ஆகும் – அண்டத்திற்கு அப்பாற்பட்டது, புலப்படாத உலகம், தேவனுடைய நேரடி இருப்பிடம். பரதீசு "அண்ட வெளியில்" இல்லை என்பதற்கான வேதாகம ஆதாரமாக, பவுல் அப்போஸ்தலன் தன் அனுபவத்தை விவரிக்கும்போது, "நான் கிறிஸ்துவுக்குள் ஒரு மனிதனை அறிவேன்... அவர் மூன்றாம் வானத்திற்கு எடுத்துச் செல்லப்பட்டான்... அங்கே பரதீசு இருக்கிறது... சொல்லப்படாத, சொல்ல முடியாத வார்த்தைகளைக் கேட்டேன்.[80]"

மூன்று வானங்கள்: இங்கு மூன்றாம் வான் (third heaven) என்று பவுல் குறிப்பிடுவது, பழங்கால யூத-கிறிஸ்தவ கருத்தியல்படி: **முதல் வான்** என்பது பூமியின் வளிமண்டலம் (sky/atmosphere);

இரண்டாம் வான் என்பது விண்வெளி/நட்சத்திரங்கள் (stars/cosmos);

மூன்றாம் வான் என்பது **தேவனுடைய இருப்பிடம்** (God's dwelling place), அண்டத்திற்கு அப்பாற்பட்ட ஆன்மீக உலகம். எனவே பரதீசு(பரலோகம்-Paradise) இந்த அண்ட வெளியில் இல்லை. அது தேவனுடைய நேரடி இருப்பு (spiritual dimension) ஆகும்.

78 வெளிப்படுத்தல் 21:1-4

79 (1 கொரிந்தியர் 15:42-44)

80 2 கொரிந்தியர் 12:2-4

இயேசு சிலுவையில் இருந்தபோது (பூமியில்) இந்த வார்த்தையைச் சொன்னார் "இன்றே நீ என்னோடு பரதீசில் இருப்பாய்." அவர் திருடனை தன்னோடு (with me) பரதீசில் இருப்பார் என்று சொல்கிறார். இயேசு உடல் ரீதியாக பூமியில் இருந்தாலும், அவரது ஆவி பரதீசுக்கு-(spiritual conscience) (தேவனுடன்) சென்றது. எனவே பரதீசு பூமியோ அண்டமோ இல்லை. "என் பிதாவுடைய வீட்டில் பல வாசஸ்தலங்கள் உண்டு... நான் போய் உங்களுக்காக இடம் ஆயத்தம் பண்ணி, மறுபடியும் வந்து உங்களை என்னிடத்தில் சேர்த்துக்கொள்ளுவேன்."[81]. "பிதாவுடைய வீடு" (Father's house) என்பது அண்டத்திற்கு அப்பாற்பட்ட தேவனுடைய இருப்பிடம். இது பரதீசின் மற்றொரு வெளிப்பாடு. தேவனுடைய நேரடி இருப்பிடத்தில்/மூன்றாம் வானத்தில்/ஆன்மீக உலகத்தில் (spiritual realm/God's presence) – இது புலப்படும் அண்டத்திற்கு அப்பாற்பட்டது, புலப்படாத ஆன்மீக நிலை ஆகும். இப்போதைய பரதீசு (intermediate paradise) இயேசுவோடு இருக்கும் ஆவிக்குரிய உணர்வின் இருப்பிடம் (spritual conscience state); இறுதியில் புதிய சொர்க்கம் மற்றும் புதிய பூமியில் (New Heaven & New Earth)-எல்லா விசுவாசிகளும் உடல் உயிர்த்தெழுதலுடன் அங்கு நித்தியமாக இருப்பார்கள்[82].

3. தம் தாயை நோக்கி: 'அம்மா, இதோ உன் மகன்' என்றும்; அந்த சீடனை நோக்கி; 'இதோ உன் தாய்'

"இயேசு தம் தாயையும், தாம் அன்புசெய்த சீடன் அருகில் நிற்பதையும் கண்டபோது, தம் தாயை நோக்கி: 'அம்மா, இதோ உன் மகன்' என்றும்; அந்தச் சீடனை நோக்கி: 'இதோ உன் தாய்' என்றும் கூறினார். அந்நேரம் முதல், அந்தச் சீடன் அவரைத் தன் வீட்டில் ஏற்றுக்கொண்டான்."[83] சீடரான யோவான் இயேசுவோடு ஒரு சிறப்பான பிணைப்பைக் கொண்டிருந்தவர். அவர், இயேசு தம்

81 யோவான் 14:2-3

82 வெளிப்படுத்தல் 21:1

83 (யோவான் 19:26-27)

தாய் மரியாளோடும் தன்னோடும் பேசிய வார்த்தைகளை–பதிவு செய்துள்ளார்.

இயேசு ஏன் குறிப்பாக யோவானைத் (“அன்புக்குரிய சீடன்”) தேர்ந்தெடுத்தார்?

இயேசு, அந்தக் குடும்பத்தின் மூத்த மகனாகவும் (மேலும் அக்கட்டத்தில் வயது வந்த ஒரே மகனாகவும்) இருந்ததால், விதவையான தம் தாயைப் பராமரிப்பது அவருக்கு ஒரு மிக முக்கியமான யூத கலாச்சார மற்றும் வேதாகமக் கடமையாக இருந்தது[84]

மரியாள் ஏற்கனவே விதவையாகியிருந்தார். இயேசுவின் குழந்தைப் பருவத்திற்குப் பிறகு யோசேப்பைப் பற்றிய குறிப்புகள் எங்கும் இல்லை. இயல்பான சூழல்களில், இந்தக் கடமை அடுத்த மூத்த மகனுக்குச் சென்றிருக்கும். ஆயினும், மரியாளையோ யோவானின் பொறுப்பில் ஒப்படைத்தார். அதற்கான உறுதியான வேதாகம மற்றும் சூழல் சார்ந்த ஆதாரங்கள் இதோ: முதலாவது, இயேசு சிலுவையில் அறையப்பட்ட நேரத்தில், அவருடைய சகோதரர்கள் அவருடைய விசுவாசிகளாக இல்லை. “ஏனெனில், அவருடைய சகோதரர்கள்கூட அவரை விசுவாசிக்கவில்லை.” என்று யோவான் தெளிவாகக் குறிப்பிடுகிறார்[85].அவர்கள் முன்னதாகவே இயேசுவை ஏளனம் செய்திருந்தனர்[86]; மேலும் அவர்கள் இன்னும் மனமாற்றம் அடையவில்லை. அவர்கள் மனமாற்றம் அடைந்தது இயேசுவின் உயிர்த்தெழுதலுக்குப் பின்னரே ஆகும்[87]. தம்மை இன்னும் கர்த்தராக ஏற்றுக்கொண்டிராத மனிதர்களிடம் இயேசு தம் தாயை ஒப்படைக்க இயலாது.

இரண்டாவது, இயேசுவின் சகோதரர்கள் சிலுவைக்கு அருகே வந்திருக்கக்கூட இல்லை. சிலுவையின் அடியில் நின்றதாகப்

84 (யாத்திராகமம் 20:12; 1 தீமோத்தேயு 5:8).

85 (யோவான் 7:5)

86 (யோவான் 7:3-4)

87 (அப்போஸ்தலர் 1:14; 1 கொரிந்தியர் 15:7)

பெயருடன் குறிப்பிடப்பட்டுள்ள நபர்கள் இவர்கள் மட்டுமே: மரியாள் (இயேசுவின் தாய்), அவருடைய சகோதரி (அல்லது நாத்தனார்), குளோப்பாவின் மனைவியான மரியாள், மகதலேனா மரியாள் மற்றும் “இயேசு அன்பு கூர்ந்த சீடன்” யோவான் ஆகியோர்.[88]. இயேசுவின் சகோதரர்களைப் பற்றிய குறிப்பு அங்கு எங்கும் இல்லை. இயேசுவோடு பகிரங்கமாக நிற்கத் துணிவு கொண்ட ஒரே ஆண் சீடன் யோவான் மட்டுமே அங்கு இருந்தார் மற்ற அனைவரும் ஓடிவிட்டனர்; யோவான் நம்பகமானவராகவும், ஆவிக்குரிய ரீதியில் ஆயத்தமானவராகவும் இருந்தார்.

யோவான் மீண்டும் மீண்டும் **“இயேசு நேசித்த சீடன்”** என்று அழைக்கப்படுகிறார்[89]. அவர் இயேசுவின் மிக நெருங்கிய நண்பராக இருந்தார். அவருக்கு ஏற்கெனவே சிறப்புப் பொறுப்புகள் வழங்கப்பட்டிருந்தன உதாரணமாக, பஸ்கா பண்டிகையை ஆயத்தப்படுத்துதல். யோவான் மரியாளை சரீர ரீதியாகவும் ஆவிக்குரிய ரீதியிலும் கவனித்துக்கொள்வார் என்பதை இயேசு அறிந்திருந்தார். அவரால் சிலுவையின் மற்றும் உயிர்த்தெழுதலின் அர்த்தத்தை அவளுக்கு விளக்க முடியும்.

மகன் மீது அளவுகடந்த பாசம்; இயேசுவின் தாயன்பு

இயேசுவோடு வாழ்ந்த காலத்தில், மரியாள் துயரத்தின் பெரும்பகுதியைத் தன் வாழ்வில் அனுபவித்திருந்தாள். இப்போது, வளர்ந்து பெரியவனான தன் மகன் மக்களால் வெறுக்கப்படுவதையும், நண்பர்களால் கைவிடப்படுவதையும் கண்ட அவள், “இயேசுவின் சிலுவையருகே நின்றுகொண்டிருந்தாள்” இதோ இயேசு, கடுமையான வேதனையை அனுபவித்துக்கொண்டிருந்த போதிலும், தம்மை அன்பு செய்த தாயின் தேவைகளைச் சிந்தித்து, அவள் யோவானால் நன்கு பராமரிக்கப்படுவார் என்பதை உறுதிசெய்தார்.

88 (யோவான் 19:25)

89 (யோவான் 13:23; 19:26; 20:2; 21:7,20)

இயேசுவின் கடைசி நேர நிகழ்வுகள் பெரும்பாலும் அவருடைய பரலோகத் தந்தையுடனான உறவையே முன்னிலைப்படுத்தியது. ஆனால், இந்த நிகழ்வு அவர், தம் மனிதத் தாயின் மீது கொண்டிருந்த மரியாதையை வெளிப்படுத்துகிறது.

இயேசு வெறும் நடைமுறை ஏற்பாடுகளைச் செய்யவில்லை; அவர் குடும்பத்தை மறுவரையறை செய்கிறார். “பெண்ணே, இதோ உன் மகன்” என்றும் “இதோ உன் தாய்” என்றும் கூறுவதன் மூலம், அவர் மரியாளை எல்லா விசுவாசிகளுக்கும் (யோவான் போன்றவர்களுக்கு) ஆவிக்குரிய தாயாகவும், யோவானை அவளுடைய மகனாகவும் ஆக்குகிறார். தொடக்ககாலத் திருச்சபைத் தந்தையர்கள் (உதாரணமாக, அலெக்சாண்டிரியாவின் சிரில்) மரியாளை ஆறுதல்படுத்தவும், சிலுவையின் “ஆழ்ந்த இரகசியத்தை” அவளுக்குக் கற்பிக்கவும் யோவானே மிகவும் தகுதியானவர் என்று குறிப்பிட்டனர்.

இயேசுவின் சகோதரர்கள், சகோதரிகள்

நற்செய்தி நூல்கள் இயேசுவின் "சகோதரர்களை" நான்கு முறையும், “சகோதரிகளை” இரண்டு முறையும் குறிப்பிடுகின்றன. கொடுக்கப்பட்டுள்ள பெயர்கள் யாக்கோபு, யோசேப்பு (அல்லது யோசே), சீமோன், யூதா, மற்றும் பெயரிடப்படாத சகோதரிகள்[90]. யாக்கோபும், யோசேப்பும் “மற்றொரு மரியாளின்” (குளோப்பாஸின் மரியாள்) மகன்கள் ஆவர். இவர் இயேசுவின் தாயின் “சகோதரி” என்று அழைக்கப்படுகிறார்[91]. எனவே, அவர்கள் ஒன்றுவிட்ட சகோதரர்கள் ஆவர். இயேசு மரியாளின் “முதற்பேறான” மகன் என்று அழைக்கப்படுகிறார். இந்தப் பதமானது பொதுவாக அடுத்தடுத்த பிள்ளைகளைக் குறிக்கும். நாசரேத் மக்கள், “மரியாளின் மகனும், யாக்கோபு, யோசேப்பு, யூதா, சீமோனின் சகோதரனுமாகிய”

90 (மத்தேயு 13:55-56; மாற்கு 6:3)

91 (யோவான் 19:25; மத்தேயு 27:56; மாற்கு 15:40)

அவரையும், "அவருடைய சகோதரிகளையும்" ஒரே குடும்பத்தைச் சேர்ந்தவர்களைப் போலக் குறிப்பிடுகின்றனர்.[92]

மரியாளைப்பற்றிய கத்தோலிக்க மற்றும் மரபுவழிப் பார்வை தெரிந்துகொள்ள வேண்டிய ஒன்று. மரியாள் தன் வாழ்நாள் முழுவதும் கன்னியாகவே இருந்தார் (நிரந்தரக் கன்னிமை). இதற்கான மிக வலுவான விவிலிய வாதம் யோவான் 19:26-27-ல் உள்ள காட்சியிலிருந்தே வருகிறது. மரியாளுக்கு வேறு வயதுவந்த சொந்த மகன்கள் இருந்திருந்தால், யூத வழக்கமும் எளிய குடும்பப் பொறுப்பும், இயேசு அவளை அவர்களில் ஒருவரிடம் ஒப்படைக்க வேண்டிய கட்டாயத்தை ஏற்படுத்தியிருக்கும். அதற்குப் பதிலாக அவர், அவளை யோவானிடம் ஒப்படைத்தது, அவளைப் பராமரிக்கத் தகுதியுள்ள வேறு பிள்ளைகள் அவளுக்கு இல்லை என்பதற்கு ஒரு சக்திவாய்ந்த சான்றாகும். இந்த வாதம் ஆரம்பகாலத் திருச்சபையின் எழுத்துக்களிலும் நவீன கத்தோலிக்கப் பாதுகாப்பு வாதங்களிலும் மீண்டும் மீண்டும் காணப்படுகிறது.

கிரேக்க வார்த்தையான அடெல்ஃபோய் (சகோதரர்கள்) என்பது எப்போதும் உடன் பிறந்தவர்களைக் குறிப்பதில்லை. ஆப்பிரிக்க-ஆசியா மொழிக்குடும்ப(semetic) பயன்பாட்டில் எடுத்துக்காட்டாக, இது பெரும்பாலும் ஒன்றுவிட்ட சகோதரர்கள், நெருங்கிய உறவினர்கள் அல்லது மாற்றாந்தாய் சகோதரர்களைக் குறிக்கிறது.[93] இது, கி.பி. 2-ஆம் நூற்றாண்டின் முற்பகுதியில் எழுதப்பட்ட யாக்கோபின் ஆதி நற்செய்தி என்ற நூலுடன் (ஒரு அதிகாரப்பூர்வமற்ற ஆனால் வரலாற்று முக்கியத்துவம் வாய்ந்த நூல்) கச்சிதமாகப் பொருந்துகிறது. திருச்சபை, மரியாள் "என்றென்றும் கன்னியாக" இருந்தாள் என்ற கோட்பாட்டின் ஒரு பகுதியாக, 2-ஆம் நூற்றாண்டு முதல் அவளுடைய நிரந்தர கன்னித்தன்மையை போதித்து வருகிறது. இயேசு சிலுவையில் அறையப்பட்ட போது, சகோதரர்கள் **அவிசுவாசிகளாக**

---

92 மாற்கு 6:3/மத்தேயு 13:55

93 ஆதியாகமம் 13:8; 14:14-16; லேவியராகமம் 10:4)

இருந்தார்கள்[94] என்பதை யோவான் நற்செய்தி நூல் நிரூபிக்கிறது; அவர்கள் பின்னர் விசுவாசிகளுடன் சேர்ந்துகொண்டார்கள்[95] என்பதை அப்போஸ்தலர் நடபடிகள் காட்டுகிறது. ஆகவே, சிலுவையிலிருந்து இயேசுவின் வார்த்தைகள் ஒரே நேரத்தில் இரண்டு காரியங்களைச் செய்கின்றன. அவை, ஒரு மகன் தன் தாய்க்கு ஆற்ற வேண்டிய கடமையை நிறைவேற்றுகிறது; யோவான் மூலமாக மரியாவைத் திருச்சபையின் ஆன்மீகத் தாயாக நிலைநாட்டுகின்றது. எந்தவொரு உடன்பிறந்த சகோதரரிடமும் ஒப்படைக்காமல், யோவானிடம் ஒப்படைத்தார். இந்த நிகழ்வு, இயேசுவை தவிர எவரும் அவருக்கு மகனாக இல்லை என்பதையும், மரியா நிரந்தரக் கன்னித்தன்மையானவர் என்ற மிகத் தெளிவான, விவிலியச் சுட்டிகளில் ஒன்றாகவும் விளங்குகிறது.

ஆதிகாலத் திருச்சபையில் (தோராயமாக 1-ஆம் நூற்றாண்டு முதல் 5-ஆம் நூற்றாண்டு வரை) மரியாவின் பங்கு வேதவாக்கியங்களில் வேரூன்றியது. திருச்சபை பிதாக்களின் எழுத்துக்கள் மூலம் வளர்ந்தது, அவ்வாறு வளர்ந்து வந்த பக்தியானது, இறையியல் சிந்தனைகளில் வெளிப்படுத்தப்பட்டதாகவும் அமைந்துள்ளது. புதிய ஏற்பாட்டில் அவர் ஒரு பொதுப் போதகராகவோ அல்லது அப்போஸ்தலராகவோ தோன்றவில்லை. இயேசுவின் தாயாகிய தனது தனித்துவமான பங்கிலிருந்து தொடங்குகிறார். விசுவாசச் சமூகத்திற்கு ஒரு குறியீட்டு மற்றும் ஆன்மீக ஆளுமையாக அவரது பிரசன்னமும் முக்கியத்துவமும் வளர்கின்றன.

முதல் கிறிஸ்தவர்களுக்கு மத்தியில், மரியாவிற்கு இருந்த இடத்திற்கான முதன்மையான சான்றை ஆதிகாலத் திருச்சபையில் வேதவாக்கியங்களின் அடித்தளங்களாக புதிய ஏற்பாடு வழங்குகிறது. இயேசுவின் விண்ணேற்றத்திற்குப் பிறகு, எருசலேமில் உள்ள மேல்வீட்டில் அவர் தெளிவாகக் குறிப்பிடப்படுகிறார்.

94 யோவான் 7:5

95 அப்போஸ்தலர் 1:14

"அவர்கள் அனைவரும் பெண்களோடும், இயேசுவின் தாயாகிய மரியாளோடும், அவருடைய சகோதரர்களோடும் ஒருமனப்பட்டு ஜெபத்தில் தரித்திருந்தார்கள்.[96]" இவ்வசனம், பெந்தெகொஸ்தே பண்டிகைக்குச் சற்று முன்பு, அப்போஸ்தலர்களுக்கும் பிற பெண்களுக்கும் இணையாக, ஜெபிக்கும் சமூகத்தின் மையத்தில் மரியாவை நிறுத்துகிறது. இது அவரை, கட்டளைகளைப் பிறப்பிக்கும் ஒரு தலைவராக அல்லாமல், ஜெபத்தில் ஒன்றிணைந்த ஒரு விசுவாசமுள்ள சீடராக கான்பிக்கிறது. அமைதியை நிலைநாட்டும் ஒரு தாய்மைக்குரிய பிரசன்னமாகவும் சித்தரிக்கிறது. முன்னதாக, சிலுவையின் அடியில், இயேசு அவரைத் தாம் அன்புசெய்த சீடனிடம் (பாரம்பரியமாக யோவான் என்று கருதப்படுபவர்) ஒப்படைக்கிறார். இந்நடவடிக்கை மகனுக்குரிய கடமையை நிறைவேற்றுகிறது. அத்துடன், குறியீட்டு ரீதியாக மரியாவை அந்தச் சீடனுக்கும், திருச்சபைக்கும் தாயாக மாற்றுகிறது. இதனை, ஆதிகாலக் கிறிஸ்தவர்கள், இயேசு தம் தாயை விசுவாசிகள் எனும் முழுச் சமூகத்திற்கே ஒப்ளிப்பதாகக் கருதினர்.

திருச்சபையில் இயேசுவின் தாய் மரியாளுக்கு முக்கியத்துவம்: நற்செய்தி நூல்களில், இயேசுவின் மனிதாவதாரத்தைப் பற்றிய அறிவிப்பை முதலில் பெறுபவர் மரியாவே.[97] அவர் ஹன்னா(Hanna)வை சந்தித்தபோது 'மரியாவின் துதிபாடல்' (Magnificat) எனும் துதிப்பாடலைப் பாடுகிறார்[98]; மேலும் இயேசுவின் வாழ்க்கையில் நிகழ்ந்த முக்கிய நிகழ்வுகளுக்குச் சாட்சியாகவும் திகழ்கிறார். அவருடைய கீழ்ப்படிதல்,"இதோ, நான் ஆண்டவரின் அடிமை,[99]" ஏவாளின் கீழ்ப்படியாமையிலிருந்து முற்றிலும் மாறுபட்டு நிற்கிறது; இக்கருப்பொருள் திருச்சபை பிதாக்களின் இறையியலில் ஒரு மையப்பொருளாக உருவெடுத்தது.

---

96 அப்போஸ்தலர் 1:14

97 (லூக்கா 1:26-38)

98 (லூக்கா 1:46-55)

99 (லூக்கா 1:38)

2-ஆம் நூற்றாண்டிலிருந்து, திருச்சபைத் தந்தையர்கள் திருச்சபைத் வளர்ச்சியில், மரியாவின் இறையியல் முக்கியத்துவத்தை, புதிய ஏவாள் என்றும், தேவ அன்னை என்றும், முன்னிலைப்படுத்துகின்றனர். குறிப்பாக மீட்பின் வரலாற்றோடு தொடர்புபடுத்துகின்றனர்.

லயோன்ஸின் ஐரேனியஸ் (கி.பி. சுமார் 130-202) "ஏவாளின் கீழ்ப்படியாமை எனும் முடிச்சு, மரியாவின் கீழ்ப்படிதலால் அவிழ்க்கப்பட்டது. ஏனெனில், கன்னி ஏவாள் அவிசுவாசத்தினால் எதைக் கட்டிப் போட்டிருந்தாளோ, அதை கன்னி மரியா விசுவாசத்தினால் விடுவித்தார்." என்று பதிவிடுகிறார். வீழ்ச்சியின் விளைவுகளை மாற்றி, மரியா தனது விசுவாசத்தினாலும் கீழ்ப்படிதலினாலும் மீட்பில் தீவிரமாகப் பங்கேற்றதாக அவர் காண்கிறார்.

4-5 **ஆம் நூற்றாண்டுகளில், தியோடோகோஸ்,** "கடவுளைச் சுமந்தவர் அல்லது கடவுளின் தாய் என்ற பட்டம் பரவலாகி, நெஸ்டோரியஸுக்கு எதிராக எபேசு சங்கத்தில் (கி.பி. 431) முறையாக உறுதிப்படுத்தப்பட்டது. இந்தப் பட்டம் கிறிஸ்துவியல் மரபுவழி நம்பிக்கையை அடிக்கோடிட்டுக் காட்டுகிறது. இயேசு முழுமையான கடவுளாகவும் முழுமையான மனிதராகவும் இருப்பதால், அவருடைய தாய் உண்மையாகவே கடவுளின் தாய் ஆவார். அதானசியஸ் மற்றும் அலெக்சாண்டிரியாவின் சிரில் போன்ற ஆரம்பகாலத் தலைவர்கள் இதைத் தீவிரமாக ஆதரித்தனர்.

ஆரம்பகால மரியா பற்றிய பக்தி, 3-4 ஆம் நூற்றாண்டைச் சேர்ந்ததாகக் கருதப்படும் "உமது பாதுகாப்பிற்கு நாங்கள் ஓடி வருகிறோம்" ("Sub tum praesidium") என்ற மரியாவின் பரிந்துரையை வேண்டி, ஜெபத்திலும் காணப்படுகிறது. நிலவறைக் கலை, சில சமயங்களில், அவளை நீட்டிய கைகளுடன் ஜெபிப்பதாகச் சித்தரிக்கிறது. மேலும், 4-ஆம் நூற்றாண்டின் பிற்பகுதியில், மரியாள் திருவிழாக்களில் "கடவுளின் தாயின் நினைவு" போன்றவை தோன்றின.

ஆன்மீகத் தாயாகவும் திருச்சபையின் முன்மாதிரியாகவும் மரியாள்

பல ஆரம்பகால கிறிஸ்தவர்கள், மரியாவைத் திருச்சபையின் (எக்லேசியா-கிரேக்க குடிமக்கள் சபை) முன்மாதிரியாகக் கருதினர். "அது நிறைவேறட்டும்" என்ற அவருடைய கட்டளை, திருச்சபை கிறிஸ்துவை ஏற்றுக்கொண்டதை பிரதிபலிக்கிறது. பெந்தேகோஸ்தே நாளில் அவருடைய பிரசன்னம், பரிசுத்த ஆவியின் மூலம் திருச்சபையின் பிறப்பை அடையாளப்படுத்துகிறது. சில மரபுகள், அவர், இயேசுவுக்கும் பரிசுத்த ஆவிக்கும் விசுவாசமாக சமூகத்தை வைத்திருப்பதாக விவரிக்கின்றன.

திருச்சபையின், "அன்னை மரியாள்" என்ற கருத்து, கி.பி.1964-ல், திருத்தந்தை (Pope) ஆறாம் பவுலால் முறையாகப் பெயரிடப்பட்டது, கானா ஊரிலிலுள்ள திருமணத்தில்[100] இயேசுவின் முதல் அற்புதம் நடைபெற அவர் தூண்டுதலாக இருந்தார். அது போலவே, விசுவாசிகளுக்காகப் பரிந்து பேசுபவராகவும் அவர் கருதப்படுகிறார்.

மரியாள் என்றும் கன்னியாகவும், தேவ மாதாவாகவும், பரிந்து பேசுபவராகவும் ஒரு தொடர்ச்சியான முக்கிய பாத்திரத்தை, கத்தோலிக்க மற்றும் மரபுவழி பார்வைகளில் வகிக்கிறார். அவருடைய நிரந்தரக் கன்னித்தன்மை ஆரம்பத்திலேயே பரவலாக உறுதிப்படுத்தப்பட்டது, மேலும் இதுபற்றிய பக்தி, பண்டிகைகள் மற்றும் ஜெபங்கள் சீராக வளர்ந்தது. அவர் போற்றப்படுகிறார் (Hyperdulia). ஆனால் வணங்கப்படுவதில்லை. ஹைப்பர்டூலியா என்பது, கத்தோலிக்க மற்றும் ஆர்த்தொடக்ஸ் திருச்சபைகளில் கன்னி மரியாளுக்கு வழங்கப்படும் ஒரு சிறப்பு மரியாதை முறையாகும். ஆனால் கடவுளுக்கு உரிய லத்திரியா (Latria) எனும் மரியாதையை விட அது குறைவானது. லத்திரியா வணக்கம் என்பது கடவுளுக்கு மட்டுமே உரியது. ஆராதனையிலிருந்து வேறுபட்டது.

100 (யோவான் 2:1-11)

புராட்டஸ்டன்ட் கிறிஸ்தவர்கள் பார்வையில், மாசற்ற கருத்தரிப்பு அல்லது விண்ணேற்றம் போன்ற பிற்காலக் கோட்பாடுகள் இல்லாமல், இரட்சகரின் உண்மையுள்ள சீடராகவும் தாயாகவும், அவர் மீதான முக்கியத்துவம் தொடர்கிறது (பல புராட்டஸ்டன்ட்டுகளின் பார்வையில் இவற்றுக்குத் தெளிவான ஆரம்பகால ஒருமித்த கருத்து அல்லது விவிலிய ஆதாரம் இல்லை). லூதர் மற்றும் கால்வின் போன்ற ஆரம்பகால சீர்திருத்தவாதிகள் மரியாவை தேவ மாதாவாகவும் நித்திய கன்னியாகவும் உறுதிப்படுத்தினர், ஆனால் பிற்கால புராட்டஸ்டன்டிசம், அப்போஸ்தலர் 1-ஆம் அதிகாரத்திற்குப் பிறகு மரியாவைப் பற்றிய வேதாகமத்தின் மௌனத்தின் மீது, பெரும்பாலும் அதிகக் கவனம் செலுத்துகிறது. சில நவீன அறிஞர்கள், மரியாள் அமைதியான தலைமைப் பண்பை வெளிப்படுத்தியிருக்கலாம் என்று குறிப்பிடுகின்றனர்.

இருப்பினும், திருச்சட்டப் பதிவுகள் மரியாவின் பங்கை அதிகாரப்பூர்வமானதாகவோ அல்லது நற்செய்தியை தாங்கிச்செல்லும் தூதுவராகச் (Apostalic) சித்தரிக்கவில்லை. மாறாக, ஆதரவளிப்பதாகவும் ஜெபிக்கிறதாகவும் சித்தரிக்கின்றன.

ஆரம்பகாலத் திருச்சபையில், மரியாளின் பங்கு, கடவுளுக்கு "ஆம்" என்று சொல்லும் தாழ்மையான யூத தாயாகவும், சீடர்களிடையே எப்போதும் ஜெபிக்கிற பிரசன்னமாகவும், இறுதியாக ஒரு ஆழமான இறையியல் சின்னமாகவும் மட்டுமே பரிணமிக்கிறது.

கிறிஸ்துவை இவ்வுலகிற்குக் கொண்டு வந்து, இறுதிவரைக்கும் - அதற்கும் அப்பாலும் - அவருக்கு உண்மையுள்ளவராக இருந்தவர் என்ற வகையில், அவருடைய மரபு பல்வேறு பிரிவுகளைச் சேர்ந்த கிறிஸ்தவர்களுக்குத் தொடர்ந்து உத்வேகம் அளிக்கிறது எனலாம்.

4. "என் தேவனே, என் தேவனே, ஏன் என்னைக் கைவிட்டீர்?"

ஒன்பதாம் மணிநேரத்தில் இயேசு மிகுந்த சத்தமிட்டு: "ஏலீ, ஏலீ, லாமா சபக்தானி?" என்று கூப்பிட்டார்; அதற்கு, "என் தேவனே, என் தேவனே, ஏன் என்னைக் கைவிட்டீர்?" என்று அர்த்தமாம்[101].

காலை ஒன்பது மணிக்கு இயேசு சிலுவையில் அறையப்பட்டார்; ஒன்பது மணிக்கும் நண்பகலுக்கும் இடைப்பட்ட நேரத்தில், அவர் மூன்று முறை மட்டுமே பேசினார். தம் பிதாவை நோக்கி: "பிதாவே, இவர்களுக்கு மன்னியும்; தாங்கள் செய்கிறது இன்னதென்று அறியாதிருக்கிறார்கள்." அந்தத் திருடனை நோக்கி: "இன்று நீ என்னுடனேகூடப் பரதீசிலிருப்பாய்." தம் தாயையும் தம் சீடனையும் நோக்கி: "ஸ்திரீயே, அதோ, உன் மகன்... அதோ, உன் தாய்." இந்த மூன்று நீண்ட மணிநேர இடைவெளிக்குப் பின்னர், வெறும் மூன்று வாக்கியங்கள் மட்டுமே அவர் கூறினார்.

சிலுவையில் 12 மணியிலிருந்து 3 மணிவரையிலும்

இயேசு சிலுவையில் தொங்கிய அந்த நேரத்தின் எஞ்சிய இறுதி மூன்று மணி நேரப் பகுதியில், அவர் அங்கே சிலுவையில் தொங்கிக்கொண்டே மௌனமாகத் துன்புற்றார். மூன்று மணிநேரங்கள், அதன் ஒவ்வொரு நிமிடமும் ஒரு யுகத்தைப் போலத் தோன்றியிருக்க வேண்டும். நண்பகல் 12 மணியளவில், இருள் தேசத்தை மூடிக்கொண்டது. "ஆறாம் மணிநேரம் [பன்னிரண்டு மணி] முதல் ஒன்பதாம் மணிநேரம் [மூன்று மணி] வரைக்கும் தேசமெங்கும் இருள் உண்டாயிற்று[102]".

மூன்று மணி நேரங்களாக இயேசு மனிதர்களின் கைகளால் வேதனையையும் நிந்தனையையும் அனுபவித்திருந்தார்; வியாழன் இரவு இராபோஜன நிகழ்வில் அருந்திய திராட்சை ரசமும்,

101 (மத்தேயு 27:46; [ஒப்பிடுக: மாற்கு 15:34]

102 (மத்தேயு 27:45)

அப்பத்துண்டும் அவருடைய இறுதியான ஆகாரம். அதன்பின், 18 மணி நேரம் பசிப்பிணி அவரை வாட்டியிருக்கும்.

ஆனால் இப்போது, அதைவிட மிக மோசமான ஒன்றிற்குள் அவர் ஆழ்த்தப்பட்டார். சிலுவையின்மீது இருந்தபோது, நரகத்தின் அனைத்து பரிமாணங்களுக்கு உள்ளும் இயேசு பிரவேசித்தார். நரகம் என்பது கடும் இருள். அது பிசாசின் வல்லமைகளால் சூழப்பட்டுடிருக்கும். தேவனுடைய அன்பின் எல்லைக்கு அப்பால், தள்ளப்படும் நிலை. தேவனுடைய நியாயத்தீர்ப்பின் கீழ், அனுபவிக்கப்படும் உணர்வுபூர்வமான மரண வேதனையாகும் அது. அத்தகைய நரகத்தின் முழுமையையும், இயேசு சிலுவையில் சகித்துக்கொண்டார். நீங்கள் ஒருபோதும் நரகம் எத்தகையது என்பதை அறியாதிருக்க வேண்டும் என்பதற்காகவே அவர் இதைச் செய்தார்.

தேவன் ஏன் மனுஷகுமாரனை கைவிட்டார்?

தேவகுமாரன் சிலுவையில் பாவத்தை சுமந்து நின்ற தருணம். தேவனாகிய கர்த்தர் தீமையை பார்க்காத சுத்தக் கண்ணர்.[103] இந்த சூழலில் சிலுவையில் உலகத்தின் பாவச்சுமையை ஏற்றுக்கொண்டு தொங்கிக்கொண்டிருந்த தேவகுமாரன் பரம பிதாவின் பார்வையில் இருந்து மறைந்து போனார். "உம்முடைய கண்கள் பரிசுத்தமுள்ளவை; தீமையைப் பார்க்க முடியாது." பரிசுத்த தேவன் பாவத்தை (இயேசு தன் மீது ஏற்ற பாவத்தை) பார்க்க முடியாததால் முகம் திருப்பினார். இது தேவனின் பரிசுத்தத்தின் அடிப்படையில் ஏற்பட்ட சம்பவம். "உம்முடைய **கண்கள் சுத்தமுள்ளவை**; தீமையைப் பார்க்க முடியாது. அக்கிரமத்தைப் பார்க்க முடியாது. நீர் ஏன் துரோகிகளைப் பார்த்துக்கொண்டிருக்கிறீர்? துன்மார்க்கன் தன் வாயால் நீதிமானை விழுங்கும்போது நீர் ஏன் மௌனமாயிருக்கிறீர்?[104]" ("Thou art of **purer eyes** than to behold evil, and

103 (ஹபக்கூக் 1:13)

104 ஹபக்கூக் 1:13 (Habakkuk 1:13)

canst not look on iniquity..." "You have **eyes too pure** to look on evil; you cannot tolerate wrongdoing.")

இங்குதான் **"சுத்தக் கண்ணர்"**/"pure eyes" என்ற சொற்றொடர் நேரடியாக கர்த்தருக்கு பயன்படுத்தப்படுகிறது. இந்த வசனத்தை, இயேசு சிலுவையில் கைவிடப்பட்டதுடன்[105] இணைத்து, சங்கீதம் 22:1ஐ மேற்கோள் காட்டி **ஏலீ! ஏலீ! லாமா சபக்தானி?** அதாவது, **என் தேவனே! என் தேவனே! ஏன் என்னைக் கைவிட்டீர்?"** என்று ஒன்பதாம் மணி வேளையில் இயேசு மிகுந்த சத்தத்தோடு கூப்பிட்டதாக விளக்கம் அளிக்கப்படுகிறது.

இயேசு சிலுவையில் நம்முடைய பாவங்களை ஏற்றுக்கொண்டார்.[106] "பாவமறியாதவரை அவர் நம்முடைய பாவத்துக்காகப் பாவமாக்கினார்; அவருக்குள் நாம் தேவனுடைய நீதியாகும்படி ." இயேசு பாவமற்றவராக இருந்தாலும், உலகின் முழு பாவங்களையும் (உங்கள் பாவம் + என் பாவம் + எல்லா மனிதர்களின் பாவம்) தன் மீது ஏற்றுக்கொண்டு பலியானார். அவர் பாவங்களை சுமந்த தேவ ஆட்டுகுட்டியானவர்.

தேவனின் பரிசுத்தம்:[107] தேவனின் கண்கள் மிகவும் சுத்தமானவை. தீமையைப் பார்க்க முடியாது, அநியாயத்தை சகிக்க முடியாது. எனவே, இயேசு பாவமாக ஆன அந்தக் கணத்தில், பரிசுத்த பிதா தன் மகனைப் பார்க்க முடியாமல் முகம் திருப்பினார் (turned His face away). இது தற்காலிகமான (momentary) நீதிப் பிரிவு (judicial separation). ஆனால், இயல்பு அல்லது திரித்துவ உறவு உடைந்துவிடவில்லை, பாவத்தின் சுமையால் ஏற்பட்ட ஆன்மீக வேதனை. இயேசு என்றென்றும் பிதாவுடன் ஒன்றாக இருந்தவர்.[108] சிலுவையில் அவர் முழு தனிமையையும், பிதாவின் முகத்தை இழந்த வேதனையையும் அனுபவித்தார். இது உடல் வேதனையை

105 (மத்தேயு 27:46)

106 (2 கொரிந்தியர் 5:21):

107 (ஹபக்கூக் 1:13)

108 (யோவான் 10:30; 17:21).

விட ஆழமான ஆன்மீக வேதனை. இதன் மூலம் அவர் நமக்காக தண்டனையை சுமந்தார்.[109]

ஏன் இது நமக்கு நல்ல செய்தி? இயேசு கைவிடப்பட்டதால், நாம் ஒருபோதும் கைவிடப்பட: மாட்டோம்.[110] அவர் பாவத்தின் விலையை முழுமையாகச் செலுத்தினார். எனவே, நம்முடைய பாவங்கள் தேவனிடமிருந்து நம்மைப் பிரிக்காது[111]. ஹபக்கூக் தீர்க்கதரிசி, தேவனின் பரிசுத்தத்தை அழகாக வெளிப்படுத்துகிறார். தேவனாகிய கர்த்தர் தீமையை சகிக்க முடியாதவர். இயேசு சிலுவையில் இந்த பரிசுத்தத்தின் விளைவை அனுபவித்தார். தேவனாகிய கர்த்தரின் முகம் திருப்பியது, நம்முடைய பாவங்களுக்காகவே. இது **மீட்பின் உச்சகட்டம்.** இயேசு நமக்காகக் கைவிடப்பட்டார், அதனால் நாம் தேவனுடன் என்றென்றும் ஒன்றிணைக்கப்பட்டோம். தீமையை பார்க்கமாட்டாத சுத்தக் கண்ணர் தன் முகத்தை மறைத்துக்கொண்டர். பழைய ஏற்பாட்டில் ஆபகூக் 1-ம் அதிகாரத்தில் "கர்த்தாவே, நான் எதுவரைக்கும் உம்மை நோக்கி கூப்பிடுவேன், நீர் கேளாமல் இருக்கிறீரே! "உம்முடைய கண்கள் சுத்தமுள்ளவை; தீமையைப் பார்க்க முடியாது." "நீர் சுத்தக் கண்ணர் ஆகையால் என்னைக் கைவிட்டீரோ?"[112] என்று பதிவு இதற்கான விடையை அளிக்கிறது. சர்வ வல்லமையுள்ள தேவனாகிய கர்த்தர் பரிசுத்தர், பரிசுத்தர், தீமையை பார்க்காத சுத்தக் கண்ணர் என்பதை தெரிவிக்கிறது.

தாவீதின் தீர்க்கத்தரிசனம் – சங்கீதம்-22

இதனுடன் இருண்ட வேதனையிலிருந்து மீண்டு, பிரகாசமான வெற்றிக்கு செல்லும் ஒரு அற்புதமான பாடலை இணைத்து ஆழமாகப் பார்க்க வேண்டும். அந்த பாடல் தாவீதின் சங்கீதம்-22. சங்கீதம், 22-இன் அமைப்பை மூன்று பகுதிகளாக பிரிக்கலாம்.

109 (ஏசாயா 53:4-6,10; 1 பேதுரு 2:24)

110 (எபிரெயர் 135)

111 (ரோமர் 8:38-39).

112 ஆபகூக் 1-ம் அதிகாரம்:2,13

முதலாவதாக, இயேசுகிறிஸ்து சிலுவையில் நம்முடைய எல்லா பாவங்களையும் தன் மீது ஏற்றுக்கொண்டார்[113]. அந்தக் கணத்தில் இயேசு **பாவமாக** ஆனார். பரிசுத்தமான பிதாவின் சுத்தக் கண்கள் இயேசுவை (பாவத்தின் சுமையுடன்) பார்க்க முடியாமல் முகம் திருப்பினார். அதனால்தான் இயேசு "ஏன் என்னைக் கைவிட்டீர்?" என்று கூப்பிட்டார்.

இது ஆபகூக் தீர்க்கதரிசனத்தின் நிறைவேற்றம். தேவனால் தீமையை சகிக்க முடியாததால், அவர் தன் மகனைத் தற்காலிகமாகக் கைவிட்டார். சிலுவையில் பாவங்களைச் சுமந்து, அதனால் அனுபவித்த அனைத்து துன்பங்களான, கையறுநிலை, சித்திரவதை, எலும்புகள் வலி, நிர்வாணக்கோலம், தாகம் ஆகியவை சங்கீதம்[114] படம்பிடித்துக்காட்டுகின்றது.

தாவீதின் சங்கீதத்தில், இயேசு பேசிய "என் தேவனே என் தேவனே ஏன் என்னைக் கைவிட்டீர்?" என்ற வார்த்தைகள் பதிவாகியுள்ளது. சுமார் ஆயிரம் ஆண்டுகளுக்கு முன் தாவீது இந்தச் சங்கீதத்தை பாடினார். இது ஒரு தீர்க்கதரிசனப் பாடல். இயேசு கிறிஸ்து சிலுவையில் "என் தேவனே! என் தேவனே! ஏன் என்னைக் கைவிட்டீர்?" என்று அழைக்கப் போவது பற்றிய மரணத்தின் மிகச் சரியான செய்தியை பதிவு செய்துள்ளது. தாவீதின் குமாரன் என்று அழைக்கப்பட்ட மனுஷகுமாரன் உலக பிராகாரமானப் பிறவியின் வேதனையை அனைவரைப்போல அனுபவிக்கும்போது அதனை வெளிப்படுத்தும் விதமாக தீர்க்கத்தரிசனம் அமைந்துள்ளது. இந்தச் சங்கீதத்தின் முதல் வசனத்தை அவர் நேரடியாக மேற்கோள் காட்டினார்[115]. **வசனம்**-1, "ஏன் என்னைக் கைவிட்டீர்?"[116]; **வசனம்-7,8,** "என்னைப் பார்த்து நகைக்கிறார்கள். தேவன் அவனை இரட்சிக்கட்டும்"[117]; **வசனம்-**

113 (2 கொரிந்தியர் 5:21; ஏசாயா 53:6)

114 22: 1 முதல் 21 வசனம்

115 மத்தேயு 27:46; மாற்கு 15:34

116 மத்தேயு 27:46

117 மத்தேயு 27:39-43

14,15, "நான் தண்ணீர் போல ஊற்றப்பட்டேன்... என் நாக்கு என் அண்ணத்தோடு ஒட்டிக்கொண்டது"[118];

வசனம்-16, "நாய்கள் என்னைச் சூழ்ந்துகொண்டன... என் கைகளையும் என் கால்களையும் குத்தினார்கள்" (சிலுவை மரணம்); **வசனம்-18,** "என் வஸ்திரங்களைத் தங்களுக்குள் பங்கிட்டுக்கொள்கிறார்கள்"[119]; இவை அனைத்தும் ஆபகூக் 1:13-இன் பரிசுத்தத்தின் விளைவு. பிதா தன் மகனைப் பார்க்க முடியாத அளவுக்கு பாவத்தின் இருள் மூடியது. சங்கீதம்-22 பாடல் வேதனையுடன் தொடங்கி வெற்றியுடன் முடிகிறது.

இரண்டாவது பகுதி: மரணத்தை வெற்றிகொண்டு உயிர்த்தெழுந்த கிறிஸ்துவின் மகிமையை சங்கீதம்-22 முதல் 28 வசனம் அறிவிக்கிறது. **வசனம்-21** இறுதியில்: "நீர் என்னைக் கேட்டீர்!"; **வசனம்-22:** "நான் உம்முடைய நாமத்தை என் சகோதரருக்கு அறிவிப்பேன்"[120] இயேசுவால் மேற்கோள்காட்டப்பட்டது; **வசனம்-27, 28:** "பூமியின் எல்லைகள் வரைக்கும் எல்லா ஜாதிகளும் கர்த்தரை நினைத்து அவரிடத்தில் திரும்புவார்கள்."

மூன்றாவது பகுதி: 29 முதல் 31 வரையிலான வசனம் இயேசு நமது இரட்சிப்புக்காக சிலுவையில் மரித்து, உயிர்த்தெழுந்த சுவிசேஷச் செய்தியை உலகம் முழுவதும் எதிரிகால சந்ததியினர் கேட்பார்கள் என்று தெரிவிக்கிறது.

ஏசாயாவின் தீர்க்கத்தரிசனம்: தாவீது போன்று, ஏசாயா தீர்க்கதரிசி, சிலுவையின் மர்மத்தை 700 ஆண்டுகளுக்கு முன்பே தெளிவாக விவரித்தார். இது இயேசு கிறிஸ்து, மேசியா (விடுதலை அளிப்பவர்-The Liberater) என்று நிரூபிக்கும் மிகப் பலமான தீர்க்கத்தரிசனம். ஏசாயவின் ஊழியக் காலம் நான்கு ராஜாக்களின் ஆட்சியில் (உசியா, யோதாம், ஆகாஸ், எசேக்கியா) நடந்தது. ஏசாயா இந்த வார்த்தைகளை எழுதியபோது இயேசு

---

118 யோவான் 19:28

119 யோவான் 19:23-24

120 எபிரெயர் 2:12

இன்னும் 700 ஆண்டுகள் பிறக்கவில்லை. ஆனால் தேவன் ஏசாயாவுக்கு தெளிவான தரிசனம் கொடுத்தார். இது தேவனின் மீட்புத் திட்டத்தின் முழு வெளிப்பாடு.

ஏசாயா தீர்க்கதரிசன புத்தகம்-53-ஆம் அதிகாரம் இயேசுவைப்பற்றிய ஆழமான அரிதான வெளிப்பாடுகளைத் தருகிறது. 12-வசனங்களில் மேசியாவின் (இயேசு) வாழ்க்கை, பாடுகள், மரணம், புதைப்பு, உயிர்த்தெழுதல், மற்றும் மீட்புப் பணியின் பலன்களை முழுமையாக விவரிக்கிறது. இது பைபிளின் மிகச் சிறந்த "சிலுவைப் பாடல்". தேவனின் **திட்டம்** பரிசுத்த தேவன் தீமையைச் சகிக்க முடியாததால், அவர் தன் மகனை பாவபலியாக நியமித்தார். "கர்த்தர் அவனை நொறுக்க விரும்பினார்" (வசனம் 10). இங்கு "நொறுக்க" என்ற வார்த்தை மிகக் கடுமையானது. பிதா தன் மகனை **வேண்டுமென்றே** பாவத்தின் சுமைக்கு உட்படுத்தினார்.

வசனம்-4,5: "அவர் நம்முடைய துன்பங்களை ஏற்றுக்கொண்டார், நம்முடைய வியாதிகளைச் சுமந்தார். அவர் நம்முடைய அக்கிரமங்கள் நிமித்தம் காயப்படுத்தப்பட்டார், நம்முடைய அக்கிரமங்கள் நிமித்தம் நொறுக்கப்பட்டார்; அவருடைய தண்டனையினாலே நமக்கு சமாதானம் உண்டாயிற்று; அவர் காயங்களினாலே நாம் சுகமடைந்தோம்.", மாற்றுப் பலியாக (substitutionary atonement) அவர் நம்முடைய பாவங்களுக்காக தண்டிக்கப்பட்டார்.

வசனம்-6: "நாம் எல்லாரும் ஆடுகளைப்போல வழிதப்பிப் போனோம், கர்த்தர் நம்முடைய அக்கிரமங்களையெல்லாம் அவர்மேல் சுமத்தினார்." தேவனின் திட்டம் பிதா தன் மகனின் மீது நமது பாவங்களைச் சுமத்தினார்.[121]

வசனம்-7: "அவர் நெருக்கப்படும்போது சித்திரவதைக்கு உள்ளானார்; ஆனாலும் அவர் வாயைத் திறக்கவில்லை; அவர் ஆட்டுக்குட்டியைப்போல அடிக்கப்படுகிறதற்கு

121 2 கொரிந்தியர் 5:21

கொண்டுபோகப்படுகிறான்." சிலுவையில் அவர் மௌனமாக இருந்தார்.[122]

வசனம்-10,12: "கர்த்தர் அவரை நொறுக்க விரும்பினார். அவர் தன் ஆத்துமாவைப் பாவபலியாகக் கொடுக்கும்போது, அவர் பலருடைய பாவங்களைச் சுமந்து, அக்கிரமக்காரருக்காக பாவத்திற்கான மாற்றுப் பலி (substitutionary atonement) – அவர் நம்முடைய பாவங்களுக்காக தண்டிக்கப்பட்டார். இது, தேவ திட்டத்தின் நிறைவேற்றம், அதுவே, சிலுவை மரணம். அது, தேவனின் விருப்பமாக அமைந்தது. (verse 10). மீட்பின் முழுமையாக, அவரது காயங்களினால் நாம் சுகமடைந்தோம். உலகின் மீட்பாக அவர் "பலருடைய பாவங்களைச் சுமந்தார்". இது உலகம் முழுவதற்கும் பொருந்தும்.

ஆபகூக்-1:13-இன் பரிசுத்தம், ஏசாயா 53-இன் திட்டம், சங்கீதம் 22-இன் வேதனை – இவை அனைத்தும் சிலுவையில் ஒன்றாக இணைந்து, இயேசு நம்முடைய பாவங்களுக்காகக் கைவிடப்பட்டார் என்பதை வெளிப்படுத்துகின்றன. பிதா தன் மகனை நொறுக்க அனுமதித்தார், அதனால் நாம் என்றென்றும் அவருடைய பிள்ளைகளாக இருக்க முடியும்.

5. "நான் தாகமாயிருக்கிறேன்."

இதன்பின்பு, எல்லாம் முடிந்துவிட்டது என்று இயேசு அறிந்து, வேதவாக்கியம் நிறைவேறும்படி: "நான் தாகமாயிருக்கிறேன்[123]" என்றார்.

சங்கீதம் 22:15-இன் நிறைவேற்றம்

இயேசு சிலுவையில் ஆறு மணி நேரம் தொங்கிக்கொண்டிருந்தார்; ஒவ்வொரு மணி நேரமும் கடந்து செல்லும்போது, அவருடைய வேதனை அதிகரித்தது. அவருடைய கைகளையும் கால்களையும் கூர்மையான ஆணிகள் துளைத்திருந்தது. ஆணிகளைச் சுற்றியிருந்த காயங்கள், அவருடைய சரீரத்தின் பாரத்தினால்

122 மத்தேயு 27:12-14

123 (யோவான் 19:28)

விரிவடைந்தபோது, அவருடைய உடலில் காய்ச்சல் கடுமையாகப் பற்றியெரிந்தது. சரீரத்தில் நீர்ச்சத்து வற்றிப்போகும் நிலை ஏற்பட்டது. அவருடைய முழு உடலும் தீயில் எரிவது போன்ற உணர்வை அவர் நிச்சயம் அடைந்திருப்பார்.

“ஒருவன் தாகமாயிருந்தால், என்னிடத்தில் வந்து குடிக்கக்கடவன்[124]” என்று கூறிய அதே இயேசு, இப்போது “நான் தாகமாயிருக்கிறேன்” என்று கூறுகிறார். இயேசு சிலுவையில் அனுபவித்த தம்முடைய சொந்த வேதனையைப் பற்றிக் குறிப்பிடுவது இதுவே ஒரே ஒரு முறை ஆகும். அவருடைய மற்ற வார்த்தைகள் அனைத்தும், பிறரை மன்னிக்கவும், பரதீசைத் திறக்கவும், தம் தாயாரைப் பராமரிக்கவும், நரகத்தின் வேதனையை வெளிப்படுத்தவும், பாவநிவாரணத்தை அறிவிக்கவும், மரணத்தருவாயில் தம் ஆவியை பிதாவின் கரத்தில் ஒப்புவிக்கவும் சொல்லப்பட்டவையாகும். ஆனால் இந்த வார்த்தைகளிலோ, அவர் தம்முடைய சரீர வேதனையிலிருந்து பேசுகிறார்.

நாம் அனைவரும் பல்வேறு வழிகளில் துன்பங்களை அனுபவிக்கிறோம்; ஆனால் உங்கள் வாழ்க்கையின் ஏதோ ஒரு காலகட்டத்தில், உங்கள் சகிப்புத்தன்மையின் எல்லைக்கே உங்களைத் தள்ளிவிடுகின்ற ஒரு துன்பத்தை நீங்கள் நிச்சயம் அனுபவிக்க நேரும். இயேசுவும் அந்த நிலையை அனுபவித்திருக்கிறார். அவர் துன்பப்பட்டார்; அதனால்தான், துன்பப்படுபவர்களுக்கு உதவ அவரால் முடிகிறது. இயேசு தம்முடைய துன்பத்தின் காரணமாகவே தாகமடைந்தார். எனவே, துன்பப்படுபவர்களுக்கு உதவ அவரால் இயலும்.

இயேசு கூறிய இரண்டு வாக்கியங்களின் ஆழமான வேதாகம வெளிப்பாடு (அ) **“ஒருவன் தாகமாயிருந்தால், என்னிடத்தில் வந்து குடிக்கக்கடவன்”**[125] இது வாழ்க்கைத் தண்ணீரின் வாக்குறுதி.

---

124 (யோவான் 7:37)

125 (யோவான் 7:37)

(ஆ) **"நான் தாகமாயிருக்கிறேன்"**[126] என்பது சிலுவையில் அவர் அடைந்த வியாகுலத்தின் வெளிப்பாடு. இரண்டும் இயேசுவின் ஒரே வார்த்தைகள் என்றாலும், இரண்டும் முற்றிலும் வெவ்வேறு சூழலில் கூறப்பட்டவை. இவற்றின் இடையே உள்ள பெரிய முரண் (paradox) வேதாகமத்தில் மிக ஆழமான மீட்புப் பொருளை (theological revelation) வெளிப்படுத்துகிறது.

முதல் வாக்கியம்: யூதர்கள், கன்மலையிலிருந்து தண்ணீர் பெருகியதை நினைவுகூறும் விதமாக வனாந்தரத்தில் சுக்கோத் என்ற பண்டிகை கொண்டாடுவது வழக்கம்[127]. பரிசுத்தக் கொண்டாட்டத்தின் (Feast of Tabernacles) இறுதி நாளன்று, யூதர்கள் தண்ணீரை ஊற்றி வழிபடுவர். அந்த வழிபாட்டு நேரத்தில் இயேசு நின்று உரத்த சத்தத்தோடு இவ்வாறு கூறினார்: "ஒருவன் தாகமாயிருந்தால், என்னிடத்தில் வந்து குடிக்கக்கடவன். என்னை விசுவாசிக்கிறவனுக்கு, வேதம் சொல்லுகிறபடி, அவர் உள்ளத்திலிருந்து ஜீவத் தண்ணீரின் நதிகள் ஓடும்." இயேசு தானே ஜீவத் தண்ணீரின் ஊற்று (source of living water) என்று கூறினார். அவர் பரிசுத்த ஆவியைக்குறித்து இவ்வாறு சொன்னார். அவர் வரும்போது, விசுவாசிகளின் உள்ளத்தில் பரிசுத்த ஆவி ஜீவநதிகளாகப் பெருக்கெடுக்கும்; இதனை வெளிபடுத்தின அதிகாரத்தில் "தாகமாய் இருக்கிறவன் வரக்கடவன். விருப்பம் உள்ளவன் ஜீவத்தண்ணீரை இலவசமாய் வாங்கிக்கொள்ளக்கடவன்[128]" என்று காண்கிறோம். இயேசு தாகத்தைத் தீர்க்கும் தேவன். அவர் தரும் தண்ணீர் என்றென்றும் தாகம் எடுக்காது.[129]

இரண்டாவது வாக்கியம் - (சிலுவையில் தாகம்) சிலுவையில், மரணத்தின் உச்ச வேதனையில். இயேசு எல்லாம் முடிவடைந்ததை அறிந்து, வேதம் நிறைவேறும்படி (so that Scripture would be fulfilled) கீழ்கண்டவாறு கூறினார்:

126 (யோவான் 19:28)

127 (யாத்திராகமம் 17:6)

128 (வெளிப்படுத்தல் 22:17)

129 யோவான் 6:35

"நான் தாகமாயிருக்கிறேன்" என்றார் உடனே அவருக்கு புளித்த திராட்சை ரசம் (vinegar) கொடுக்கப்பட்டது. இது தாவீதின் **சங்கீதத்தில்**, "என் ஆகாரத்தில் கசப்புக் கலந்து கொடுத்தார்கள், என் தாகத்திற்கு காடியைக் குடிக்க கொடுத்தார்கள்"[130] என்று கூறப்பட்ட வேத வாக்கியம் நிறைவேறும் விதமாக உள்ளது; நேரடியாக "என் உணவில் கசப்பை இட்டார்கள்; என் தாகத்தில் எனக்கு புளித்த திராட்சை ரசத்தைக் கொடுத்தார்கள்."

உடல் தினசரி 2.5 லிட்டர் நீரை இழக்கும் (வியர்வை, சிறுநீர், சுவாசம்), அதை சரிசெய்ய தாகம் உருவாகும். நீர் சமநிலை பராமரிப்பது உடலின் உயிர் வாழ்க்கைக்கு அவசியமாகும். போதிய நீர் அருந்தாவிட்டால், உறுப்புகள் பாதிக்கப்படும். நீரிழப்பு (Dehydration) என்பது உடல் உட்கொள்ளும் திரவத்தை விட அதிக திரவத்தை இழக்கும்போது ஏற்படும் நிலை. இது லேசானதாக இருந்து, உயிருக்கு ஆபத்தான நிலை வரை இருக்கலாம்.

இயேசுவின் கடைசி நீர் ஆகாரம்: வியாழன் இரவு கடைசி இராபோஜனத்தின்போது[131] இயேசு திராட்சை ரசத்தை (wine) அருந்தினார். ஆனால் அதன் பிறகு "இனி நான் இதை அருந்தமாட்டேன்" என்று சொன்னார். இயேசு கடைசி இராபோஜனம் முடித்தபிறகு (மாலை 8-9 மணி வரை) முதல் சிலுவையில் உயிர் விடும் வரை (மறுநாள் மாலை 3 மணி வரை) – அதாவது சுமார் 18-20 மணி நேரம் இயேசு நீர் அருந்தினாரா? என்று பைபிள் பதிவு செய்யவில்லை.

அவர் மூன்றாம் தரம் ஜெபம் பண்ணச் சென்றபோது அவர் மிகவும் வியாகுலப்பட்டு, அதிக ஊக்கத்தோடு ஜெபம் பண்ணினார். உணவு-நீர் இல்லாமல், அதீத மன உளைச்சல் காரணமாக, இரத்த வியர்வை துளிகளாகச் வழிந்தது. இது இலேசான இரத்த அழுத்தம் ஏற்பட்டு இரத்த நாளத்தில் சிதைவு ஏற்பட்டதன் அறிகுறியாகும். கைது, விசாரணை, சாட்டையினால் அடி, இரத்த

130 சங்கீதம்-69:21

131 (மத்தேயு 26:27-29; மாற்கு 14:23-25; லூக்கா 22:17-20)

இழப்பு ஆகியவற்றால் கடுமையான நீரிழப்பு (severe dehydration) ஏற்பட்டிருக்கும்.

அவர் சிலுவையில், "நான் தாகமாயிருக்கிறேன்" என்று சொன்னபோது மட்டுமே புளித்த திராட்சை ரசம் (sour wine/vinegar) கொடுக்கப்பட்டது. அதை அருந்தினார். இது தண்ணீர் அல்ல; உடல் தாகத்தைத் தீர்க்கும் வகையிலும் அது இல்லை. இந்த உடல் வேதனை முழுவதும் **நம்முடைய பாவங்களுக்காக** என்று பைபிள் சொல்கிறது.[132] இயேசு தாகப்பட்டதால் நாம் என்றென்றும் ஆன்மீக தாகம் தீரும் ஜீவத் தண்ணீரைப் பெறுகிறோம்[133]. 18-20 மணி நேரம் நீர் இல்லாமை, இரத்த இழப்பு, வியர்வை ஆகியவற்றால் கடுமையான நீரிழப்பு ஏற்பட்டது. அப்போது ஏற்பட்ட நீரிழப்பின் (Dehydration) காரணமாக, "நான் தாகமாயிருக்கிறேன்" என்றார்.

இயேசு கூறிய "தாகம்" என்ற இந்த வார்த்தையின் ஆழமான வேதாகம வெளிப்பாடு (Theological Revelation), இயேசு முழு மனிதனும் முழு தேவனுமாக (Fully Human & Fully Divine) உலகில் வந்தார் என்பதே ஆகும். அவர், மனிதத்தன்மையில், "நான் தாகமாயிருக்கிறேன்" என்றார். உடல் வேதனை, நீரிழப்பு, இரத்த இழப்பு காரணங்களால் இயேசு உண்மையிலேயே தாகமாயிருந்தார். சிலுவையில் தொங்கிய நேரத்தில் கூறினார். இது அவரது முழு மனிதத்தன்மையை உறுதிப்படுத்துகிறது[134]

"ஒருவன் தாகமாயிருந்தால் என்னிடத்தில் வந்து குடிக்கக்கடவன்" அவர் தானே ஜீவத் தண்ணீரின் ஊற்று என்று தனது தெய்வீகத்தன்மையில் அருள் வழங்கினார். இயேசு உடல் ரீதியாக தாகப்பட்டார், நம்முடையப் பாவங்களுக்காக அவர் ஆன்மீக ரீதியாக தாகப்பட்டார். அதனால்தான் அவர் **நமக்கு** ஜீவத் தண்ணீரைத் தர முடிந்தது.

---

132 (ஏசாயா 53:4-5; 1 பேதுரு 2:24)

133 (யோவான் 4:14; 7:37

134 (எபிரெயர் 2:17; 4:15).

சமாரியப் பெண்ணிடம் 'தண்ணீர் கொடு' என்று கேட்ட இயேசு

“ஒருவன் தாகமாயிருந்தால் என்னிடத்தில் வந்து குடிக்கக்கடவன்[135]” என்று சொன்ன அதே இயேசு, சிலுவையில் “நான் தாகமாயிருக்கிறேன்” என்று கூறினார். இந்த இரண்டுக்கும் இடையே உள்ள ஆழமான தொடர்பை சமாரியப் பெண்ணுடன் நடந்த உரையாடல்[136] மிக அழகாக நமக்கு விளக்குகிறது.

சமாரியப் பெண்ணுடன் நடந்த உரையாடலின் முக்கிய பகுதிகளின் சுருக்கம்: இயேசு சமாரியாவில், சீகார் ஊருக்கு அருகில் யாக்கோபின் கிணற்றருகில் களைத்துப் போய் உட்கார்ந்திருந்தார். சமாரியப் பெண் தண்ணீர் எடுக்க வருகிறாள். இயேசு அவளிடம்: **“எனக்குத் தண்ணீர் கொடு”** என்று கேட்கிறார் (வசனம் 7). பெண் ஆச்சரியப்படுகிறாள் (யூதர்களும், சமாரியப் பெண்ணும் பழக மாட்டார்கள்). இயேசு பதில் சொல்கிறார்: “நீ இந்தத் தண்ணீரைக் குடித்தால் மறுபடியும் தாகமெடுக்கும். நான் கொடுக்கும் தண்ணீரைக் குடிக்கிறவன் என்றைக்கும் தாகமெடுக்கமாட்டான்; நான் அவனுக்குக் கொடுக்கும் தண்ணீர் அவனுக்குள் நித்திய ஜீவ ஊற்றாக பெருகும்.” என்றார். பெண்: “ஐயா, அந்தத் தண்ணீரை எனக்குக் கொடும், நான் தாகமெடுக்காமலும், இங்கே வராமலும் இருக்கும்படி” என்றாள்.

சமாரியப் பெண்ணிடம் இயேசு **தருபவர்** (Giver). சிலுவையில், இயேசு **பெறுபவர்** (Receiver), தாகப்பட்டவர். இந்த மாற்றம் மிக முக்கியம். அவர் தாகப்படாமல் இருந்தால், நமக்கு ஜீவத் தண்ணீரைக் கொடுக்க முடியாது. அவர் தாகப்பட்டதால்தான் நமக்கு என்றென்றும் தாகம் தீரும் தண்ணீரைத் தர முடிந்தது. கிணற்றுத் தண்ணீர் (யாக்கோபின் கிணறு), உடல் தாகத்தைத் தற்காலிகமாகத் தீர்க்கும். ஜீவத் தண்ணீரானது (Living Water), தேவன் அனுப்பும் பரிசுத்த ஆவி;[137] இது நித்தியம் வரை

135 யோவான் 7:37

136 (யோவான் 4:1-42)

137 (யோவான் 7:39).

தாகம் எடுக்காது. சிலுவையில், இயேசு உடல் தண்ணீருக்காக தாகப்பட்டார், அதனால் நமக்கு ஆன்மீக ஜீவத் தண்ணீர் (பரிசுத்த ஆவி) கிடைத்தது. சமாரியப் பெண் போல நாமும் இயேசுவிடம் வர வேண்டும். ஜீவத் தண்ணீரைப் பெறவேண்டும்; நித்திய ஜீவனை அடையவேண்டும். "நான் தாகமாயிருக்கிறேன்" என்ற வார்த்தை நம்முடைய தாகத்தை என்றென்றும் தீர்த்துவிட்டது.

6. "முடிந்தது!"

இயேசு சிலுவையில், கிரேக்க மொழியில் (Tetelestai **(τετέλεσται)** கூறிய இறுதி வார்த்தை, ஒரே சொல்லாக (perfect tense-இல்), "**முடிந்தது**[138]" (It is finished) என்று தமிழில் மொழிபெயர்க்கப்படுகிறது. இது அவரது மீட்புப் பணி முழுமையாக நிறைவேறியது என்பதை அறிவிக்கிறது. "இயேசு அந்தப் புளித்த திராட்சை ரசத்தைப் பெற்றுக்கொண்டபின், **முடிந்தது** என்று சொல்லி, தம் தலையைச் சாய்த்து, தம் ஆவியை ஒப்புக்கொடுத்தார்."

மத்தேயு, மாற்கு, லூக்கா சுவிசேஷப் புத்தகங்களில் "முடிந்தது" என்று கூறிய வார்த்தை நேரடியாக பதிவிடப்படவில்லை. இது யோவான் சுவிசேஷத்தில் மட்டுமே தனித்துவமாகக் குறிப்பிடப்பட்டுள்ளது. யோவான் இயேசு சிலுவையில் அறையப்பட்டு உயிர்விட்டபோது, சிலுவையின் அருகே இருந்த ஒரே சீடர் ஆவார். நான்கு சுவிசேசங்களிலும் இயேசுவின் சிலுவை மரணத்தின் விவரங்கள் சற்று வேறுபடுகின்றன, ஏனெனில் ஒவ்வொரு சுவிசேஷமும் வெவ்வேறு கண்ணோட்டம், நோக்கம், மற்றும் பார்வையாளர்களை மனதில் கொண்டு பல்வேறு காலக்கட்டங்களில் எழுதப்பட்டவை. இயேசுவின் கடைசி வார்த்தைகள்/செயல்கள் அனைத்தும் ஒரே நேரத்தில் நடந்தவை என்றாலும், ஒவ்வொரு சுவிசேஷமும் வெவ்வேறு அம்சங்களை வலியுறுத்துகிறது.

138 (யோவான் 7:30).

ஒவ்வொரு சுவிசேஷத்திலும், இயேசுவின் இறுதி வார்த்தை/ நிகழ்வுகள் ஒப்பீடு *(Comparison)*

"பின்பு இயேசு எல்லாம் முடிந்ததென்று அறிந்து, வேதம் நிறைவேறும்படி, நான் தாகமாயிருக்கிறேன் என்றார்... பின்பு அவர் புளித்த திராட்சை ரசத்தைப் பெற்றுக்கொண்டபின், "முடிந்தது" என்றார்; தம் தலையைச் சாய்த்து, தம் ஆவியை ஒப்புக்கொடுத்தார்."

யோவான் மட்டுமே "முடிந்தது" என்ற வார்த்தையைப் பதிவு செய்கிறது. யோவான் சுவிசேஷம் இயேசுவின் தெய்வீக இயல்பு (divinity) மற்றும் மீட்புப் பணியின் நிறைவை வலியுறுத்துகிறது. எனவே "முடிந்தது" (tetelestai = paid in full/completed) மிகப் பொருத்தமானது.

மத்தேயு[139] மற்றும் **மாற்கு**[140]: இயேசு "ஏலோயி, ஏலோயி, லாமா சபக்தானி?" (என் தேவனே, என் தேவனே, ஏன் என்னைக் கைவிட்டீர்?) என்று மிகுந்த சத்தத்தோடு கூப்பிட்டார். பின்னர் மீண்டும் மிகுந்த சத்தத்தோடு கூப்பிட்டு உயிர்விட்டார். இங்கு "முடிந்தது" என்ற வார்த்தை இல்லை. இறுதி கூக்குரலுக்கு விளக்கம் கொடுக்கப்படவில்லை ஆனால் சங்கீதம் 22:1-ல்கூறப்பட்ட தீர்க்கத்தரிசன வார்த்தைகள் நிறைவேறின. அதீத வேதனை மற்றும் தேவனால் கைவிடப்பட்ட உணர்வை வலியுறுத்துகின்றன ("ஏன் என்னைக் கைவிட்டீர்?"). "அப்பொழுது இயேசு மிகுந்த சத்தத்தோடு கூப்பிட்டு, "பிதாவே, உம்முடைய கைகளில் என் ஆவியை ஒப்புவிக்கிறேன்" என்றார். இப்படிச் சொல்லி உயிர்விட்டார். இங்கும் "முடிந்தது" இல்லை. இறுதி வார்த்தை "பிதாவே, உம்முடைய கைகளில் என் ஆவியை ஒப்புவிக்கிறேன்". சங்கீதம் 31:5 கூறப்பட்ட தீர்க்கத்தரிசன வார்த்தைகள் நிறைவேறின. லூக்கா நற்செய்தி நூல் பிதாவிடம் முழு நம்பிக்கை மற்றும் ஆவியை ஒப்படைத்தல் ("பிதாவே, உம்முடைய கைகளில்...") என்பதை வலியுறுத்துகிறது. நான்கு சுவிசேஷங்களும் ஒரே நிகழ்வை விவரிக்கின்றன,

139 மத்தேயு 27:46-50

140 மாற்கு 15:34-37

ஆனால் வெவ்வேறு கோணங்களிலிருந்து தெளிவுபடுத்துகின்றது. அனைத்தும் முரண்படவில்லை. அவை நிரப்பு (complementary) தகவல்களாகும்.

இயேசு, எது "முடிந்தது!"? என்று கூறினார்

1. அவருடைய நீண்ட இரவின் பாடுகளிலும் (Sufferings), அதிகாலை முதல் சிலுவையில் அறையுண்டு அடைந்த வேதனையும் முடிந்தது என்று கூறினாரா?; ஆம். பாவத்துக்கான பலி முழுமையாக சிலுவையில் முடியுற்றது[141].அவர் நம்முடைய அக்கிரமங்களுக்காக நொறுக்கப்பட்டார்.
2. அவருடைய கீழ்ப்படிதலின் (Obedience) முழுமையான பயணம் முடிந்தது என்று கூறினாரா?; ஆம். பழைய ஏற்பாட்டு பலிகள் முடிந்தது[142]- ஒரே பலியால் நித்தியமாகப் பரிசுத்தமாக்கப்பட்டோம்.
3. அவருடைய எதிரியுடனான தீர்க்கமான போர் முடிந்தது (War against Satanic forces) என்று கூறினாரா?; ஆம். தேவனுடைய கோபம் தீர்க்கப்பட்டது (propitiation).

   "அவர் மரணத்துக்கு அதிகாரியாகிய பிசாசானவனைத் தமது மரணத்தினாலே அழிக்கும்படிக்கும், ஜீவகாலமெல்லாம் மரண பயத்தினாலே, அடிமைத்தனத்தில் உழன்றவர்கள், யாவரையும் விடுதலை பண்ணும்படிக்கும் அப்படியானார்".[143] சிலுவை மரணம் பிசாசை அழித்தது (destroyed the devil), மரண பயத்தை நீக்கியது.

   "அவர் நம்மை இருளின் அதிகாரத்திலிருந்து தப்புவித்து, தம்முடைய சிநேக குமாரனுடைய இராஜ்யத்தில் சேர்த்தார்."[144] சிலுவை மூலம் இருளின் அதிகாரத்திலிருந்து (satan's domain) விடுவித்தார்.

141 (ஏசாயா 53:5-6, 10)

142 (எபிரெயர் 10:10-14)

143 எபிரெயர் 2:14

144 கொலோசெயர் 1:13

i. "அவர் பலியின் மூலமாகப் பாவத்தை நீக்கினார்."[145] ஒரே முறை பலியால் பாவம் முழுமையாக நீக்கப்பட்டது. சாத்தானின் ஆயுதம் (பாவம்) உடைக்கப்பட்டது.

ii. "தேவனுடைய குமாரன் வெளிப்படுத்தப்பட்டது பிசாசின் கிரியைகளை அழிப்பதற்கேயாகும்."[146] இயேசுவின் வருகையின் நோக்கமே பிசாசின் கிரியைகளை அழிப்பது. இது சிலுவையில் முழுமையாக நிறைவேறியது.

4. அவருடைய பாவ நிவாரணத்தின் முழுமையான வேலை(duty) முடிந்தது (Redemption from sin) என்று கூறினாரா? என்ற கேள்விகள் எழுகிறது. இவை எல்லாவற்றிற்கும் பதில் 'ஆம்' என்பதுதான். மீட்பின் வேலை முழுமையாக நிறைவேறியது - இனி மனிதன் தன் பாவத்தைத் தீர்க்க எதுவும் சேர்க்க வேண்டியதில்லை.

இதுவே இயேசுவின் பாடுகளின் முடிவாக இருந்தது. பாடுகளைப் பற்றி வேறு எவரையும் விட இயேசுவே ஆழமாக அறிந்திருக்கிறார்; ஆனால் இப்போது அவர் பாடுபடுவதில்லை. அந்த நிலை அவருக்கு முடிந்துவிட்டது. அவர் அதை நிறைவு செய்துவிட்டார். அவர் இப்போது கல்லறையிலும் இல்லை. அவர் பரலோகத்தில் பிதாவின் வலது பாரிசத்தில் இருக்கிறார்; அங்கே அவர் நமக்காகப் பரிந்து பேசுகிறார்.

எதைமுடித்தார்?

எதைத்தொடர்ந்தார்?

இயேசு சிலுவையில் "முடிந்தது" ("It is finished"/கிரேக்கத்தில் tetelestai) என்று கூறியது மிக முக்கியமான வார்த்தை. இது அவரது பணி முழுமையாக முடிந்துவிட்டது என்பதைக் குறிக்கிறது. ஆனால், அவர் உயிர்த்தெழுந்த பிறகு சீடர்களிடம் "உலகத்தின்

145 எபிரெயர் 9:26

146 1 யோவான் 3:8

முடிவு வரைக்கும் நான் உங்களோடு இருப்பேன்”[147] என்று சொன்னது, அவரது பணி தொடர்கிறது என்பதை தெரிவிக்கிறது. இது முரண்பாடா? இல்லை - இவை இரண்டும் ஒரே மீட்புப் பணியின் வெவ்வேறு பகுதிகளைக் காட்டுகின்றன.

முதல் பகுதி சிலுவையில் முடிந்தது. அவரது பலி முழுமையானது, மாற்றமுடியாதது, ஒருமுறை மட்டுமே[148] (once for all); மீட்பின் அடிப்படை வேலை (redemptive work/atonement) முழுமையாக முடிந்தது;[149] இது பாவத்துக்கான பலி, கடன் தீர்த்தல், தேவனுடன் ஒப்புரவு (reconciliation) ஆகியவற்றை முடித்தது.[150]

இரண்டாம் பகுதி, அவரது மூன்றாம் நாள் உயிர்மீட்சியின் மூலமாக மீண்டும் பணியைத் தொடர்ந்தது. அவர் கூறிய வார்த்தைகள் இதற்குச் சாட்சியாக உள்ளன, “உலகத்தின் முடிவு வரை நான் உங்களோடு இருப்பேன்”. இயேசு உயிர்த்தெழுந்த பிறகு சீடர்களுக்கு கொடுத்த மகா ஆணை (Great Commission) இதில் உள்ளது. மீட்பின் விளைவுகளைப் பரப்பும் பணி (application of redemption) தொடர்கிறது. இது சீடர்களை வழிநடத்துதல், சுவிசேஷம் பரப்புதல், சபையை வளர்த்தல் ஆகியவை. இந்த வாக்குறுதி சிலுவையின் வெற்றியின் தொடர்ச்சி.

இரண்டும் முரண்படவில்லை; இரண்டும் ஒரே பணியின் வெவ்வேறு கட்டங்கள்; இரண்டும் ஒரே நாணயத்தின் இரு பக்கங்கள். சிலுவை முடித்தது, ஆவியால் தொடர்கிறது. இயேசுவின் பணி முடிந்தது (completed) ஆனால் அதன் பயன்கள் தொடர்கின்றன (ongoing). அவர் உடல் ரீதியாக இல்லாவிட்டாலும், ஆவியால் (பரிசுத்த ஆவி மூலம்) நம்மோடு இருப்பார் ஆறுதலின் ஆவி வருவார்.[151]

---

147 (மத்தேயு 28:20)

148 எபிரெயர் 7:27; 9:12; 10:10

149 (John 19:30).

150 2 கொரிந்தியர் 5:18-19

151 (யோவான் 14:16-18; 16:7)

7. *"பிதாவே, உம்முடைய கைகளில் என் ஆவியை ஒப்புவிக்கிறேன்!"*

இயேசுவின் ஏழாவது சிலுவை வார்த்தை: அப்பொழுது இயேசு, மிகுந்த சத்தமிட்டுக் கூப்பிட்டு: "பிதாவே, உம்முடைய கைகளில் என் ஆவியை ஒப்புவிக்கிறேன்"[152] என்று கூறினார். இதைச் சொன்னபின் அவர் தம் ஆவியை ஒப்புக்கொடுத்தார்.

இயேசு வெள்ளியன்று காலை ஒன்பது மணியளவில் சிலுவையில் அறையப்பட்டார். ஒன்பது மணி முதல் பன்னீரண்டு மணிவரை அவர் சிலுவையில் தொங்கியபோது முதல் மூன்று வசனங்களை கூறினார். அது ஏறக்குறைய நண்பகல் வேளையாய் இருந்தது;

சூரிய கிரகணத்தினால் பிற்பகல் மூன்று மணிவரைக்கும் தேசம் முழுவதும் இருள் சூழ்ந்தது. அப்பொழுது ஆலயத்தின் திரை நடுவில் கிழிந்தது. இயேசு உரத்த சத்தமிட்டு: "பிதாவே, உம்முடைய கைகளில் என் ஆவியை ஒப்புவிக்கிறேன்" என்று கூறினார்; இதைச் சொன்னபின் அவர் உயிர் துறந்தார். இந்த வார்த்தை லூக்கா நற்செய்தியில் மட்டுமே பதிவாகியுள்ளது.

மற்ற மூன்று சுவிசேஷசப் புத்தகங்களில். (மத்தேயு, மாற்கு, யோவான்) இந்தச் சரியான வார்த்தைகள் நேரடியாக வரவில்லை. கடைசியாக கூறிய 'தாகமாய் இருக்கிறேன்'; என் தேவனே என் தேவனே ஏன் என்னை கைவிட்டீர்'; 'முடிந்தது'; பிதாவே என் ஆவியை உம் கைகளில் ஒப்புவிக்கிறேன்'; ஆகியவை இறுதியாக மூன்று மணியளவில் கூறியவை.

நற்செய்தி நூல்களில் குறிப்புகள்

லூக்கா 23:46: "அப்பொழுது இயேசு மிகுந்த சத்தத்தோடு கூப்பிட்டு, **"பிதாவே, உம்முடைய கைகளில் என் ஆவியை ஒப்புவிக்கிறேன்"** என்றார். இப்படிச் சொல்லி உயிர்விட்டார்."

152 (லூக்கா 23:46)

மத்தேயு 27:50: "இயேசு மீண்டும் மிகுந்த சத்தத்தோடு கூப்பிட்டு உயிர்விட்டார்." (இந்த வார்த்தை இல்லை – வெறும் "மிகுந்த சத்தத்தோடு கூப்பிட்டு" என்று மட்டும் உள்ளது.)

மாற்கு 15:37: "இயேசு மிகுந்த சத்தத்தோடு கூப்பிட்டு உயிர்விட்டார்." (இந்த வார்த்தை இல்லை.)

யோவான் 19:30: "எல்லாம் முடிந்தது என்று சொல்லி, தம் தலையைச் சாய்த்து, தம் ஆவியை ஒப்புக்கொடுத்தார்." (இந்த வார்த்தை இல்லை – "முடிந்தது." என்று மட்டும் உள்ளது.) இந்தச் சரியான வார்த்தை **லூக்கா சுவிசேஷத்தில் மட்டுமே** வருகிறது. மற்ற சுவிசேஷங்கள் இயேசுவின் இறுதி நிமிடங்களை வேதனை, சரணாகதி, முடிவு ஆகிய கோணங்களில் வலியுறுத்துகின்றன.

மேசியாவாக இயேசு: இதை சிலுவையில் கூறியதன் மூலம், தாவீதின் தீர்க்கதரிசனத்தை முழுமையாக நிறைவேற்றினார். இயேசு பிதாவின் கைகளில் தன் ஆவியை ஒப்படைத்து, மீட்பை முழுமையாக்கினார். இந்த வார்த்தை இயேசுவின் மீட்புப் பணியின் உச்சக்கட்ட சரணாகதியையும், வெற்றியையும் வெளிப்படுத்துகிறது. இது சிலுவைப் பாடுகளின் உச்சம் – வேதனையிலிருந்து வெற்றிக்கு மாற்றம். அவர் தன்னை ஒப்புக்கொடுத்தார். இயேசு மரணத்தைக் கண்டு நிலைகுலையவில்லை. மரணம் அவரை மேற்கொள்ளவில்லை. அவர் இவ்வாறு கூறினார்: "ஒருவனும் [என் உயிரை] என்னிடத்திலிருந்து எடுத்துக்கொள்ளமாட்டான்... அதை ஒப்புக்கொடுக்கவும் எனக்கு அதிகாரம் உண்டு; அதைத் திரும்ப எடுத்துக்கொள்ளவும் எனக்கு அதிகாரம் உண்டு.[153]" இயேசுவின் உயிர் அவரிடமிருந்து பறிக்கப்படவில்லை; அது அவராலேயே ஒப்புக்கொடுக்கப்பட்டது. அவர் தம்மையே மரணத்திற்கு ஒப்புக்கொடுத்தார்: "பிதாவே, உம்முடைய கைகளில் என் ஆவியை ஒப்புவிக்கிறேன்."

153 (யோவான் 10:18).

"நிச்சயமாகவே இம்மனிதன் தேவனுடைய குமாரன்" சாட்சி: அந்த 'மிகுந்த சத்தத்தின்' முக்கியத்துவம் இதுவே. யாரேனும் ஒருவர், மரணத்தருவாயில் இருக்கும்போது நீங்கள் அருகில் இருந்திருக்கிறீர்களா? மரணம் சம்பவிக்கும் அந்தத் தருணத்தில், எவருமே மிகுந்த சத்தத்துடன் பேசுவதில்லை. ஆனால் இயேசு அவ்வாறு பேசினார். அவர் வெற்றியுடன் மரணத்திற்குள் பிரவேசித்தார். மேலும் மாற்கு இவ்வாறு குறிப்பிடுகிறார்: "இயேசுவுக்கு எதிரே நின்றுகொண்டிருந்த ரோம நாட்டுத் படைத்தளபதி (நூறு ராணுவ வீரர்களின் தலைவன்), இயேசு, இவ்வாறாகக் கூக்குரலிட்டு உயிர்விட்டதைக் கண்டபோது, 'நிச்சயமாகவே இம்மனிதன் தேவனுடைய குமாரன்!' என்று கூறினார்"[154]. இதில் பொதிந்துள்ள மகிமையை நீங்கள் காண்கிறீர்களா? வேறு எவரும் அவ்வாறு உயிர்நீத்ததில்லை.

தாவீதின் தீர்க்கத்தரிசனம்: "உம்முடைய கைகளில் என் ஆவியை ஒப்புவிக்கிறேன்; என்னை மீட்டுக்கொள்ளும் கர்த்தாவே, உண்மையுள்ள தேவனே."[155] என்று தாவீதின் சங்கீத புத்தகம் நேரடியாக மேற்கோள் காட்டுகிறது. தாவீது தன் துன்பத்தில் தேவனை நம்பினார். தன் வாழ்வில் பெரும் துன்பம், எதிரிகள், காயங்கள் ஆகியவற்றுக்கு மத்தியில் தேவனிடம் முழு நம்பிக்கையுடன் தன் ஆவியை ஒப்படைத்தார். இந்த வசனம் தாவீதின் மிக ஆழமான நம்பிக்கை, சரணாகதி, மற்றும் துன்பத்தில் தேவனிடம் ஒப்படைத்தல் ஆகியவற்றை வெளிப்படுத்தும் ஒரு மிக முக்கியமான வார்த்தை. இது இயேசு சிலுவையில் கடைசியாகக் கூறிய ஏழாவது வார்த்தையாக, லூக்கா நற்செய்தி நூலில் நேரடியாக மேற்கோள் காட்டப்பட்டுள்ளது. சங்கீதம்-31, தாவீதால் எழுதப்பட்டது. இது ஒரு துன்ப சங்கீதம் (Psalm of lament). தாவீது அப்போது எதிரிகளால் சூழப்பட்டிருந்தார். அவருடைய உறவினர்கள், நண்பர்கள் என எல்லாரும் கைவிட்டனர். அவரைப்பற்றி பொய் சொல்லுகிறார்கள். உயிருக்கு ஆபத்தான நிலையில் அவரது கண்கள்

154 (மாற்கு 15:39)

155 சங்கீதம் 31:5

துயரத்தால் கரைந்துவிட்டன. அவருடைய அயலாருக்கெல்லாம் நிந்தையகவும், அறிமுகமானவர்களுக்கு அருவருப்பாகவும் தெரிந்தார். அவர் மிகுந்த மன உளைச்சல், தனிமை, பயத்துடன் இருந்தார். இத்தகைய அதீதத் துன்பத்தில் தாவீது தேவனை மட்டுமே நம்பி, தன் ஆவியை தேவனிடம் ஒப்படைக்கிறார்.

என் ஆவியை-உயிர், ஆன்மா, உணர்வு, மனம்– (Spirit of conscience) ஒப்படைக்கிறேன்

அவர் கூறிய வார்த்தைகளான "உம்முடைய கைகளில் என் ஆவியை ஒப்புவிக்கிறேன்" என்பதில் "என் ஆவியை" (my spirit) என்ற வார்த்தைக்கு உயிர், ஆன்மா, உணர்வு, உள்ளார்ந்த சுயம் என்று பொருள். இவைகள் அருவமானது. செயல் வடிவம் கிடையாது. உடலை இயக்கும் மின்னியக்கி ஆவியாகும் (spirit of coscientious).

தாவீது தன் முழு இருப்பையும்- உடல், பொருள், ஆவி (life, breath, essence) தேவனிடம் ஒப்படைக்கிறார். "ஒப்புவிக்கிறேன்" (commit/ entrust) என்பது பாதுகாப்புக்கு ஒப்படைத்தல், நம்பிக்கையுடன் கொடுத்தல் என்று பொருள். பழங்காலத்தில் ஒரு பொருளை மிக மதிப்புள்ளவரிடம் "பாதுகாப்புக்கு" கொடுப்பதை இது குறிக்கிறது. "உம்முடைய கைகளில்" (into your hands) "கைகள்" என்பது பாதுகாப்பு, ஆதரவு, அதிகாரம் ஆகியவற்றைக் குறிக்கிறது. தாவீது தன் ஆவியை தேவனின் பாதுகாப்பான கைகளில் வைக்கிறார். இது முழு நம்பிக்கை மற்றும் சரணாகதியின் உச்சம். "என்னை மீட்டுக்கொள்ளும் கர்த்தாவே, உண்மையுள்ள தேவனே" என்பதன் பொருள், தேவனை "மீட்பவர்" (redeemer) என்றும், "உண்மையுள்ளவர்" (faithful God) என்றும் அழைப்பதாகும். துன்பத்தில் கூட தேவன் தான் கொடுத்த வாக்குறிதியை காப்பாற்றுவார் என்ற நம்பிக்கையாகும்.

இது ஸ்தேவான்(Stephen) போன்ற முதல் மறைசாட்சிகளுக்கு முன்மாதிரியாக அமைந்தது: "கர்த்தராகிய இயேசுவே, என்

ஆவியை ஏற்றுக்கொள்ளும்"[156] என்று ஸ்தேவான் கூறினார். ஸ்தேவான்(Stephen), திருச்சபையின் முதல் திருத்தொண்டர்(Decon). ஸ்தேவான் புதிய ஏற்பாட்டில் முதல் மறைசாட்சி (first Christian martyr) ஆவார். அவர் இயேசுவைப் பின்பற்றிய முதல் தலைமுறை சீடர்களில் ஒருவர். அவருடைய மரணம்[157] இயேசுவின் சிலுவை மரணத்துடன் மிக நெருங்கிய ஒற்றுமையைக் காட்டுகிறது – குறிப்பாக, ஆவியை ஒப்படைத்தல் மற்றும் மன்னிப்பு ஆகியவற்றில்.

1. ஸ்தேவானின் மரணம் (Stephen)

"அவர்கள் கல்லெறிந்தபோது, ஸ்தேவான் கர்த்தராகிய இயேசுவே, என் ஆவியை ஏற்றுக்கொள்ளும் என்று கூப்பிட்டார்." "பின்பு முழங்கால்படியிட்டு, மிகுந்த சத்தத்தோடு கூப்பிட்டு, கர்த்தாவே, இந்தப் பாவத்தை அவர்களுக்கு எண்ணாதே என்றான். இப்படிச் சொல்லி உறங்கினான்." ஸ்தேவான் இயேசுவின் இரண்டு வார்த்தைகளை நேரடியாகப் பின்பற்றினார்.

1. **ஆவியை ஒப்படைத்தல்** – இயேசு: "பிதாவே, உம்முடைய கைகளில் என் ஆவியை ஒப்புவிக்கிறேன்"[158]; ஸ்தேவான்: "கர்த்தராகிய இயேசுவே, என் ஆவியை ஏற்றுக்கொள்ளும்"[159]
2. **மன்னிப்பு** – இயேசு: "பிதாவே, இவர்களுக்கு மன்னியும்; தாங்கள் செய்கிறது இன்னது என்று அறியாதவர்களாய் இருக்கிறார்கள்"; ஸ்தேவான்: "கர்த்தாவே, இந்தப் பாவத்தை அவர்களுக்கு எண்ணாதேயும்".

ஸ்தேவான் இயேசுவை முழுமையாகப் பின்பற்றினார். இயேசு சிலுவையில் தன் ஆவியை பிதாவிடம் ஒப்படைத்தார்; ஸ்தேவான் தன் ஆவியை இயேசுவிடம் ஒப்படைத்தார். இது இயேசு தேவன்

156அப்போஸ்தலர் 7:59
157 அப்போஸ்தலர் 7:59

158 லூக்கா 23:46
159 அப்போஸ்தலர் 7:59

(divinity of Christ) என்பதை உறுதிப்படுத்துகிறது. ஸ்தேவான் இயேசுவை பிதாவுக்கு சமமாக நம்பினார். இருவரும் தங்கள் கொலைகாரர்களை மன்னித்தனர். இது கிறிஸ்தவத்தின் மையச் செய்தி: **"எதிரிகளை நேசியுங்கள், உங்களைத் துன்புறுத்துபவர்களுக்காக ஜெபம் பண்ணுங்கள்."**[160] ஸ்தேவான் இயேசுவின் கட்டளையை நேரடியாக நிறைவேற்றினார். ஸ்தேவான் முதல் கிறிஸ்தவ மறைசாட்சி (martyr). அவருடைய மரணம் சபையின் வளர்ச்சிக்கு வழிவகுத்தது. பவுல் (சவுல்) அப்போது இருந்தார், பின்னர் மாறினார். ஆவியின் உணர்வுள்ள நிலையில், ஸ்தேவான் ஆவியை இயேசுவிடம் ஒப்படைத்தார்; இது மரணத்திற்குப் பிறகு ஆவி உணர்வுள்ள நிலையில் தேவனிடம் இருக்கும் என்ற கிறிஸ்தவ நம்பிக்கையை உறுதிப்படுத்துகிறது[161]. இது இயேசுவின் சிலுவை வார்த்தைகள். நமக்கு வாழ்க்கை மற்றும் மரணத்தில் முன்மாதிரியாக இருப்பதை உறுதிப்படுத்துகிறது. இயேசு நமக்கு மரணத்தில் கூட நம்பிக்கையுடன் ஆவியை ஒப்படைக்கும் மாதிரியை விட்டுச் சென்றார்; ஸ்தேவான் இதையே கூறினார். ஒருவர் இறந்தபின் ஆவியின் உணர்வுள்ள நிலை (conscious state). விசுவாசிகளின் ஆவி உடனடியாக பரலோகத்தில் தேவனுடன் இருக்கும்.

1. கிறிஸ்தவம் (Christianity)

மரணத்திற்குப் பிறகு ஆவி உடனடியாக உணர்வுள்ள நிலையில் (conscious state) இருக்கும்; இது இடைநிலை இருப்பு (intermediate state) என்று அழைக்கப்படுகிறது. விசுவாசிகளின் ஆவி, பரலோகம்/சொர்க்கம்/கர்த்தரோடு இருக்கும். "இன்று நீ என்னோடு பரதீசில் இருப்பாய்"[162]. அவிசுவாசிகளின் ஆவி, ஹேடீஸ்/துன்பப் பகுதி/நரகம் அடைவர். (லூக்கா 16:19-31 - பணக்காரன் மற்றும் லாசரு கதை). இறுதியில் உடல் உயிர்த்தெழுதல் அதன்பின் நியாயத்தீர்ப்பு

160 (மத்தேயு 5:44).

161 (லூக்கா 23:43; 2 கொரிந்தியர் 5:8

162 (2 கொரிந்தியர் 5:8; பிலிப்பியர் 1:23; லூக்கா 23:43)

முடிவு சொர்க்கம் அல்லது நரகம்[163]. ஆவி உணர்வுள்ளது (conscious), உடனடியாக தேவனுடன் அல்லது துன்பத்தில் இருக்கும். பிற மதங்களில் ஆவி (soul/spirit) மரணத்திற்குப் பிறகான நிலை (afterlife or intermediate state) பற்றிய கருத்துக்கள் மிகவும் வேறுபடுகின்றன. இது ஒரு மதத்திற்கு ஒரு வழியில் இருக்கும், மற்றொரு மதத்தில் வேறு விதமாக இருக்கும்.

2. இஸ்லாம் (Islam)

மரணத்திற்குப் பிறகு ஆவி (Barzakh) என்ற இடைநிலை-க்கு (intermediate state) செல்கிறது (குர்ஆன் 23:100). Barzakh-இல் ஆவி உணர்வுள்ள நிலையில் (conscious) இருக்கும்; சில சமயங்களில் கல்லறையில் விசாரணை (questioning by angels Munkar & Nakir). நல்லவர்கள் கல்லறையில் சுகமாக இருப்பார்கள் (peaceful state); தீயவர்கள் தண்டனை பெறுவர் (torment). இறுதியில் நியாத்தீர்ப்பில் Qiyamah (Judgment Day) உயிர்த்தெழுதல், அதனைத்தொடர்ந்து சொர்க்கம் (Jannah) அல்லது நரகம் (Jahannam) அடைவர். ஆவி Barzakh-இல் உணர்வுள்ளது, தண்டனை அல்லது சுகம் அனுபவிக்கிறது.

3. யூதம் (Judaism)

பழங்காலத்தில், ஷியோல்(Sheol) என்ற இருண்ட இடம் இருந்தது[164]. பெரும்பாலான நவீன யூதர்கள் ஆவி உணர்வுள்ள நிலையில் இருக்கும் என்று நம்புகின்றனர், ஆனால் விவரங்கள் தெளிவாக இல்லை. சில பிரிவுகள் (Orthodox) தூய்மைப்படுத்தல் (Gehenna) மற்றும் பரதீசு (Gan Eden) உண்டு என்று நம்புகின்றனர். ஆவி உணர்வுள்ளது, ஆனால் விவரங்கள் மதப்பிரிவுகளைப் பொறுத்து மாறுபடும்.

163 (வெளிப்படுத்தல் 20:11-15)

164 (Ecclesiastes 9:10; Psalm 6:5

4. இந்து மதம் (Hinduism)

ஆவி (ஆத்மா/atman) அழியாதது (அழிவில்லாதது).[165] மரணத்திற்குப் பிறகு ஆவி புனர்ஜன்மம் (reincarnation) வழியாக மற்றொரு உடலில் பிறக்கும்; இது சம்சாரம் (samsara) என்ற சுழற்சி. ஆவி உணர்வுள்ள நிலையில், மறுபிறப்புக்கு இடைப்பட்ட நிலை போன்று (intermediate state) இருக்கும் என்று சில பாரம்பரியங்கள் கூறுகின்றன. இறுதி நோக்கம், மோட்சம் (moksha); ஆவி பிரம்மனுடன் (Brahman) ஒன்றாகிறது. ஆவி உணர்வுள்ளது, ஆனால் சுழற்சியில் தொடர்கிறது (reincarnation).

5. பௌத்தம் (Buddhism)

அனாத்மா (anatta), நிரந்தர ஆவி/ஆத்மா இல்லை என்று கூறுகிறது. மரணத்திற்குப் பிறகு உணர்வுள்ள நிலை விஞ்ஞானம் (consciousness stream) தொடர்கிறது; புனர்ஜன்மம் (rebirth), பர்தோ (bardo) என்ற இடைநிலை(intermediate state) உள்ளது. ஆவி உணர்வுள்ள நிலையில் 49 நாட்கள் வரை இருக்கும் (Tibetan Buddhism). பௌத்ததின் இறுதி நோக்கம் நிர்வாணம் (nirvana); மறுபிறவி (rebirth) சுழற்சியிலிருந்து விடுதலை. நிரந்தர ஆவி இல்லை, ஆனால் உணர்வு மறுபிறவிக்கு (consciousness rebirth) இடையே உணர்வுள்ள நிலையில் தொடர்கிறது.

6. சீக்கியம் (Sikhism)

ஆவி (ஆத்மா) தேவனிடமிருந்து வந்து, மரணத்திற்குப் பிறகு புனர்ஜன்மம் வழியாக தொடர்கிறது. நல்ல செயல்களால் மோட்சம் (union with God) அடையலாம். ஆவி உணர்வுள்ளது, புனர்ஜன்மம் சுழற்சி-இல்(reincarnation cycle) தொடர்கிறது. இவை மதங்களின் பொதுவான கருத்துக்கள் – ஒவ்வொரு மதத்திலும் பிரிவுகளுக்கு ஏற்ப சிறு மாறுபாடுகள் உண்டு.

165 பகவத் கீதை 2:20

அத்தியாயம் 3

இயேசு கிறிஸ்துவின் உயிர்த்தெழுதல், அதன் பின்னரான சம்பவங்கள்

இயேசு கிறிஸ்து சிலுவையில் அறையுண்டு மரித்தபின், அவரது கதை முடிவடையவில்லை. மாறாக, அவரது உயிர்த்தெழுதல் மூலம் கிறிஸ்தவ விசுவாசத்தின் மையமான நம்பிக்கை தொடங்கியது. புனித வேதாகமத்தின் நான்கு நற்செய்திகளிலும் (மத்தேயு, மாற்கு, லூக்கா, யோவான்) மற்றும் அப்போஸ்தலர் நடபடிகளிலும் இந்தச் சம்பவங்கள் விரிவாகப் பதிவு செய்யப்பட்டுள்ளன. இயேசு மரித்து மூன்றாம் நாள் உயிர்த்தெழுந்தார் என்பதும், அதன் பின்னர் 40 நாட்கள் வரை தம் சீடர்களுடன் இருந்து, பல நிச்சயமான ஆதாரங்களுடன் தம்மை வெளிப்படுத்தினார் என்பதும் கிறிஸ்தவத்தின் அடிப்படை உண்மைகளாகும்.

அடக்கம் மற்றும் கல்லறைக் காவல்: இயேசு சிலுவையில் மரித்தபின் (மாலை மூன்று மணி அளவில்), அவரது உடலை அடக்கம் செய்ய வேண்டியிருந்தது. ஏனெனில் அடுத்த நாள் யூதர்களின் பாஸ்கா பண்டிகை தொடங்கவிருந்தது. அரிமத்தியா ஊரைச் சேர்ந்த யோசேப்பு என்ற பணக்கார யூதமத தலைமை சபையின் உறுப்பினர், இயேசுவின் இரகசிய சீடராக இருந்தார். அவர் பிலாத்துவிடம் சென்று, இயேசுவின் உடலை கேட்டுப் பெற்றார். நிக்கொதேமு என்பவர் சுமார் 100 இராத்தல் வாசனைப் பொருட்களுடன் (கலவை மற்றும் அலோ) வந்து சேர்ந்தார். இயேசுவின் உடல் சுத்தமான சணல் துணியால் சுற்றப்பட்டு,

யோசேப்பிற்குச் சொந்தமான புதிய கல்லறையில் வைக்கப்பட்டது. இந்தக் கல்லறை ஒரே பாறையில் வெட்டப்பட்டிருந்தது. பெரிய கல் ஒன்றை உருட்டி கல்லறை வாயிலை மூடினர்.

அடக்கத்திற்கு மறுநாள், பிரதான ஆசாரியர்களும் பரிசேயர்களும் பிலாத்திடம் சென்று, "அந்த ஏமாற்றுக்காரன் உயிரோடிருக்கும்போது, மூன்றாம் நாளில் உயிர்த்தெழுவேன் என்று சொன்னான். ஆகவே மூன்று நாட்கள் வரை கல்லறையை காவல் வைக்கும்படி" கேட்டனர். பிலாத்து அனுமதி அளித்ததால், கல்லறை முத்திரையிடப்பட்டு, ரோமானியக் காவலர்கள் பாதுகாப்புக்கு நியமிக்கப்பட்டனர்.[166]

உயிர்த்தெழுதல்: மூன்றாம் நாள், ஞாயிற்றுக்கிழமை அதிகாலையில், மகதலேனா மரியாள் உட்பட சில பெண்கள் கல்லறைக்கு வந்தனர். அவர்கள் இயேசுவின் உடலை அபிஷேகம் செய்ய வந்திருந்தனர். ஆனால் அவர்கள் கண்ட காட்சி அவர்களை அதிர்ச்சியில் ஆழ்த்தியது. பெரிய கல் உருட்டப்பட்டிருந்தது. கல்லறை காலியாக இருந்தது. தேவதூதர்கள் அவர்கள் முன் தோன்றி, "அவர் இங்கே இல்லை; அவர் சொன்னபடி உயிர்த்தெழுந்தார்" என்று அறிவித்தனர். பெண்கள் இந்தச் செய்தியை சீடர்களிடம் தெரிவித்தனர். பேதுருவும், யோவானும் ஓடிச் சென்று கல்லறையைப் பார்த்தனர். இயேசுவின் உடல் இல்லை; கல்லறைத் துணிகள் மட்டும் ஒழுங்காகக் கிடந்தன. இது உயிர்த்தெழுதலின் முதல் ஆதாரமாக அமைந்தது.

உயிர்த்தெழுந்த இயேசுவின் தோற்றங்கள்: உயிர்த்தெழுந்த இயேசு, அடுத்த 40 நாட்களில் பல முறைத் தம்மை வெளிப்படுத்தினார். முதலில் மகதலேனா மரியாளுக்கு தோன்றினார். அவள் அவரை முதலில் தோட்டக்காரன் என்று நினைத்தாள். பின்னர் "மரியா" என்று அழைத்தபோது, அவள் "ரபூனி" (ஆசிரியரே) என்று அழைத்தாள். இயேசு அவளிடம், "என்னைத் தொடாதே, ஏனெனில் நான் இன்னும் பிதாவிடம் ஏறவில்லை. என் சகோதரர்களிடம் போய்,

166 (மத்தேயு 27:62-66)

நான் என் பிதாவினிடத்திற்கும், உங்கள் பிதாவினிடத்திற்கும், என் தேவனிடத்திற்கும், உங்கள் தேவனிடத்திற்கும் ஏறுகிறேன் என்று சொல்" என்றார்.[167]

அதன் பின்னர் பல பெண்களுக்கும், பேதுருவுக்கும் தோன்றினார். எம்மாவூர் என்ற ஊருக்குச் சென்ற இரு சீடர்களுடன் வழியில் பேசி, வேதங்களை விளக்கி, ரொட்டியைப் பகிர்ந்தபோது அவர்கள் அவரை அடையாளம் கண்டுகொண்டனர். அதே நாள் இரவு, ஜெருசலேமில் உள்ள அறையில் கூடியிருந்தப் பத்து சீடர்களுக்குத் (தோமா இல்லை) தோன்றி, "சமாதானம் உங்களுக்கு" என்று கூறி, தமது கைகளையும் பக்கத்தையும் காட்டினார். பரிசுத்த ஆவியை ஊதி, "யாருடைய பாவங்களை மன்னிக்கிறீர்களோ அவை மன்னிக்கப்படும்" என்று அதிகாரம் அளித்தார்.

ஒரு வாரத்திற்குப் பின், தோமா இருந்தபோது மீண்டும் தோன்றினார். தோமா "என் கைகளால் ஆணியின் தழும்புகளைப் பார்க்காமலும், என் கையை விலாவிலே வைக்காமலும் நம்பமாட்டேன்" என்று சொன்னார். இயேசு அவரிடம், "உன் விரலை இங்கே வை, என் கைகளைப் பார். நம்பாதவனாய் இராமல், விசுவாசியாய் இரு" என்றார். தோமா "என் ஆண்டவரும் என் தேவனுமே" என்று அறிக்கை செய்தார்[168].

கலிலேயாவில் கடற்கரையில் ஏழு சீடர்களுக்கு தோன்றி, அதிசயமான மீன் பிடிப்பை நிகழ்த்தினார். அங்குப் பேதுருவை மூன்று முறை "என் ஆடுகளை மேய்ப்பாயாக" என்றுக் கேட்டு, அவரது முந்தைய மறுப்பை மீட்டெடுத்தார்.

மிக முக்கியமான தோற்றம், கலிலேயா மலையில் நடைபெற்றது. அங்கு 11 சீடர்களும் மற்றும் பலரும் கூடியிருந்தனர். இயேசு, "வானத்திலும் பூமியிலும் சகல அதிகாரமும் எனக்கு அளிக்கப்பட்டிருக்கிறது. ஆகையால் நீங்கள் போய் எல்லா ஜாதிகளிலும் சீடர்களை உண்டாக்கி, அவர்களுக்குப் பிதா,

167 யோவான். -20:16,17

168 யோவான்-20:26-29

குமாரன், பரிசுத்த ஆவி பெயரால் ஞானஸ்நானம் கொடுத்து, நான் உங்களுக்குக் கட்டளையிட்டவற்றை எல்லாம் அவர்களுக்குப் போதியுங்கள். இதோ, உலக முடிவுபரியந்தம் நான் உங்களுடனே இருக்கிறேன்" என்ற **பெரிய கட்டளையை** (Great Commission) அளித்தார்.

பவுல் தன் கடிதத்தில் கூறியபடி, 500-க்கும் மேற்பட்ட சகோதரர்களுக்கு ஒரே நேரத்தில் தோன்றியதும், இயேசுவின் சகோதரர் யாக்கோபுக்கும் தோன்றியதும் குறிப்பிடத்தக்கவை.

இறுதி வாக்குத்தத்தங்கள் மற்றும் பரலோகம் ஏறுதல்: 40 நாட்கள் முடிவில், ஒலிவ மலையில் சீடர்களுடன் இருந்தபோது, இயேசு அவர்களுக்கு இறுதி வாக்குறுதிகளை அளித்தார். "பரிசுத்த ஆவியால் ஞானஸ்நானம் பெறும் வரை எருசலேமை விட்டுப் புறப்பட வேண்டாம். பரிசுத்த ஆவி உங்கள்மீது வரும்போது, நீங்கள் பலத்தை பெற்று, எருசலேமிலும், யூதேயா முழுவதிலும், சமாரியாவிலும், பூமியின் எல்லைவரைக்கும் எனக்குச் சாட்சிகளாயிருப்பீர்கள்" என்றார்.

இவ்வாறு சொன்னபின், அவர் அவர்களுக்கு முன்பாக உயர்த்தப்பட்டு, மேகங்களால் மறைக்கப்பட்டார். இரண்டு வெண்ணாடை உடைய தேவதூதர்கள் தோன்றி, "கலிலேயரே, நீங்கள் ஏன் வானத்தைப் பார்த்துக் கொண்டு நிற்கிறீர்கள்? இந்த இயேசு உங்களிடமிருந்து பரலோகத்திற்கு எடுத்துக் கொள்ளப்பட்டார். அவர் எப்படி வானத்திற்குப் போனாரோ, அதே போன்று மீண்டும் வருவார்" என்று சொன்னார்கள்.

இந்தச் சம்பவங்கள் அனைத்தும் கிறிஸ்தவ விசுவாசத்தின் அடித்தளமாக அமைந்துள்ளன. இயேசுவின் உயிர்த்தெழுதல், மரணத்தை வென்றது என்பதையும், அவர் உயிரோடு இருக்கிறார் என்பதையும், பைபிளில் தெளிவாகப் பதிவு செய்யப்பட்டுள்ளன. அவர் தம் சீடர்களுக்கு அளித்த பணி, வாக்குத்தத்தம், இந்த உண்மைகள் இன்றும் உலகம் முழுவதும் தொடர்கின்றன.

இயேசு கிறிஸ்துவின் **உயிர்த்தெழுதல்** ஒரு வரலாற்று நிகழ்வு மட்டுமல்ல; தேவனின் இரட்சிப்புத் திட்டத்தின் உச்சகட்டம், மரணத்தின் மீதான வெற்றி, மற்றும் மனிதகுலத்தின் நம்பிக்கையின் அடித்தளம் ஆகும்.

உயிர்த்தெழுதல் என்றால் என்ன? (Definition)

பைபிளில் "உயிர்த்தெழுதல்" (Greek: *anastasis*) என்ற சொல் "எழுந்து நிற்பது" அல்லது "மீண்டும் உயிர்பெறுதல்" என்று பொருள்படும். இயேசு மரணத்திற்குப் பின் **உடலுடன்** (bodily resurrection) மூன்றாம் நாள் உயிர்த்தெழுந்தார். இது சாதாரண உயிர்த்தெழுதல் அல்ல; புதிய, மகிமையான சரீரத்துடன் (glorified body) – சாவின் வல்லமையை முறியடித்து, மரணத்தால் கட்டுப்படுத்த முடியாத நிலையில் எழுந்தார்.[169] இயேசு தாமே "நானே உயிர்த்தெழுதலும் ஜீவனுமாயிருக்கிறேன்"[170] என்று அறிவித்தார். இது அவரது போதனையின் உச்சகட்டமாகும். உயிர்த்தெழுதல் பல ஆழமான இறையியல் உண்மைகளை வெளிப்படுத்துகிறது.

இயேசு தேவகுமாரன் என்பதற்கான தெளிவான சாட்சி: உயிர்த்தெழுதல் இயேசுவை "தேவனுடைய குமாரனாக" வல்லமையுடன் அறிவிக்கிறது.[171] அவர் சொன்னபடி மூன்றாம் நாள் உயிர்த்து எழுந்தார் என்பது அவரது தெய்வீகத்தன்மையை உறுதிப்படுத்துகிறது. மரணம் அவரைத் தடுக்க முடியவில்லை என்பது, அவர் தேவனுடன் ஒன்றானவர் என்பதைக் காட்டுகிறது. சிலுவைப் பலியின் ஏற்றுக்கொள்ளல் (Vindication of the Atonement) அடையாளமாக இயேசு சிலுவையில் "முடிந்தது" என்றார். இந்த உயிர்த்தெழுதல், தேவன் அந்தப் பலியை ஏற்றுக்கொண்டதற்கான "ரசீது" (receipt) ஆகும். "அவர் நம்முடைய பாவங்களுக்காக ஒப்புக்கொடுக்கப்பட்டார்; நம்மை நீதிமான்கள் ஆக்குவதற்காக

---

169 (அப்போஸ்தலர் 2:24)
170 (யோவான் 11:25)
171 (ரோமர் 1:4)

அவர் உயிர்த்து எழுந்தார்."[172] உயிர்த்தெழுதல் இல்லையென்றால், நம்முடைய பாவங்கள் இன்னும் மன்னிக்கப்படவில்லை என்று பவுல் கூறுகிறார்.[173]

மரணம் மற்றும் பாவத்தின் மீதான வெற்றி: உயிர்த்தெழுதல், மரணத்தின் வல்லமையை முறியடித்தது. "மரணமே! உன் கொடுக்கு எங்கே? பாதாளமே! உன் வெற்றி எங்கே?"[174] இது பாவத்தின் ஊதியமான மரணத்தை வென்று, விசுவாசிகளுக்கு **புதிய ஜீவன்** (new life) அளிக்கிறது[175]. இப்போதே ஆவியில் புதிய சிருஷ்டியாகவும், எதிர்காலத்தில் உடலுடன் உயிர்த்தெழுதலாகவும் இது நிறைவேறும்.

பெரிய கட்டளை மற்றும் சாட்சி வாழ்க்கைக்கான அடிப்படை: உயிர்த்தெழுந்த இயேசு "வானத்திலும் பூமியிலும் சகல அதிகாரமும் எனக்கு அளிக்கப்பட்டிருக்கிறது" என்று கூறி, சீடர்களை எல்லா ஜாதிகளுக்கும் நற்செய்தியை அறிவிக்கச் செல்லும்படி அனுப்பினார்.[176] இது பெரிய கட்டளை (The Great Commission) என்று அழைக்கப்படுகிறது. இது கிறிஸ்தவ ஊழியத்தின் இயக்கு சக்தியாகும். **நம்பிக்கையின் அடித்தளம்**. உயிர்த்தெழுதல் இல்லையென்றால், "நம்முடைய பிரசங்கமும் வீண், உங்கள் விசுவாசமும் வீண்"[177]. கிறிஸ்தவம் முழுவதும் இந்த உண்மையில் தங்கியுள்ளது. இது "ஏன் தீமை உள்ளது?" என்ற கேள்விக்கு பதிலளிக்கிறது; தேவன் மரணத்தையும் தீமையையும் வென்று, நியாயத்தையும் புதிய சிருஷ்டியையும் கொண்டு வருகிறார். கிறிஸ்தவம் உடலை அழிவுள்ளதாகக் கருதவில்லை, உடல் மற்றும் ஆவியின் ஒருமையாக கருதுகிறது. உயிர்த்தெழுதல் உடலை மீட்டெடுக்கிறது; இது மனித இயல்பின் முழுமையான மீட்பை (holistic redemption) காட்டுகிறது. உயிர்த்தெழுதல் நமக்கு

172 (ரோமர் 4:25)

173 (1 கொரிந்தியர் 15:17).

174 (1 கொரிந்தியர் 15:55)

175 (ரோமர் 6:23)

176 (மத்தேயு 28:18-20).

177 (1 கொரிந்தியர் 15:14

பாவ மன்னிப்பு, புதிய வாழ்க்கை, மரணத்தின் மீதான நம்பிக்கை மற்றும் எதிர்கால மகிமையை அளிக்கிறது. இது துன்பத்திலும், “நான் உங்களுடனே எல்லா நாட்களிலும் இருக்கிறேன்”[178] என்ற வாக்குறுதியில் ஆறுதல் தருகிறது. விசுவாசி இப்போதே “புதிய சிருஷ்டி” ஆகி, எதிர்காலத்தில் முழுமையான உயிர்த்தெழுதலை எதிர்பார்த்துக் காத்திருக்கிறான்.

பரிசுத்த ஆவியானவர்

இயேசு கிறிஸ்து பரிசுத்த ஆவியைப் பற்றி முக்கியமாக **யோவான் சுவிசேஷத்தின்** 14, 15, 16 அதிகாரங்களில், கடைசி இராப்போஜன உரையின் போது விரிவாகப் பேசினார். இவை அவரது சீடர்களுக்கு ஆறுதலும், வழிகாட்டுதலும், வாக்குத்தத்தமும் ஆகும். இயேசு தாம் பிதாவிடம் செல்லப் போவதால், சீடர்கள் தனிமையில் இருக்க மாட்டார்கள் என்று உறுதியளித்தார்.

இயேசுகிறிஸ்து, பரிசுத்த ஆவியை, **“தேற்றரவாளன்”** (Comforter/Advocate), **“சகாயன்”**, (**“பராக்லீட்டோஸ்”**-Paraclete) ஒருவருக்கு அருகில் அழைக்கப்படுபவர், உதவியாளர், வழக்கறிஞர், ஆலோசகர் என்று அழைத்தார். இவர் “சத்திய ஆவி” (Spirit of truth) என்றும் குறிப்பிடப்படுகிறார். “நீங்கள் என்னை நேசித்தால், என் கட்டளைகளைக் கைக்கொள்ளுங்கள். நான் பிதாவை வேண்டிக்கொள்வேன்; அவர் உங்களுக்குச் சகாயனாகிய வேறொருவரை அருளுவார். அவர் என்றென்றைக்கும் உங்களுடனே இருப்பார். அவரே சத்திய ஆவி. உலகம் அவரைப் பெற்றுக்கொள்ளமாட்டாது; ஏனென்றால், அவரை அது காணாது, அறியாது. நீங்களோ அவரை அறிவீர்கள்; ஏனென்றால், அவர் உங்களுடனே வாசம்பண்ணுகிறார், உங்களில் இருப்பார்.”[179]

“இவைகளை, நான் உங்களுடனே இருக்கையில், உங்களுக்குச் சொன்னேன். தேற்றரவாளன் ஆகிய பரிசுத்த ஆவியானவர், பிதா

178 (மத்தேயு 28:20)

179 (யோவான் 14:15-17)

என் நாமத்தினாலே அனுப்பப்போகிறவர், எல்லாவற்றையும் உங்களுக்குப் போதித்து, நான் உங்களுக்குச் சொன்ன எல்லாவற்றையும் உங்களுக்கு நினைவூட்டுவார்."[180]

"நான் பிதாவினிடத்திலிருந்து உங்களுக்கு அனுப்பப்போகிற தேற்றரவாளனாகிய சத்திய ஆவி பிதாவினிடத்திலிருந்து புறப்படுகிறவர்; அவர் என்னைக்குறித்துச் சாட்சி கொடுப்பார். நீங்களும் சாட்சிகளாயிருப்பீர்கள்; ஏனென்றால், நீங்கள் ஆதிமுதல் என்னுடனே இருந்தீர்கள்."[181] "பரிசுத்த ஆவி உங்கள்மேல் வரும்போது பெலன் பெற்று... பூமியின் எல்லைவரைக்கும் எனக்குச் சாட்சிகளாயிருப்பீர்கள்."[182] இந்த வாக்குகள் **பெந்தெகோஸ்து** நாளில் நிறைவேறின. இன்றும் பரிசுத்த ஆவி விசுவாசிகளுக்குள் வாசம் செய்து, போதித்து, வழிநடத்தி, இயேசுவை மகிமைப்படுத்துகிறார்.

பெந்தெகோஸ்து நிகழ்வு எங்கு, எப்போது, யாரிடம் நடைபெற்றது?

பெந்தெகோஸ்து (Pentecost) என்பது கிறிஸ்தவ வரலாற்றில் மிக முக்கியமான நிகழ்வு. இது **பரிசுத்த ஆவியின் வருகை** மற்றும் **கிறிஸ்தவ சபையின்** (Church) **பிறப்பு** என்று அழைக்கப்படுகிறது. இயேசு கிறிஸ்து உயிர்த்தெழுந்து 50 நாட்களுக்குப் பின் (அதாவது பாஸ்கா பண்டிகைக்குப் பின் 50வது நாள்) ஏற்பட்டது. "பெந்தெகோஸ்து" என்ற கிரேக்க சொல்லுக்கு "ஐம்பதாவது" என்று பொருள்.

பெந்தெகோஸ்து பண்டிகை பழைய ஏற்பாட்டில் "வாரங்களின் பண்டிகை" (Feast of Weeks) அல்லது "முதல் கனிகளின் பண்டிகை" (Feast of Firstfruits) என்று அழைக்கப்பட்டது[183]. பாஸ்கா (பஸ்கா) பண்டிகைக்குப் பின் ஏழு வாரங்கள் (49 நாட்கள்) கழித்து 50-வது நாள் கொண்டாடப்பட்டது. இது கோதுமை அறுவடையின்

180 (யோவான் 14:25-26)

181(யோவான் 15:26-27)–

182 அப்போஸ்தலர் 1:8

183 (லேவியராகமம் 23:15-21; உபாகமம் 16:9-12)

முடிவைக் கொண்டாடியது. முதல் கனிகளை தேவனுக்கு காணிக்கையாகச் செலுத்தினர். யூதர்கள் எருசலேமில் கூடி, தேவனுக்கு நன்றி செலுத்தினர். கிறிஸ்தவத்தில் இந்தப் பண்டிகை ஆவியின் அறுவடையின் அடையாளமாக மாறியது. இயேசுவின் உயிர்த்தெழுதல் "முதல் கனி" என்றால், பெந்தெகோஸ்து நாளில் ஆயிரக்கணக்கான ஆத்துமாக்கள் இரட்சிப்பின் முதல் அறுவடையாகச் சேர்க்கப்பட்டனர்.

இயேசு உயிர்த்தெழுந்தபின், எருசலேமில் ஒரு மேல்மாடி அறையில் (Upper Room), சீடர்கள் கூடியிருந்தனர். கி.பி.33-இல் அல்லது அதற்கு அருகில், ஞாயிற்றுக்கிழமை (உயிர்த்தெழுதல் ஞாயிற்றுக்கிழமையிலிருந்து 50 நாட்கள்). சுமார் 120 **பேர்** (அப்போஸ்தலர்கள், பெண்கள், இயேசுவின் தாய் மரியாள், சகோதரர்கள் உட்பட) ஒருமனப்பட்டு ஜெபித்துக் கொண்டிருந்தனர்.[184] பெந்தெகோஸ்து நாளில், அவர்கள் எல்லாரும் ஒருமனப்பட்டு ஒரே இடத்தில் இருந்தனர். "வானத்திலிருந்து பலத்த காற்று அடிக்கிற முழக்கம்போல சடிதியாய் ஒரு முழக்கமுண்டாகி, அவர்கள் உட்கார்ந்திருந்த வீடு முழுவதையும் நிரப்பிற்று." இது பரிசுத்த ஆவியின் வல்லமையையும் ஜீவனையும் குறிக்கிறது[185] "பிரிந்த நெருப்பு நாவுகள்போல அவர்களுக்குத் தோன்றி, அவர்கள் ஒவ்வொருவரின் மேலும் உட்கார்ந்தது." நெருப்பு தேவனின் பரிசுத்தத்தையும், சுத்திகரிப்பையும், இருப்பையும் குறிக்கிறது[186]. "அவர்கள் எல்லாரும் பரிசுத்த ஆவியால் நிரப்பப்பட்டு, ஆவியானவர் அவர்களுக்குக் கொடுத்தபடியே வேறு பாஷைகளில் பேசத் தொடங்கினார்கள்." எருசலேமில் எல்லா ஜாதியாரும் (பார்த்தியர், மேதியர், எலாமியர், மெசபொத்தாமியர், யூதேயா, கப்பதோக்கியா, பொந்து, ஆசியா, பிரிகியா, பம்பிலியா, எகிப்து, லிபியா, ரோமாபுரி, கிரேக்கம், அரேபியா ஆகிய தேசத்தை சார்ந்தோர்) கூடியிருந்தனர். அவர்கள் தங்கள் சொந்த மொழியில் இயேசுவின் மகிமையான

---

184 (அப்போஸ்தலர் 1:15; 2:1

185 (ஆதியாகமம் 2:7; யோவான் 3:8)

186 (யாத்திராகமம் 3:2; ஏசாயா 6:6-7)

செயல்களைப் பற்றி பேசுவதைக் கேட்டு ஆச்சரியப்பட்டனர். சிலர் "இவர்கள் வெறியிட்டிருக்கிறார்கள்" என்று பரிகசித்தனர். பேதுரு எழுந்து, அப்போஸ்தலர்களுடன் நின்று பிரசங்கித்தார். அவர்கள் அப்போஸ்தலர்களின் போதனையைக் கேட்டு, சகோதரத்துவ பங்களிப்பில், அப்பம் பகிர்தலில், ஜெபத்தில் உறுதியாயிருந்தனர். மக்கள் "இதற்கு என்ன செய்ய வேண்டும்?" என்று கேட்டபோது, பேதுரு பதிலளித்தார்: "மனந்திரும்புங்கள்; உங்கள் பாவ மன்னிப்புக்காக ஒவ்வொருவரும் இயேசு கிறிஸ்துவின் நாமத்தில் ஞானஸ்நானம் பெறுங்கள்; அப்பொழுது பரிசுத்த ஆவியின் வரத்தைப் பெறுவீர்கள்.[187]" என்றார். அன்றே சுமார் 3000 பேர் மனந்திரும்பி ஞானஸ்நானம் பெற்று சபையில் சேர்க்கப்பட்டனர். பயபக்தியும், அடையாளங்களும் அதிசயங்களும் நடைபெற்றன. இயேசுவின் 'நானே வழி' இயக்கம், சபையாக வளர்ந்தது.

திருச்சபையின் பிறப்பு: பழைய உடன்படிக்கையிலிருந்து புதிய உடன்படிக்கைக்கு மாற்றம் நிகழ்ந்தது. தேவன் இனி கோவிலில் அல்ல, விசுவாசிகளின் உள்ளத்தில் வாசம் செய்கிறார். "பரிசுத்த ஆவி உங்கள்மேல் வரும்போது பெலன் பெற்று... பூமியின் எல்லை வரைக்கும் எனக்குச் சாட்சிகளாயிருப்பீர்கள்[188]". உலகளாவிய இரட்சிப்பு, மொழி, இனம், ஜாதி ஆகியவற்றின் எல்லை மீறி சுவிசேஷம் பரவத் தொடங்கியது. ஆதியில் ஆவி தண்ணீர்கள்மேல் அசைந்தது போல[189], இங்கு புதிய ஆவியான சபை உருவானது.

மத்தியாஸ் (Matthias) சீடர் தேர்வு: இயேசுவின் மரணத்திற்குப் பின், மிக முக்கியமாக பங்காற்றிய, நற்செய்தியைப் பரப்புவதற்கான கடவுளின் திட்டம் இருந்தது. அந்த ஒரு திட்டத்தின் அங்கமாக இருந்தவர்கள் மத்தியாஸ் மற்றும் சவுல் என்ற பவுல் என்ற இருவர். அவர்கள் மீது நமது கவனம் திரும்புகிறது.

187 (அப்போஸ்தலர் 2:38)
188 (அப்போஸ்தலர் 1:8)
189 (ஆதியாகமம் 1:2)

இயேசுவின் விண்ணேற்றத்திற்கும் (Ascension), யூதாஸின் தற்கொலைக்கும் பிறகு, 12 சீடர்கள் என்ற அந்த அடையாள எண்ணை மீண்டும் நிலைநாட்ட வேண்டிய அவசியத்தை அப்போஸ்தலர்கள் உணர்ந்தனர். புதிய அப்போஸ்தலருக்கான தகுதிகளை, பேதுரு இவ்வாறு முன்வைத்தார், "யோவான் தீர்க்கதரிசி திருமுழுக்குக் கொடுத்த நாள் முதல், ஆண்டவர் இயேசு நம்மிடமிருந்து எடுத்துக்கொள்ளப்பட்ட நாள் வரை, எங்களுடனே கூட இருந்த மனிதர்களில் ஒருவரைத் தேர்ந்தெடுக்க வேண்டும். அவர் நம்மோடு சேர்ந்து, அவருடைய உயிர்த்தெழுதலுக்குச் சாட்சியாக இருக்க வேண்டும்" என்பதே. இந்த விவரிப்பின் மூலம், மத்தியாஸ் ஆரம்பத்திலிருந்த 12 பேரில் ஒருவராக இல்லாவிட்டாலும், இயேசுவின் பொதுப்பணித் தொடக்கத்திலிருந்து அவர் விண்ணேற்றம் அடையும் வரை இயேசுவைப் பின்பற்றி வந்தவர் என்பது புலனாகிறது. அவர் இயேசுவின் அற்புதங்களையும் போதனைகளையும் கண்டவர்; சிலுவை மரணத்தைச் சாட்சியாகப் பார்த்தவர்; உயிர்த்தெழுந்த கிறிஸ்துவை நேரில் சந்தித்தவர். மற்ற 12 பேரைப் போல அதிகக் கவனமும் அங்கீகாரமும் பெறாவிட்டாலும், அவர் ஒரு விசுவாசமுள்ள சீடராக இருந்தார். எனவே, அவர்கள் பார்சபா எனப்பட்ட யோசேப்பு மற்றும் மத்தியாஸ் ஆகிய இருவரை முன்மொழிந்தனர்.

பின்பு அவர்கள், "எல்லாருடைய உள்ளங்களையும் அறிந்திருக்கும் ஆண்டவரே, யூதாஸ் விட்டுப்போன இந்த அப்போஸ்தலப் பணியை ஏற்க, இவ்விருவரில் நீர் யாரைத் தெரிந்தெடுத்தீர் என்று எங்களுக்குக் காட்டியருளும்" என்று வேண்டினர். பிறகு அவர்கள் திருவுளச் சீட்டுப் போட்டார்கள்; சீட்டு மத்தியாஸ் பெயரில் விழுந்தது. எனவே அவர் 11 அப்போஸ்தலர்களுடன் சேர்த்துக்கொள்ளப்பட்டார். திருவுளச் சீட்டுப் போடுவது என்பது ஒரு தற்செயலான செயலோ அல்லது சூதாட்டமோ அல்ல. இது விசேஷமாக ஊக்கமான ஜெபத்திற்குப் பிறகு, இறைவனது திருவுள்ளத்தைக் கண்டறிய யூதர்களால்

கடைப்பிடிக்கப்பட்ட ஒரு மதிப்பிற்குரிய முறையாகும்.[190] நீதிமொழிகள் நூல் கூறுவது போல, "சீட்டு மடியில் போடப்படும்; ஆனால் அதன் முடிவு கர்த்தரால் வரும்." மேல்மாடி அறையில் கூடியிருந்த சுமார் 120 சீடர்களிடையே பேதுரு தலைமையில் இந்தத் தேர்வு நடைபெற்றது. மத்தியாஸின் சேர்க்கையோடு, 12 அப்போஸ்தலர்கள் என்ற அடையாள எண் மீண்டும் பூர்த்தியானது. இஸ்ரவேலின் 12 கோத்திரங்களையும், கடவுளின் புதிய ஏற்பாட்டு மக்களின் முழுமையையும் குறிப்பதாக இது இருந்தது.

மத்தியாஸின் பிற்காலப் பணி குறித்து வேதாகமம் மேலதிகத் தகவல்களைத் தரவில்லை. பண்டைய மரபுவழிச் செய்திகளின்படி, அவர் எத்தியோப்பியா மற்றும் யூதேயாவில் நற்செய்தி அறிவித்தார் என்று கூறப்படுகிறது. சில குறிப்புகள் அவர் கல்லெறியப்பட்டுக் கொல்லப்பட்டார் என்றும், மற்றவை அவர் தலை துண்டிக்கப்பட்டுக் கொல்லப்பட்டார் என்று கூறுகின்றன. வரலாற்றுப் பதிவுகளில் அவர் கொண்டாடப்படாவிட்டாலும், இறைவனுக்குத் தெரிந்த பல விசுவாசமுள்ள ஊழியர்கள், பொதுப்பார்வைக்கு வராமலே இன்றும் பணியாற்றுகிறார்கள் என்பதை இது நமக்கு நினைவூட்டுகிறது.

இயேசுவின் புதிய வழி இயக்கம் திருச்சபையாக

இத்தருணத்தில், தேவன் விரும்பிய, மக்களின் வாழ்வில் திருப்புமுனையை ஏற்படுத்தும், புதிய புரட்சிகர வழியாகத் தோன்றிய இயக்கம், திருச்சபையாக துளிர்விட ஆரம்பித்தது. அதன் தலைவர் **நசரேனாகிய இயேசு கிறிஸ்து**. மக்கள் நாசரேத் நகரத்தின் இயேசு என்ற மனிதனைப் பற்றிப் பேசினர். இந்த இயேசு ஒரு தச்சர். அவர் ஒரு ஆசிரியர். எருசலேமில் இவ்வாறு வதந்திகள் பரவத் தொடங்கின. ஆனால் ரோமன் அரசு அவரைச் சிலுவையில் அறைந்தது. சிலுவையில் அறையப்பட்ட மனிதன் மேசியாவாக (மீட்பர்) இருக்க முடியாது என்று யூதரும், பரிசேயருமான சவுலுக்கு தோன்றியது. ஏனெனில், மோசேயின் சட்டம் மரத்தில் தொங்குபவர் கடவுளால் சாபமிடப்பட்டவர் என்று சொன்னது.

190 நீதிமொழிகள் 16:33

ஆனால் இந்த இயேசுவைப் பின்பற்றுபவர்கள் சாத்தியமில்லாத ஒன்றைச் சொன்னார்கள். அவர் உயிருடன் இருப்பதாக அவர்கள் கூறினர். அவர் உயிர்த்தெழுந்தார் என்று கூறினர். அவர் கடவுளின் மகன் என்று சொன்னார்கள். சவுலுக்கு இது வெறும் முட்டாள்தனம் மட்டும் அல்ல. இது கடவுளுக்கு அவமானம் என்று கருதினார். இந்தக் கிறிஸ்தவர்கள் தேவாலயத்தையும், பலிகளையும் நம்புவதை நிறுத்தி, இறந்த குற்றவாளியை நம்பச் சொன்னார்கள். சவுல் இந்த இயக்கம் வளர்வதைப் பகை நிறைந்த கண்களால் பார்த்தார். இந்த திருச்சபை ‘வழி’ இயக்கம் சில மீனவர்கள் மற்றும் வரி வசூலிப்பவர்களுடன் தொடங்கியது. ஆனால் விரைவில் ஆயிரக்கணக்கானோர் இந்த இயக்கத்தில் சேர்ந்தனர். யூத மதப் போதகர்கள் அவர்களுடன் சேர்ந்தனர். சாதாரண மக்கள் சேர்ந்தனர். அவர்கள் தங்களை “இயேசுவின் வழி இயக்கத்தினர்” என்று அழைத்தனர். சவுலுக்கு இது எரிச்சலைத் தந்தது. கடவுளை நேசிக்க, இந்தப் புதிய பொய்யை முறியடிக்க வேண்டியது அவசியம் என்று அவர் நினைத்தார். அவர் இந்த இயக்கத்தின் வளர்ச்சியை நிறுத்த வேண்டும் என்று முடிவு செய்தார்.

சவுல் என்ற பவுல் அப்போஸ்தலன் (Apostle Paul)

கிறிஸ்துவின் பரம எதிரி ஒருவன் பரம நண்பரான வரலாற்று நிகழ்வு இது. நீங்கள் பவுல் (Paul) இயேசுவின் செய்தியை உலகம் முழுவதும் பரப்பியவராகவும், வேதாகம புதிய ஏற்பாட்டு நிருபங்களை எழுதியவராகவும் அறிவீர்கள். ஆனால் அவர், பவுல் அப்போஸ்தலனாக இருப்பதற்கு முன்பு, அவர் தர்சு (Tarsus) நகரத்தின் சவுல் என்று அறியப்பட்டார். நீங்கள் முதல் நூற்றாண்டில் கிறிஸ்தவராக வாழ்ந்திருந்தால், சவுல் என்ற பெயர் உங்களுக்கு ஆறுதல் கொடுத்திருக்காது. அது உங்களுக்கு சிம்மசொப்பனங்களைத் தந்திருக்கும். அவர் கொடூரமானவர். அவர் ஆரம்பக் காலத் திருச்சபையுடன் உடன்படாத ஒருவர் மட்டுமல்ல, அவர் கிறிஸ்துவைப் பின்பற்றுபவர்களை, வேட்டையாடி அழிக்கும் பணியில் இருந்தவர். தனது யூத நம்பிக்கைகளால் இயக்கப்பட்டு,

வன்முறையை, வழிபாட்டுச் செயலாகக் காணும் ஒரு தீவிரவாத மனிதன். அவர் எந்த வாதத்திலும் வெல்ல முடியாத அளவு புத்திசாலி. பவுல் என்ற படித்த அறிவாளி ஒருவன், மக்கள் இறக்கும் போது கண் சிமிட்டாமல் பார்க்கும் கொடூரக் குணம்கொண்டவன் என்பதைக் கற்பனை செய்து பாருங்கள். அவர்தான் சவுல். அவர் ஆரம்பக் காலக் கிறிஸ்தவர்களின் மிகப் பெரிய எதிரி. அவர் விசுவாசிகளுக்கு அசுரன், நிழல்களில் காத்திருக்கும் வேட்டைக்காரன்.

ஆனால் பைபிளின் வரலாறு, அன்பையும் மீட்சியையும் அடிப்படையாகக் கொண்டது. எந்த இதயமும் கடவுளால் உடைக்க முடியாத அளவு கடினமானது அல்ல. எந்த வாழ்க்கையும் ஒளி அடைய முடியாத அளவு இருட்டானது அல்ல. சவுலின் வாழ்க்கையில் இது நிகழ்ந்தது. திருச்சபையின் பரம எதிரி ஒருவன் பரம நண்பரானது வரலாற்று நிகழ்வின் கதை. பவுலின் வாழ்க்கையை புரிந்துகொள்ள, அவர் எங்கிருந்து வந்தார் என்பதை அறிந்துகொள்ள வேண்டும்.

சவுலின் பிறப்பும் வளர்ப்பும்: சவுல் என்ற யூதனின் பிறப்பும் வளர்ப்பும், இயேசு கிறிஸ்து பிறந்த ஐந்து ஆண்டுகளுக்குப் பின் ஆரம்பமானது. தர்சு என்ற நகரத்தில் சவுல் பிறந்தார். இது இன்றைய நவீன துருக்கியில் உள்ள ஒரு முக்கிய நகரம். தர்சு சிறிய கிராமம் அல்ல. அது உலகம் முழுவதும் இருந்து கப்பல்கள் வரும் ஒரு பரபரப்பான பெரு நகரமாகும். கிழக்கும் மேற்கும் சந்திக்கும் இடம். அங்கு, தத்துவஞானிகள் தெரு மூலைகளில் வாழ்க்கையின் அர்த்தத்தை விவாதித்தனர். ரோமன் வீரர்கள், தங்கள் இரும்புக் கவசத்தை அணிந்து, தெருக்களில் அணிவகுத்தனர்.

சவுல் வசதிபடைத்த பெற்றோருக்குப் பிறந்தவர். அவர் பெஞ்சமின் கோத்திரத்தைச் சேர்ந்த யூதர். கடுமையான மதவழிபாட்டைப் பின்பற்றும் வீட்டில் வளர்க்கப்பட்டவர். ஆனால் அவர் ரோமன் குடிமகனாகவும் இருந்தார். அந்தக் காலத்தில் ரோமை குடியுரிமை, அதிக விலை கொடுத்து வாங்கப்படும் தங்கச் சீட்டு

போன்றதாகும். அதனை வைத்திருப்போர் அனைத்து உரிமைகளைப் பெற்றிருந்தனர். அரசின் அனுமதியின்றி அவர்களைக் கைது செய்யவோ, துன்புறுத்தவோ முடியாது. சீசருக்கு மேல்முறையீடு செய்யும் உரிமை அவர்களுக்கு இருந்தது. பெரும்பாலான மக்கள் இந்தக் குடியுரிமையை உயர் விலைக்கு வாங்க வேண்டும். ஆனால் சவுல் பிறக்கும்போதே யூதப் பெற்றோர்கள் ரோம் நாட்டுக் குடியுரிமையைப் பெற்றிருந்தனர். இந்த இரட்டை அடையாளம் அவரது வாழ்க்கையை ஒரு காலகட்டத்தில் வரையறுத்து வழிநடத்தியது.

பல்மொழிப் புலமையும் கல்வியும் பெற்றவர் சவுல். அவர் துருக்கி நாட்டு தர்சு பட்டணத்தில் வாழ்ந்ததால், கிரேக்க மொழியை, தத்துவஞானி போலவும், யூதர் என்பதால் எபிரேய மொழியை யூத மதப் போதகர் (ரபி) போலவும் பேச முடியும். ரோம் நாட்டின் குடியுரிமை பெற இலத்தீன் மொழி தெரிந்திருக்க வேண்டும் என்பதாலும், ரோமின் சிக்கலான சட்டங்களையும் இஸ்ரவேலின் பழங்காலப் பாரம்பரியங்களையும் வழிநடத்த, லத்தீன் மொழியைக் கற்றுத் தேர்ந்திருந்தார். இயேசு தனது ஊழியத்திற்கு எத்தகைய மனிதனை தேர்வு செய்கிறார் பார்த்தீர்களா?

அவரது பெற்றோர் அவருக்கு சிறந்த வாழ்க்கையை அமைத்துக் கொடுக்க விரும்பினர். அவரது கூர்மையான மனதையும் முன்னேறும் ஆர்வத்தையும் பார்த்தனர். அவர்கள் தங்கள் இளம் மகனை, பிரசத்திபெற்ற யூதமத ஞானியான கமாலியலின் கீழ் படிக்கப் புனித நகரமான எருசலேமுக்கு அனுப்பினர். கமாலியல் ஒரு ஆசிரியர் மட்டுமல்ல. அவர் அந்தக் காலத்தின் மிகவும் மதிக்கப்பட்ட மத அறிஞர். கமாலியலின் கீழ் படிப்பது உலகின் மிகவும் பிரசித்தி பெற்ற பல்கலைக்கழகத்தில் படிப்பது போன்றது. எருசலேமில், இளம் சவுல் சிறந்து விளங்கினார். அவர் வேதங்களை இதயத்தில் எழுதியது போல் நினைவில் வைத்தார். அவர் அறிவுக் கூர்மையான தர்கத்துடன் விவாதிக்கக் கற்றுக்கொண்டார். அவர் மோசேயின் சட்டத்தைக் கற்றுக்கொண்டார். ஒவ்வொரு விதியும், ஒவ்வொரு தேவையும், ஒவ்வொரு பாரம்பரியமும் அவருக்கு

அத்துப்படி. பவுல் பின்னர் தானே சொன்னார், "நான் என் மக்களில் என் வயதினரில் பலரைவிட யூத மதத்தில் முன்னேறினேன் மற்றும் என் தந்தையரின் பாரம்பரியச் சடங்குகளில் மிகுந்த ஆர்வமுடையவனாக இருந்தேன்."

சவுல் ஒரு பரிசேயன். இது யூத மதத்தின் கடுமையான கோட்பாடுகளை கடைபிடிக்கும் பிரிவைச் சேர்ந்தவர் என்று அர்த்தம். பரிசேயர்கள் இஸ்ரவேல் சட்டத்தைச் சரியாகக் கடைப்பிடித்தால், கடவுள் அவர்களை ஆசீர்வதித்து மேசியாவை அனுப்பி அவர்களின் எதிரிகளைத் தோற்கடிப்பார் என்று நம்பினர். சவுல் இதைத் தீவிரமாக எடுத்துக்கொண்டார். சட்டத்தை மீறுபவர் அல்லது கடவுளைப் பற்றிப் பொய் போதிப்பவர் நாட்டைப் பின்னால் இழுப்பவர் என்று அவர் நம்பினார். புனிதப் பணிக்காகப் போராடுவதற்கு மதிப்புள்ளது என்று அவர் நம்பினார். அவரது சக மாணவர்கள் வளர்ந்து அமைதியான வாழ்க்கை வாழ்வதை அவர் பார்த்தார். ஆனால் சவுல் யூத மதப் பழமைவாதத்தால் இயக்கப்பட்டார். அவர் கடவுளின் பாதுகாவலராக இருக்க விரும்பினார். அவர் தனது மக்களைப் பொய்களிலிருந்து பாதுகாக்க விரும்பினார். ஸ்தேவான்(Stephen) என்ற இயேசுவைப் பின்பற்றிய விசுவாசியின் மரணத்தில், அவரது இந்த மோதல் மனப்பாங்கு, உச்சக்கட்டத்தை அடைந்தது.

ஸ்தேவான்(Stephen) **எனும் முதல் இரத்தசாட்சி:** ஆரம்பகாலத்தில், எருசலேம் நகரம் ரோமானிய ஆக்கிரமிப்பின் கீழ் இருந்தது. கி.பி. 26 முதல் 37 வரை ரோமானிய பேரரசர் டைபீரியஸின் கீழ் சேவை செய்துவந்த, ஐந்தாவது ஆளுநரான பொன்தியு பிலாத்து(Pontius Pilatus) ஆட்சியில், இயேசு சிலுவையில் அறையப்பட்டார். அவரது மரணத்துக்குப் பிறகு, இயேசுவைப் பின்பற்றிய அவரது சீடர்கள் எருசலேமில் ஒரு புதிய வழி இயக்கத்தை தொடங்கினர். இந்த இயக்கம், சபையாக(Assembly) வளர்ந்து, ஆயிரக்கணக்கானோர் இயேசுவை மேசியாவாக (விடுதலை அளிப்பவர்-Liberator) ஏற்றுக்கொண்டனர். ஆனால் இந்த வளர்ச்சி, யூத மதத் தலைவர்களின் எதிர்ப்பைத் தூண்டியது. இந்த

வேளையில் நமக்கு அறிமுகமாகும் இயேசுவை மேசியாவாக ஏற்றுக்கொண்ட தொண்டர்களில் ஒருவர் **ஸ்தேவான்(STEPHEN).**

ஒரு கோபமடைந்த கூட்டத்தின் முன், நீங்கள் செய்யாத குற்றம் ஒன்றுக்காகப் பழி சுமத்தப்பட்டு, உங்கள் உயிர் அந்தரத்தில் தொங்கிக் கொண்டிருக்கிறது என்று கற்பனை செய்து பாருங்கள், எப்படி இருக்கும்? இந்தச் சூழ்நிலையை, அசாதரணமாகவும் நெஞ்சுரத்துடனும் எதிர்கொண்டார் ஸ்தேவான்(Stephen). இவர் திருச்சபையின் ஒரு சாதாரண தொண்டராக (டீக்கன் - Deacon) இருந்தார். இயேசுவின் மரணம் மற்றும் உயிர்த்தெழுதலுக்குப் பிறகு நடந்த கதை. இது. உங்களைத் தொடக்கத்திலிருந்து இறுதி வரை ஈர்க்கும். ஏனெனில், இந்தச் சம்பவம் உலகத்தை மாற்றும் ஒரு புரட்சிகர இயக்கத்தின் மையமாக, எருசலேம் நகரை மாற்றியது.

இந்தச் சபையின் ஆரம்ப நாட்களில், சீடர்கள் அனைவரும் ஒரே இடத்தில் வாழ்ந்து, தங்கள் சொத்துக்களைப் பகிர்ந்து கொண்டனர். இந்தப் பகிர்வு முறையால், ஏழைகளுக்கு உதவ முடிந்தது. ஆனால் இந்த முறையில் சிக்கல்கள் ஏற்பட்டன. ஹெலெனிஸ்டிக் (கிரேக்கப் பண்பாட்டை ஏற்ற) யூத விதவைகள், தினசரி உணவு வழங்கலில் புறக்கணிக்கப்பட்டதாகப் புகார் கூறினர். இந்தப் பிரச்சினையைத் தீர்க்க, அப்போஸ்தலர்கள் ஏழு டீக்கன்களைத் தேர்ந்தெடுத்தனர். இந்த ஏழு பேரில் ஸ்தேவான்(Stephen) முதலிடத்தில் இருந்தார். அவர் “பரிசுத்த ஆவியும், ஞானமும் நிறைந்தவர்” என்று விவரிக்கப்படுகிறார்.[191] டீக்கன் பணி உணவு வழங்கலுக்கு மட்டும் அல்ல. ஸ்தேவான்(Stephen) விரைவில் அற்புதங்கள் செய்து, வேதங்களை விளக்கி, யூத மதக் கோட்பாடுகளுக்கு சவால் விடுத்தார். அவரது ஞானத்தை எதிர்க்க முடியாதபோது, யூத மதத் தலைவர்கள் அவருக்கு எதிராகப் பொய்க் குற்றச்சாட்டுகளைத் தயாரித்தனர். அவர் “மோசேயையும், கடவுளையும் தூஷித்தார்” என்று கூறி, அவரைச் யூத சமய வழக்குக்குளை விசாரிக்கும் யூதமத தலைமைச் சங்க நீதிமன்றத்திற்கு(Sanhedrin) இழுத்துச் சென்றனர்.

191 (அப்போஸ்தலர் 6:3-5)

அங்கு, ஸ்தேவான்(Stephen) தனது பாதுகாப்பு உரையை ஆரம்பித்தார். இஸ்ரவேலின் வரலாற்றைத் தொடங்கி, ஆபிரகாம், மோசே, தீர்க்கதரிசிகள் வரை விவரித்தார். அவர்கள், அவரது ஞானத்துக்கு எதிராக நிற்க முடியவில்லை. ஸ்தேவான்(Stephen) பின்வாங்கவில்லை. அவர் எருசலேமின் மிகச் சக்திவாய்ந்த மனிதர்களுக்கு முன் நின்று உண்மையைச் சொன்னார். அவர்களின் வரலாற்றைத் தொடர்ந்து, கடவுள் அனுப்பிய இறைவாக்கினர்களை அவர்கள் எப்போதும் நிராகரித்ததைக் காட்டினார். அவர்களைப் பார்த்து, நீதிமான் இயேசுவைத் துரோகம் செய்து கொன்றவர்கள் என்று அவர் குற்றம் சாட்டினார். மதத் தலைவர்கள் தங்கள் பற்களை நரநர என்று அரைத்து, தங்கள் கோபத்தை வெளிகாட்டினர். ஆனால், ஸ்தேவான்(Stephen) வானத்தைப் பார்த்து கடவுளின் மகிமையைப் பார்த்தார். அவர் இயேசு கடவுளின் வலது பக்கத்தில் நிற்பதைப் பார்த்தேன் என்று சொன்னார். இது அவர்களுக்கு அதிகமாகக் கோபத்தை ஏற்படுத்தியிருந்தது. அவர்கள் காதுகளை மூடிக் கத்தினர்.

அவர், "நீங்கள் எப்போதும் தீர்க்கதரிசிகளைத் துன்புறுத்தியவர்கள். இப்போது நீங்கள் நீதிமானை (இயேசுவை) கொன்றுவிட்டீர்கள்" என்று நேரடியாகக் குற்றம் சாட்டினார். இந்த உரை அவர்களை ஆத்திரப்படுத்தியது. அவர்கள் அனைவரும் ஒன்றாக, அவரை நோக்கி ஓடினர். அவரை நகரத்துக்கு வெளியே இழுத்துச் சென்று கல்லெறிந்தனர். கல்லெறியும் போது, ஸ்தேவான்(Stephen) "ஆண்டவரே, இயேசுவே, என் ஆவியை ஏற்றுக்கொள்ளும்" என்று ஜெபித்தார். பின்னர், "ஆண்டவரே, இந்தப் பாவத்தை அவர்களுக்கு எதிராகக் கணக்கிடாதேயும்" என்று தன் கொலையாளிகளுக்கு மன்னிப்பு கேட்டார். இந்தக் கடைசி வார்த்தைகள், இயேசுவின் சிலுவை மரணத்தில் "தந்தையே, அவர்களை மன்னியும்" என்று சொன்னதை நினைவூட்டுகின்றன.

கல்லெறிந்த கொலையாளிகள், அங்கிருந்த சவுல் என்ற இளைஞனின் காலடியில், தங்கள் உடைகளை வைத்திருந்தனர். சவுல் கைகளைக்குறுக்காக வைத்து நின்று வன்முறையைப்

சிரித்து வேடிக்கை பார்த்தார். அவர் கல்லை எறியவில்லை, ஆனால் அவர் அதை அங்கீகரித்தார். அவர் கனமான கற்கள் ஸ்தேவான்(Stephen)மேல் விழுவதையும், இரத்தம் பீரிட்டுப் பாய்வதையும் பார்த்தார். ஸ்டீபனின் எலும்புகள் உடைவதைக் கேட்டார். ஸ்தேவான்(Stephen) "ஆண்டவரே, இந்தப் பாவத்தை அவர்களுக்கு எதிராகக் கணக்கிடாதேயும் (Lord, do not hold this sin against them)" என்று பிரார்த்தனை செய்வதைக் கேட்டார். சவுலின் மனதில் குற்ற உணர்வு கொளுந்துவிட்டு எரிய ஆரம்பித்திருந்தது. ஸ்தேவான்(Stephen) கொலையுண்டு இறந்தார்.

ஸ்தேவானின்(Stephen) மரணம், திருச்சபையின் முதல் இரத்தசாட்சியாக அமைந்தது. இது துன்புறுத்தலைத் தூண்டியது, ஆனால் நற்செய்தி பரவுவதற்கு உதவியது. அவரது மரணத்தைப் பார்த்த சவுல் (பின்னர் பவுல்), திருச்சபையின் மிகப் பெரிய எதிரியாகச் செயல்படத் தொடங்கினார். **ஆனால் கடவுள் அந்தத் துன்பத்தைப் பயன்படுத்தி, உலகை மாற்றும் புரட்சியைத் உருவாக்கினார்.**

கிறிஸ்துவைப் பின்பற்றுபவர்கள்மீது தாக்குதல்: ஸ்தேவான்(Stephen) சொரிந்த இரத்தத்தின் காட்சி அவரைத் திருப்திப்படுத்தவில்லை. அது அவரை மேலும் கொலைப்பசியுறச் செய்தது. ஒரு மனிதனைக் கொல்வது போதாது, முழுக் குழுவையும் அழிக்க வேண்டும் என்ற சிந்தனையுடன், சவுல் தாக்குதலை வழிநடத்திச் செல்லும் தளபதியானார். ஸ்டீபனின் மரணத்துக்குப் பிறகு, எருசலேம் கிறிஸ்தவர்களுக்கு போர்க்களமானது. அவர், கிறிஸ்தவர்கள் சட்டத்தை மீறக் காத்திருக்கவில்லை. அவர் கிறிஸ்தவர்களை வேட்டையாடச் சென்றார். பைபிள் அந்தப் பயங்கரத்தை விவரிக்கிறது. சவுல் திருச்சபைகளை அழிக்கத் தொடங்கினார். வீடு வீடாகச் சென்று ஆண்களையும் பெண்களையும் இழுத்துச் சிறையில் போட்டார். 'அழிக்க' என்ற சொல் பழங்காலக் கிரேக்கத்தில் வனவிலங்கு தனது இரையை கிழித்தெறிவதை விவரிக்கப் பயன்படுத்தப்பட்டது. அவர் தாய்மார்களை அவர்களின் குழந்தைகளிடமிருந்து பிரித்தார். அவர் தந்தையர்களை இருண்ட,

ஈரமான சிறை அறைகளில் போட்டார். அவர்கள் வயதானவர்களா இளைஞர்களா என்பதைப்பற்றி அவர் கவலைப்படவில்லை. அவர்கள் இயேசுவின் பெயரைச் சொன்னால், அவர்கள் அவரது எதிரிகள். இதனால் கிறிஸ்தவர்கள் உயிர் தப்பிக்க, தங்கள் வீடுகள், வேலைகள், நகரத்தை விட்டு வெளியேறினர். அவர்கள் சவுலின் வெறுப்புப் புயல்காற்றில் விதைகள் போல் சிதறினர்.

ஆனால் இது சவுலை மேலும் கோபமடையச் செய்தது. விசுவாசிகள் வேறு நகரங்களுக்கு தப்பிச்சென்று, தங்கள் செய்தியை இன்னும் தொலைவுக்கு பரப்பியதை அவர் கேட்டார். அத்தகைய நகரங்களில் ஒன்று தமஸ்கு (தற்போதைய டமாஸ்கஸ்), எருசலேமுக்கு வடக்கே 150 மைல் தொலைவில் உள்ள ஒரு முக்கிய வர்த்தக மையம். அவர் அந்த நகரத்தில் காணும் எந்தக் கிறிஸ்தவர்களையும் கைது செய்யவும், எருசலேமுக்கு சிறைபடுத்திக் கொண்டு வரவும் சட்ட உரிமையைப் பெற விரும்பினார். அதற்காக, சவுல் உயர் யூத மதக் குருவிடம் சென்றார். அவர் தமஸ்குவிலுள்ள யூத தேவாலயங்களுக்கு (synagogues) அதிகாரக் கடிதங்களை மதக் குருவிடம் கேட்டார். யூத மதத்திற்கு எதிரான இயேசுவின் சீடர்களின் அச்சுறுத்தல்களை கேட்டறிந்து, கோபத்தில் கண்சிவந்த யூத மதகுரு அதற்கு சம்மதித்து, அவருக்கு ஆவணங்களை கொடுத்தார். சவுல் ஆயுதமேந்திய ஆண்களின் குழுவைச் சேகரித்து அங்கிருந்து புறப்பட்டார். அவர் இந்த கிறிஸ்தவர்களை உலகிலிருந்து துடைக்கப் போகிறார்! அவர் தொடங்கியதை முடிக்கப் போகிறார்!

இயேசு ஒளியாகக் காட்சியளித்தது: சவுலின் தமஸ்கு பட்டணப் பயணம் பல நாட்கள் எடுத்தது. அது உலர்ந்த, தூசி நிறைந்த நிலப்பரப்பு வழி, சூடான நீண்ட பயணம். சவுலுக்கு சிந்திக்க நிறைய நேரம் இருந்தது. அவர் தனது வாதங்களை ஒத்திகை பார்த்திருப்பார். அவர் தனது கைதுகளைத் திட்டமிட்டார். அவர் கிறிஸ்தவர்களின் முகங்களை, கதவுகளை உடைக்கும் போது கற்பனை செய்துபார்த்தார். அவர் நீதியுள்ளவனாகத் தன்னை உறுதியாக உணர்ந்தார். அவர் தன்னைச் சக்திவாய்ந்தவனாக

நினைத்திருந்தார். அவர்கள் தமஸ்கு நகரத்தை அணுகினார். அன்று மதியம். சூரியன் உச்சத்தில் இருந்து, வெப்பம் பயணிகளைத் தீவிரமாகத் தாக்கியது. திடீரென, வான்வெளியில், ஒரு ஒளி தோன்றி, அவர்களைச் சுற்றி மின்னியது. அது சாதாரண ஒளி அல்ல. அது மதியச் சூரியனைவிடப் பிரகாசமானது. அது மனிதக் கண்கள் பார்க்க முடியாத பிரகாசம். அதன் சக்தி சவுலைத் தரையில் தள்ளியது. அவர் தூசியில் விழுந்து முகத்தை மூடினார். பின்னர் குரல் ஒன்று வந்தது. அது பூமியிலிருந்து வராத குரல். அது அவரைச் சுற்றி இருந்தது. அது அவருடன் எபிரேய மொழியில் பேசியது.

“சவுலே, சவுலே, நீ ஏன் என்னைத் துன்புறுத்துகிறாய்?”

என்று தன்னுடனே சொல்லுகிற ஒரு சத்தத்தைக் கேட்டு, சவுல் பயந்தார். அவர் குழப்பமடைந்தார். இந்தக் குரல் பேசும் ஆண்டவர் யார்? என்று நினைத்து நடுங்கியபடியே, அவர் இந்தக் கேள்வியை கேட்டார்,

“ஆண்டவரே, நீர் யார்?”

இதற்கு ஆண்டவர் அளித்த இந்தப் பதில் சவுலின் உண்மையை மில்லியன் துண்டுகளாக உடைத்தது.

“நீ துன்புறுத்தும் இயேசு நானே. முள்ளில் உதைக்கிறது உனக்குக் கடினம்” “இப்போது எழுந்து நகரத்துக்குள் செல், நீ என்ன செய்ய வேண்டும் என்று அங்கு உனக்குச் சொல்லப்படும்” என்று ஆண்டவரின் குரல் பதிலளித்தது. மரித்ததாகக் கருதப்பட்ட மனிதர், சிலுவையில் இருந்த குற்றவாளி என்று கருதப்பட்ட இயேசு, உயிருடன் இருக்கிறார், அவர் வானத்திலிருந்து பேசினார் என்பதைச் சவுல் உணர்ந்தார்.

கிறிஸ்தவர்களைத் தாக்குவதன் மூலம், சவுல் கடவுளையே தாக்கியிருந்தார். அவரது கண் ஒளி மங்கியது, சவுலுக்குள் இருள் இருந்தது. அவர் கண்களைத் திறந்தார், ஆனால் எதுவும் அவரால் பார்க்க முடியவில்லை. எல்லாவற்றையும் தெளிவாகப் பார்த்த

மனிதன், எது சரி - எது தவறு என்று தெரிந்தவன், இப்போது முழுமையாகக் குருடன். அவரது தோழர்கள் பேச்சு இழந்து நின்றனர். அவர்கள் சத்தத்தை கேட்டனர், ஆனால் பேசியவரைப் பார்க்கவில்லை. பிறருக்கு அச்சமளிக்கும் வேட்டைக்காரன், சக்திவாய்ந்த பரிசேயன், உதவியற்ற குழந்தைபோல் தோழர்களின் கையால் வழிநடத்தப்பட வேண்டியிருந்தது.

அவர்கள், அவரைத் தமஸ்கு பட்டண வாயில்கள் வழியாக வழிநடத்தினர். அவர் வெற்றியாளனாக உள்ளே நுழையவில்லை. அவர் உடைந்த மனிதனாகத் தடுமாறி உள்ளே வந்தார். அவரை 'ஸ்ட்ரெயிட்' என்ற தெருவில் உள்ள வீட்டுக்கு கொண்டு சென்றனர். மூன்று நாட்களுக்கு சவுல் முழு இருளில் உட்கார்ந்தார். அவர் சாப்பிடவில்லை. அவர் குடிக்கவில்லை. அவர் அதிர்ச்சியில் இருந்தார். அவரது முழு உலகக் காட்சி சரிந்தது. அவர் பெருமையடைந்த அனைத்தும் இப்போது குப்பை. அவரது ஆர்வம் உண்மையில் மனக்கிளர்ச்சி! அவரது நீதி உண்மையில் பாவம். அவர் ஸ்டீபனின் மரணத்தைத் தனது மனதில் மீண்டும் நினைவுகூர்ந்தார். ஸ்தேவான்(Stephen) நீதிமான் என்பது சரி; தன்னுடையச் செயல்கள் தவறு என்பதை உணர்ந்தார். அந்த இருளில், சவுல் மனதளவில் இறந்தார். அகங்காரமான, கோபமான, வன்முறையான மனிதன் இறந்து கொண்டிருந்தான். நிலைகுலைந்து குற்றுயிரான சவுல் எனும் சாம்பலிலிருந்து கடவுள் புதிய ஒன்றைக் கட்டத் தயாராக இருந்தார்.

மீண்டும் பார்வை பெற்ற சவுல் என்ற பவுல் (Paul): சவுல் இருளில் பிரார்த்தனை செய்யும் போது, கடவுள் அனனியாஸ் என்ற சீடருடன் பேசினார். அனனியாஸ் தமஸ்குவில் வாழும் எளிய விசுவாசி. ஆண்டவர் அவரை ஒரு தரிசனத்தில் அழைத்தார், "ஸ்ட்ரீட் என்ற தெருவில், யூதா வீட்டுக்கு சென்று தர்சு நகரத்தின் சவுல் என்ற மனிதனை கேள். ஏனெனில், அவர் அங்கு பிரார்த்தனை செய்கிறார்" என்றார். இதைக் கேட்ட அனனியாஸ் பயத்தில் உறைந்தார். அவர் அந்தப் பெயரை அறிந்திருந்தார். எல்லோரும் அந்தப் பெயரை அறிந்து இருந்தனர். சவுல் அவர்களைக் கொல்ல

வரும் அசுரன். அவரிடம் கைது உத்தரவுகள் இருந்தன. அவரிடம் செல்வது தற்கொலைக்குச் சமம்.

அனனியாஸ் கடவுளுடன் வாதிட்டார். “ஆண்டவரே, இந்த மனிதனைப் பற்றியும் எருசலேமில் உமது புனித மக்களுக்கு அவர் செய்த தீமைகளைப் பற்றியும் நான் பல அறிக்கைகளை கேட்டிருக்கிறேன்” என்றான். ஆனால் கடவுளுக்கு, அனனியாஸ் பார்க்க முடியாத திட்டம் இருந்தது. கடவுள் அவரிடம், “செல். இந்த மனிதன் எனது தேர்ந்தெடுக்கப்பட்ட கருவி, எனது பெயரைப் புறஜாதிகளுக்கும் அவர்களின் அரசர்களுக்கும் இஸ்ரவேல் மக்களுக்கும் அறிவிக்க. எனது பெயருக்காக, அவர் எவ்வளவு துன்பப்பட வேண்டும் என்பதை நான் அவருக்கு காட்டுவேன்” என்றார்.

இது பைபிளின் மிக அதிர்ச்சியான அறிக்கைகளில் ஒன்று. இயேசுவின் பெயரை வெறுத்த மனிதன் அந்தப் பெயரை உலகுக்கு கொண்டு செல்லத் தேர்ந்தெடுக்கப்பட்டார் என்பதுதான். அனனியாஸ் கீழ்ப்படிந்தார். அவர், சவுல் இருந்த வீட்டுக்கு சென்றார். சவுல் தற்பொழுது குருடனாக உட்கார்ந்திருந்தார். பின்னர் அனனியாஸ் தனது கைகளைச் சவுல் மீது வைத்தார். அவர் அவரை அடிக்கவில்லை. அவர் அவரிடம் கத்தவில்லை. அவர் இரண்டு சொற்களைச் சொன்னார். “சவுலே! சவுலே! சகோதர சவுலே! நீங்கள் இங்கு வந்த வழியில், உங்களுக்கு காட்சி தந்த ஆண்டவர் இயேசு, நீங்கள் மீண்டும் பார்வையடையவும், பரிசுத்த ஆவியால் நிரம்பவும் என்னை அனுப்பினார்”. என்றார். உடனடியாகச் சவுலின் கண்களிலிருந்து செதில்கள் போன்றவை விழுந்தது. அவர் மீண்டும் பார்க்க முடிந்தது, ஆனால் இப்போது உலகத்தை அவர் வித்தியாசமாகப் பார்த்தார். அவர் எழுந்து ஞானஸ்நானம் பெற்றார். அது, அவரது கடந்தகாலப் பாவங்களையும் கழுவியது. அவர் சில உணவுகளை எடுத்து தனது வலிமையை மீண்டும் பெற்றார். சவுல் (Soul) என்ற மனிதன் மன மாற்றமடைந்து, புதிய மனிதனாகப் பவுல் (Paul) என்ற பெயரில் அவரது இடத்தில் நின்றார்.

தமஸ்குவிலிருந்து தப்பித்தல்: அடுத்து நடந்த சம்பவம், தமஸ்கு நகரத்தை அதிர்ச்சியடையச் செய்தது. சவுல் மறைந்து செல்லவில்லை. அவர் நேராக யூதர்களின் தேவாலயத்திற்குச் (synagogue) சென்றார். இவை அவர் தனது கைது உத்தரவுகளை வழங்க வேண்டிய இடங்கள். மதத் தலைவர்கள் கிறிஸ்தவர்களைக் கைது செய்ய அவருக்காகக் காத்திருந்தனர். அதற்குப் பதிலாக, சவுல் என்ற பவுல் எழுந்து பிரசங்கிக்கத் தொடங்கினார். அவர் இயேசு கடவுளின் மகன் என்று அறிவித்தார். மக்கள் குழம்பினர். அவர்கள் ஒருவருக்கொருவர் முணுமுணுத்தனர், “எருசலேமில் இந்தப் பெயரை அழைப்பவர்களிடையே பேரழிவு ஏற்படுத்திய மனிதன் இவன் அல்லவா? அவர்களைத் சிறைக்கைதிகளாகக் பிடித்து கொண்டு வர இங்கு வந்திருக்கவில்லையா?” அவர்களால், அதை விளக்க முடியவில்லை. பவுல் தனது பிரசங்கத்தில் மேலும் மேலும் வலுவடைந்து பிரசங்கித்தார். அவர் தனது புத்திசாலித்தனமான மனதையும், வேதங்களின் ஆழமான அறிவையும் பயன்படுத்தி இயேசு மேசியா என்பதை நிரூபித்தார். தமஸ்குவில் உள்ள யூதர்கள் குழப்பமடைந்து பின்னர் கோபமடைந்தனர். அவர்களின் சாம்பியன் இப்போது துரோகியானார்; வேட்டைக்காரன் வேட்டையாடப்பட்டான் என்றனர். மதத் தலைவர்கள் அவரை கொல்லச் சதி செய்தனர். அவர்கள் நகர வாயில்களை இரவு பகலாகக் கண்காணித்தனர், அவர் வெளியேற முயற்சிக்கும் போது, அவரைக் கொலை செய்யக் காத்திருந்தனர். பவுல் அவர் வழங்கிய துன்புறுத்தலைத் தானே இப்போது அனுபவித்தார். அவரது தப்பித்தல் மகிமையானது அல்ல. இரவு நேரத்தில் அவரது புதிய நண்பர்கள் அவரை நகரச் சுவரில் உள்ள வாயிலுக்குக் கொண்டு சென்றனர். அவர்கள் இருளில் அவரை ஒரு பெரிய பின்னல் கூடையில் வைத்து, கயிறால் மறுபுரம் இறக்கினர். அவர் இரவில் தப்பினார். கிறிஸ்துவுக்காகத் தப்பினார்.

பவுலின் முதல் சத்திய சோதனை: தப்பித்த பிறகு பவுல், அப்போஸ்தலர்களைச் சந்திக்க உடனடியாக எருசலேமுக்கு செல்லவில்லை. அவர் கலாத்தியர்களுக்கு எழுதிய கடிதத்தில்

சொல்கிறார், “நான் அப்போஸ்தலர்களைச் சந்திக்க எருசலேமுக்கு செல்லவில்லை, ஆனால் அரேபியாவுக்கு சென்றேன். பின்னர், நான் தமஸ்குக்கு திரும்பினேன்”[192] என்றார். அவர் மறைந்து வாழ்ந்தார். அவர் அரேபியாவில் மூன்று ஆண்டுகள் செலவிட்டார். இது விடுமுறை அல்ல. இது அவரது தியானப் பூமி. பாலைவனத்தின் தனிமையில், பவுல் கடவுளைச் சந்தித்தார். அவர் அனைத்தையும் மறுபரிசீலனை செய்ய வேண்டியிருந்தது. அவர் பழங்கால வேதங்களைப் புதிய கண்களுடன் மீண்டும் படிக்க வேண்டியிருந்தது. ஒவ்வொரு பக்கத்திலும் அவர், இயேசுவைப் பார்த்தார். அவர் பின்னர் தனது சுவிசேஷம் எந்த மனித ஆசிரியரிடமிருந்தும் வரவில்லை, இயேசு கிறிஸ்துவிடமிருந்து நேரடி வெளிப்பாட்டால் வந்தது என்று கூறினார். கடவுள் அவரைச் சுத்திகரித்தார்; சவுலின் உண்மையான ஆர்வத்தை எடுத்து, இயேசுவின் கிருபையால் அதை மென்மையாக்கினார். பவுல் இறுதியாகப் பாலைவனத்திலிருந்து வெளியே வந்தபோது, அவர் புதிய மனிதனாக இருந்தார். அவர் எது நம்பிக்கை, ஏன் நம்பவேண்டும் என்பதை அறிந்தார்.

பவுலின் முதல் சுவிசேஷப் பயணம்: பவுல் இறுதியாகப் பர்னபா என்ற கிறிஸ்தவ விசுவாசியுடன் இணைந்தார். பர்னபா ஊக்கத்தின் மகன் என்று அறியப்பட்டவர், தீவிரமான பவுல் அவருக்குச் சரியான கூட்டாளி. அவர்கள் அந்தியோக்கியா நகரத்தில் குடியிருந்தனர். **அந்தியோக்கியாவில் விசுவாசிகள் முதல்முதலாக “கிறிஸ்தவர்கள்” என்று அழைக்கப்பட்டனர்.**

பரிசுத்த ஆவியானவர் அவர்களைச் சுவிசேஷப் பரப்புரைக்கு (Missionary) அழைத்தார். இது உலக வரைபடத்தை மாற்றும், ஒரு பயணத்தின் தொடக்கம். முதல் பரப்புரை பயணத்தில் பவுலும், பர்னபாவும் ரோம் ஆட்சிக்குட்பட்ட பகுதிகளுக்குள் நற்செய்தியை கொண்டு சென்றனர். கி.பி.46 முதல் 49 வரையான காலப்பகுதியில் இந்த பரப்புரை பயணத்தை மேற்கொண்டனர். இந்தப் பயணத்தின்போது செலூக்கியா, சீப்புருதீவு, பாம்பி பட்டணம்,

192 கலாத்தியர்:1-17

பம்பிலியா, பெர்கே, பிசீதியா நாட்டிலுள்ள அந்தியோக்கியா, இக்கோனியா, லீஸ்திரா, தெர்பை ஆகிய பகுதிகளிலுள்ள யூதர்கள், கிரேக்கர்கள் மற்றும் புறஜாதிகளுக்கு சுவிசேஷத்தை அறிவித்து, அநேகரைச் சீடராக்கினார்கள். அநேக சபைகள் ஸ்தாபிக்கப்பட்டன. பின்பு அவர்கள் அந்தியோக்கியா திரும்பி அங்கு சீடர்கள் மத்தியில் தங்கள் பரப்புரை பயணத்தின்போது தேவன் செய்த மகத்தான கிரியைகளையும் அற்புதங்களையும் சாட்சியாக அறிவித்துத் தேவனை மகிமைப்படுத்தினர்.[193]

பவுல் நகரம் நகரமாகச் சுற்றி அலைந்தவர் அல்ல. மாறாக அவர் ஒரு பரப்புரைத் திட்டவரைவாளர். அவர் ரோம் சாம்ராஜ்யத்தின், வழித்தட இணைப்புப் பாதைகளைப் பற்றித் தெரிந்தவர். ரோமர்கள் தங்கள் இராணுவங்களை நகர்த்த அற்புதமான சாலைகளை அமைத்திருந்தனர். பவுல் அந்தச் சாலைகளைச் சுவிசேஷத்தைப் பரப்பும் வழியாகப் பயன்படுத்தத் திட்டமிட்டார். அவர் பெரிய நகரங்களை இலக்காகக் கொண்டார். நகரத்தின் மையத்தில் திருச்சபைகளை நடவு செய்தால், நற்செய்தி சுற்றியுள்ள கிராமங்களுக்கு பரவும் என்பதை அவர் அறிந்தார். அவர் சைப்ரஸுக்கு சென்றார். அவர் நவீன துருக்கிக்குச் சென்றார். அவர் படகு மற்றும் கால்நடையாய் பயணித்தார். அவரது முறை பொதுவாக ஒன்றே. அவர் ஒரு நகரத்தில் வந்து முதலில் யூதத் தேவாலயங்களுக்கு (Synagogue) செல்வார். அவர் தனது சொந்த மக்களுடன் விவாதிப்பார், இயேசு அவர்களின் நம்பிக்கையின் நிறைவேற்றம் என்பதைப் போதிப்பார். சிலர் நம்புவர், ஆனால் பலர் நிராகரிப்பர்.

பின்னர் அவர் புறஜாதிகளை நோக்கித் திரும்பினார். இது பவுலின் ஊழியத்தின் புதினம். புறஜாதி மக்கள், யூதர்கள் அல்லாதவர்கள், யூத மதச் சடங்குகளில் முதலில் பங்கேற்காமல், கடவுளின் குடும்பத்தில் பங்கேற்கலாம் என்று அவர் பிரசங்கித்தார். அவர்கள், யூத உணவு சட்டங்களைப் பின்பற்ற வேண்டியதில்லை.

---

193 (அப்.14:26-28)

அவர்கள் விருத்தசேதனம் செய்ய வேண்டியதில்லை. அவர்களுக்கு இயேசுவில் விசுவாசம் மட்டும் தேவை. இந்த நற்செய்தி, புறஜாதியினர் இயேசுவைத் தலைவராக ஏற்றுக் கிறிஸ்தவர்களாகத் திருச்சபை கதவைத் திறந்தது. புறஜாதிகள் உண்மைக்குப் பசியுற்றிருந்தனர். கொடூரமான மற்றும் கணிக்க முடியாத ரோமன் கடவுள்களால் அவர்கள் சோர்வடைந்திருந்தனர். அவர்கள் தங்களை நேசிக்கும் கடவுளை, தங்களுக்காகச் சிலுவையில் மரித்த கடவுளைப் பற்றி பவுல் பேசுவதைக் கேட்டனர், அவர்கள் திருச்சபையாகத் திரண்டனர்.

இரண்டாவது பரப்புரை பயணம் (கி.பி. 50-52): பவுல் அப்போஸ்தலன் தனது இரண்டாவது பயணத்தைச் சீலா என்பவரோடு துவங்குகிறார். முதலில் சிரியா மற்றும் சிலிசியாவிற்குச் சென்று அங்குள்ள சபைகளைத் திடப்படுத்தினர். அதன்பின்பு தெர்பை, லீஸ்திரா, இக்கோனியா, பிரிகியா, கலாத்தியா ஆகிய பகுதிகளில் வசனத்தைப் பிரசங்கித்தார்கள். மேலும் பரிசுத்த ஆவியானவரால் ஆசியாவில் வசனத்தைச் சொல்லத் தடைபண்ணப்பட்டு ஐரோப்பாவிற்குச் செல்ல உந்தப்பட்டனர். அதன்பின் துரோவா, பிலிப்பி, தெசலோனிக்கேயா, பெராயா, அத்தேனே, கொரிந்து, எபேசு, செசரியா ஆகிய பட்டணங்களில் அருட்பணியாற்றிவிட்டு மீண்டும் அந்தியோக்கியாவுக்கு பவுல் திரும்பி வந்தார். இந்த பரப்புரை பயணத்தில் பவுல் தரை மார்க்கமாகவும், கடல் மார்க்கமாகவும் சுமார் 2000 மைல்கள் பிரயாணம் பண்ணிச் சுவிசேஷத்தைப் பிரசங்கித்துச் சபைகளை நிறுவினார்.

ஆனால், அனனியாவுக்கு கடவுள் கொடுத்த எச்சரிக்கை உண்மையானது. பவுல் மிகுந்த துன்பத்தை அனுபவித்தார். லிஸ்டிரா என்ற நகரத்தில், கூட்டம் அவருக்கு எதிராகத் திரும்பியது. அவர்கள் அவரைக் கல்லெறிந்தனர். அவர் சுயநினைவிழக்கும் வரை கற்களை எறிந்தனர். அவர் இறந்துவிட்டதாக நினைத்து, அவரது உடலை நகரத்துக்கு வெளியே இழுத்து விட்டுவிட்டுச் சென்றனர். ஆனால் சீடர்கள் அவரது உடலைச் சுற்றிக் கூடி உதவியபோது,

காயமடைந்து, இரத்தம் வழிந்து, உடைந்த எலும்புகளுடன் பவுல் எழுந்தார். அவர் நேராக நகரத்துக்குள் நடந்து சென்றார்.

மூன்றாவது பரப்புரை பயணம் (கி.பி.53-58): பவுல் அப்போஸ்தலன் அந்தியோக்கியாவிலிருந்து கலாத்தியா, பிரிகியா ஆகிய நாட்டிற்குச் சென்று நற்செய்தியைப் பிரசங்கித்தார். அங்குள்ள சீடர்களையும் சபைகளையும் சந்தித்து திடப்படுத்தினார். அதன்பின்பாக எபேசு பட்டணத்திற்கு வந்து அங்கு இரண்டு ஆண்டுகள் தங்கினார். ஆசியாவில் குடியிருந்த யூதரும் கிரேக்கருமாகிய எல்லாரும் கர்த்தராகிய இயேசுவின் வசனத்தைக் கேட்டார்கள். பவுலின் கைகளினாலே தேவன் விசேஷித்த அற்புதங்களைச் செய்தருளினார்.[194] அங்கிருந்து மக்கெதோனியாவுக்கு சென்று அங்குள்ள சீடர்களைச் சந்தித்துவிட்டுக் கிரேக்கத் தேசத்தை அடைந்தார். பின்பு துரோவா, ஆசோ, மித்திலேனே, கீயுதீவு, சாமுதீவு, மிலேத்து பட்டணம், தீரு பட்டணம், பித்தொலோமாய் பட்டணம், செசரியா பட்டணம் ஆகிய இடங்களில் அதிகப் பிரயாசத்தோடும் பலவிதமான பாடுகளோடும் அருட்பணியாற்றினார். இறுதியில் எருசலேமுக்கு வந்தடைந்தார். இம்மூன்று பரப்புரை பயணத்திலும் பவுல் அடைந்த பாடுகளும் இன்னல்களும் அநேகம்.

இயேசுவிற்காகத் துன்பப்பட்ட பவுல்: அவர், பின்னர் தான் இயேசுவிற்காக அனுபவித்த துன்பங்களின் பட்டியலை எழுதினார். 'யூதர்களிடமிருந்து ஐந்து முறை 40 அடிகளுக்கு ஒன்று குறைத்துச் சவுக்கடி பெற்றேன். இது அப்போதைய யூத நடைமுறை. மூன்று முறை கோல்களால் அடிக்கப்பட்டேன். ஒரு முறை கற்களால் தாக்கப்பட்டேன். மூன்று முறை கப்பல் விபத்தில் சிக்கினேன். ஒரு இரவு மற்றும் ஒரு நாள் திறந்தக் கடலில் செலவிட்டேன்.' அவர் தொடர்ந்து ஆபத்தில் இருந்தார். அவர் சாலையில் கொள்ளைக்காரர்களை எதிர்கொண்டார். அவர் நகரங்களில் கோபமான கூட்டங்களை எதிர்கொண்டார். அவர் துரோகம் செய்த

194 (அப்.19:10-11)

பொய் நண்பர்களை எதிர்கொண்டார். அவர் தூக்கம் இல்லாமல் பயணம் செய்தார். அவர் உணவு இல்லாமல் சென்றார். அவர் குளிர் மற்றும் நிர்வாணமாக இருந்தார்.

ஏன் அவர் அதைச் செய்தார்? ஏன் இந்தக் கிறிஸ்துவுக்கான ஊழியத்தை விட்டுவிடக்கூடாது, அமைதியான வாழ்க்கை வாழக்கூடாது? என்ற கேள்வி எழுகிறது. ஏனெனில் அவர் அன்பால் கட்டுண்டு, அவருக்கு உண்டான சகல உபத்திரங்களிலும் பரிபூரண சந்தோஷமாய் இருக்கக் கற்றுக்கொண்டார். அவர் சொன்னார், "கிறிஸ்துவின் அன்பு நம்மைக் கட்டாயப்படுத்துகிறது." அவர் உயிர்த்தெழுந்த ஆண்டவரைப் பார்த்தார், வேறு எதுவும் முக்கியமில்லை. அவர் தனது தற்போதைய துன்பங்களை வரும் மகிமைக்கு ஒப்பிடும்போது ஒன்றுமில்லை என்று கருதினார்.

இயேசுவின் வார்த்தைகளாகத் திருச்சபை கடிதங்கள்

பவுல் எல்லா இடங்களிலும் ஒரே நேரத்தில் இருக்க முடியாது. அவர் தொடங்கிய திருச்சபைகளுக்குப் பல பிரச்சினைகள் இருந்தன. அவர்களுக்கு கேள்விகள் இருந்தன. அவர்களுக்கு வாதங்கள் இருந்தன. எனவே, பவுல் கடிதங்கள் எழுதினார். அவர் கலாத்தியப் பட்டணத்தில் இருந்த திருச்சபைக்கு எழுதினார்; ஏனெனில் அவர்கள் விதிகளைப் பின்பற்றி இரட்சிப்பைச் சம்பாதிக்க வேண்டும் என்று ஏமாற்றப்பட்டனர். பவுல் பரிசுத்த ஆவியால் உந்தப்பட்டு அவர்களுக்கு கடிதம் எழுதினார். கிறிஸ்து நம்மைச் சுதந்திரமாக்கியது பாவக்கட்டிலிருந்து விடுபட. எனவே உறுதியாக நில்லுங்கள், அடிமைத்தனத்தின் நுகத்தால் மீண்டும் சுமையாகாதீர்கள்.

அவர் கொரிந்துப் பட்டணத்துத் திருச்சபையாருக்கு கடிதம் எழுதினார்; ஏனெனில் அவர்கள் குழப்பத்தில் இருந்தனர். அவர்கள் தலைவர்களைப் பற்றி வாதிட்டனர், நீதிமன்றத்தில் ஒருவருக்கு ஒருவர் வழக்குத் தொடர்ந்தனர், ஆண்டவரின் இரவு உணவின் போது குடித்தனர். பவுல் அவர்களைச் சரி செய்ய எழுதினார்.

அவர் தேவ அன்பின் வெளிப்பாடு ஒன்றை எழுதினார்; அன்பு பொறுமையானது. அன்பு கருணையானது, அது பொறாமை கொள்ளாது, அது பெருமை கொள்ளாது, அது அகங்காரம் கொள்ளாது.

அவர் ரோமர்களுக்கு, சுவிசேஷத்தின் தலைசிறந்த விளக்கத்தை எழுதினார். அவர் அனைவரும், யூதரும் புறஜாதியினரும், பாவம் செய்து கடவுளின் மகிமையை இழந்தனர் என்று விளக்கினார். அவர் இரட்சிப்பு கிருபையின் இலவசப் பரிசு என்று விளக்கினார். பாவத்தின் சம்பளம் மரணம்; ஆனால் கடவுளின் பரிசு கிறிஸ்து இயேசுவின் பேரன்பில் நித்தியவாழ்க்கை. நாங்கள் எல்லா வகையிலும் உபத்திரவப்படுகிறோம், ஆனாலும் நசுக்கப்படுவதில்லை; கலக்கமடைகிறோம், ஆனாலும் நம்பிக்கை இழப்பதில்லை; துன்புறுத்தப்படுகிறோம், ஆனாலும் கைவிடப்படுவதில்லை; கீழே தள்ளப்படுகிறோம், ஆனாலும் அழிக்கப்படுவதில்லை; இயேசுவின் ஜீவன், எங்கள் சரீரங்களில் வெளிப்படும்படிக்கு, இயேசுவின் மரணத்தை எப்பொழுதும் எங்கள் சரீரத்தில் சுமந்து திரிகிறோம். ஏனெனில், இயேசுவின் ஜீவன், எங்கள் அழிவுக்குரிய மாம்சத்தில் வெளிப்படும்படிக்கு, உயிரோடிருக்கும் நாங்கள் இயேசுவின் நிமித்தம் எப்பொழுதும் மரணத்திற்கு ஒப்புக்கொடுக்கிறோம். ஆகையால், மரணம் எங்களிடத்தில் கிரியை செய்கிறது, ஜீவனோ உங்களிடத்தில் கிரியை செய்கிறது என்றார்.

பவுல் தான் வேதாகத்தின் நற்செய்தி நூலை எழுதுகிறேன் என்பதை அறியவில்லை. அவர் தனது நண்பர்களுக்கு அவசரக் கடிதங்கள் எழுதுவதாக நினைத்தார். ஆனால் பரிசுத்த ஆவி அவரது சொற்களை வழிநடத்தினார். இந்தக் கடிதங்கள் நகலெடுக்கப்பட்டு பகிரப்பட்டன. ஒரு திருச்சபையிலிருந்து மற்ற திருச்சபைகளுக்கு அனுப்பப்பட்டு ஆயிரக்கணக்கான ஆண்டுகளுக்கு கிறிஸ்தவ இறையியலின் அடித்தளமானது.

பவுலின் மிக அதிர்ச்சியான நிருபங்களில் ஒன்று எபேசு பட்டண விசுவாசிகளுக்கு எழுதியது. எபேசு பட்டணம் 'ஆர்டெமிஸ்' என்ற

பெண் தெய்வத்தின் வழிபாட்டால் ஆதிக்கம் செலுத்தப்பட்ட நகரம். அங்கு ஒரு பெரிய கோவில் இருந்தது, பழங்கால உலகின் அதிசயங்களில் ஒன்று. மக்கள் தெய்வத்தின் வெள்ளி சிலைகளை விற்று நிறைய பணம் சம்பாதித்தனர். ஆனால் பவுலின் பிரசங்கம் சத்தியத்தையும், இயேசுவின் வழியையும் அறிவித்ததால் அது அவர்களுக்கு மிகவும் பயனுள்ளதாக இருந்தது. இதனால் மக்கள் சிலைகளை வாங்குவதை நிறுத்தினர். மனிதக் கைகளால் செய்யப்பட்ட கடவுள்கள், கடவுள்கள் அல்ல என்பதை அவர்கள் உணர்ந்தனர். இது எபேசு பட்டண வெள்ளிச் சிலை செய்யும் தொழிலாளர்களின் பொருளாதாரத்தைப் பாதித்தது. வெள்ளி வேலை செய்யும் தொழிலாளர்கள் கோபமடைந்தனர். அவர்கள் கலவரத்தைத் தொடங்கினர். முழு நகர மக்களும், பொது அரங்கத்திற்கு ஓடினர். ஆயிரக்கணக்கான மக்கள் “எபேசியர்களின் ஆர்டெமிஸ் தெய்வம் பெரியது” என்று கத்தினர். இரண்டு மணி நேரம் பெரும் குழப்பம் நிலவியது. பவுல் கூட்டத்தில் சென்று பேச விரும்பினார், ஆனால் அவரது நண்பர்கள் அவரைத் தடுத்தனர். அவர் துண்டுகளாகக் கிழிக்கப்படுவார் என்பதை அவர்கள் அறிந்தனர். இறுதியாக, நகர எழுத்தர் முன்வந்து கூட்டத்தை அமைதிப்படுத்தி வீட்டுக்கு அனுப்பினார். பவுல் அங்கு தனது வேலை முடிந்தது என்பதை உணர்ந்தார். ஆனால் அவர் ஒரு அடையாளத்தை விட்டுச்சென்றார்; புறமதக் கோவிலின் நிழலில் ஒரு பெரிய திருச்சபை பிறந்தது.

பவுல் தனது நேரம் முடிந்து கொண்டிருப்பதை அறிந்தார். அவர் எருசலேமுக்கு திரும்பச் செல்ல வேண்டும் என்று உணர்ந்தார். பரிசுத்த ஆவியானவர் அங்கு சிறை காத்திருப்பதாக அவரை எச்சரித்தபோதிலும், அவர் எபேசியத் திருச்சபையின் மூப்பர்களிடம், “எனது வாழ்க்கை எனக்கு ஒன்றுமில்லை. எனது ஒரே நோக்கம் ஓட்டத்தை முடிப்பது மற்றும் ஆண்டவர் இயேசு கொடுத்த பணியை நிறைவேற்றுவது” என்றார். அவர் எருசலேமில் வந்தபோது, கலவரம் வெடித்தது. மதத் தலைவர்கள் அவரைப் புறஜாதிகளைப் புனிதக் கோவிலுக்கு கொண்டு வந்ததாகக் குற்றம்

சாட்டினர். கூட்டம் அவரைக் கொல்ல முயன்றது. ரோமன் வீரர்கள் ஓடி வந்து அவரைக் கூட்டத்திலிருந்து இழுத்தனர். அவரது உயிரைக்காப்பாற்ற அவரைக் கைது செய்தனர்.

அடுத்த இரண்டு ஆண்டுகளுக்கு பவுல் சிறைக்கைதி. அவர் விசாரணைக்காக, நீதிபதியிலிருந்து நீதிபதிக்கு நகர்த்தப்பட்டார். அவர் விசாரணைக்காக ரோமன் ஆளுநர் பெலிக்ஸ் முன் நின்றார். பின்னர் அவர் பெஸ்டஸ் முன் நின்றார். அரசன் அக்ரிப்பா முன் நின்றார். ஒவ்வொரு விசாரணையிலும், பவுல் தன்னைப் பாதுகாக்கவில்லை. அவர் சுவிசேஷத்தைப் பிரசங்கித்தார். அவர் தனது கதையைச் சொன்னார். அரசன் அக்ரிப்பா கிட்டத்தட்ட சம்மதித்தார். அவர் பவுலிடம், "இவ்வளவு குறுகிய நேரத்தில் என்னைக் கிறிஸ்தவனாக்க முடியும் என்று நினைக்கிறீர்களா?" என்று சொன்னார். ஆனால், பவுல் ரோம் நாட்டுச் சீசருக்கு மேல்முறையீடு செய்தார். ரோமன் குடிமகனாக, இது அவருக்கு உரிமையாக இருந்தது. அவர் ரோமில் விசாரணை செய்யக் கோரினார். இதற்காக, ரோமன் அரசு அவரது பயணத்துக்கு பணம் செலுத்த வேண்டும் என்று அர்த்தம். கடவுள் தனது பரப்புரையை உலகின் மிக முக்கிய நகரத்துக்கு சக்கரவர்த்தியின் செலவில் பவுலை அனுப்பினார்.

பேராபத்துக்கள் நிறைந்த நான்காவது இறுதிப் பயணம்: செசரியா என்ற இடத்திலிருந்து ரோமாபுரிக்கு பவுல் செய்த பயணம் பவுலின் நான்காம் பரப்புரை பயணம். இந்தப் பயணம் ஆபத்துக்கள் நிறைந்ததாக இருந்தது. அவர் சிறைப்படுத்தப்பட்டு, கட்டுண்டவராகக் கொண்டுபோகப்பட்டாலும், தான் ஒரு பரப்புரை செய்பவர், இது கர்த்தருடைய ஊழியம் என்பதை மறக்காமல், துணிச்சலோடு சென்ற வழியிலும், ஊர்களிலும், தீவுகளிலும், கப்பலிலுள்ளவர்களுக்கும் இயேசுவின் நற்செய்தியைப் பகிர்ந்தளித்தார். லூக்காவும் (Luke), மாசிடோனிய நாட்டு தெசலோனிக்கப் பட்டணத்தைச் சார்ந்த அரிஸ்தர்க்கும் (Aristarchus) அவருக்கு உதவியாகச் சென்றார்கள்.[195]

195 (அப்.27:2)

பவுலின் ரோம் நகர் கடல் பயணம் பேரழிவான ஒன்று. ஆண்டின் இறுதியானதால், பயண காலத்தில் ஆபத்தான “நோரிஸ்டர்” என்ற பெரும்புயல் அவர்களின் கப்பலைத் தாக்கியது. 14 நாட்களுக்கு அவர்கள் சூரியனையோ நட்சத்திரங்களையோ பார்க்கவில்லை. மாலுமிகள் சரக்கைக் கடலில் எறிந்தனர். அவர்கள் உயிர் பிழைப்பதற்கான எல்லா நம்பிக்கையையும் விட்டுவிட்டனர். ஆனால் பவுல் அவர்களிடையே நின்றார். ஒரு தேவதூதன் அவரைச் சந்தித்தார். அவர் பயந்த மாலுமிகளிடம், “உங்கள் தைரியத்தை வைத்திருங்கள், ஏனெனில் உங்களில் ஒருவரும் இறக்கமாட்டீர்கள். கப்பல் மட்டும் அழிக்கப்படும்” என்றார். கப்பல் மால்டா தீவில் தரைதட்டியது. அலைகள் அதைத் துண்டுகளாக உடைத்தன, ஆனால் எல்லோரும் பாதுகாப்பாகக் கரைக்கு நீந்தினர்.

மால்டா தீவில் அவர்கள் தீ மூட்ட விரகு சேகரிக்கும் போது, ஒரு விஷப் பாம்பு பவுலின் கையைக் கடித்தது. உள்ளூர்வாசிகள் அதைப் பார்த்து, அவர் வீங்கி இறப்பார் எனக் காத்திருந்தனர். அவர் நீதியால் தண்டிக்கப்படவேண்டிய கொலையாளி என்று மனதில் நினைத்தனர். ஆனால் பவுல் பாம்பைத் தீயில் உதறினார். அவர் தீமை அடையவில்லை. மரணம் அடையவில்லை. ஆச்சரியப்பட்ட உள்ளூர்வாசிகள் தங்கள் மனதை மாற்றி அவர் ஒரு கடவுள் என்று நினைத்தனர். பவுல் அந்தத் தருணத்தை, அவர்களின் நோயாளிகளை குணப்படுத்தவும், இயேசுவைப்பற்றிய நற்செய்தியை அறிவிக்கப் பயன்படுத்தினார்.

இறுதியாக, பவுல் ரோம் நகருக்குள் வந்தார். அவர் இன்னும் சிறையில் போடப்படவில்லை. அவர் வீட்டுக் காவலில் வைக்கப்பட்டார். அவர் ஒரு வீட்டில் தங்கியிருந்தார்; ஆனால் 24 மணி நேரமும் ரோமன் காவலர் ஒருவருடன் சங்கிலியால் பிணைக்கப்பட்டிருந்தார். அந்தக் காவலராக நீங்கள் இருப்பதைக் கற்பனை செய்து பாருங்கள். நீங்கள், தொடர்ந்து பிரார்த்தனை செய்யும், இயேசு பற்றிய கடிதங்கள் எழுதும், வருகை தரும் அனைவரிடமும் மேசியாவைப் பற்றிப் பேசும் ஒரு மனிதனுடன் சங்கிலியால் கட்டப்பட்டிருக்கிறீர்கள். பவுல் அங்கேயும் இயேசுவின்

நற்செய்தியை அறிவித்தார். பவுல் தனது சிறையைப் பிரசங்க மேடையாக மாற்றினார். காவலர்கள் ஒவ்வொரு சில மணி நேரங்களுக்கும் மாறினாலும் ஒவ்வொருவரும் இயேசுவைப்பற்றி அறிந்தனர். உயர்தர ரோமன் வீரர்கள் தொடர்பு, பவுல், நற்செய்தியை அறிவிக்கும், கைதியாக மாற்றியது. விரைவில் இயேசுவின் செய்தி அரண்மனைக் காவல் வட்டாரத்தில் பரவியது.

இந்தக் காலத்தில் பவுல் தனது மிக ஊக்கமளிக்கும் கடிதங்களில் சிலவற்றை எழுதினார். அவர் பிலிப்பியர்கள், கொலோசெயர்கள், எபேசியர்கள், மற்றும் பிலேமோன் என்ற மனிதனுக்கு எழுதினார். மகிழ்ச்சி மற்றும் சுதந்திரம் பற்றிய கடிதங்கள், சிறையில் கைதியாகச் சங்கிலியால் பிணைக்கப்பட்டிருந்த ஒரு மனிதனால் எழுதப்பட்டது என்பது வினோதமானது. அவர் எழுதினார், "சகோதர சகோதரிகளே, எனக்கு நடந்தது உண்மையில் சுவிசேஷத்தை முன்னேற்ற உதவியது என்பதை நீங்கள் அறிய விரும்புகிறேன்." அவர் தன்னை ரோமின் சிறைக்கைதியாகப் பார்க்கவில்லை. அவர் தன்னைக் கிறிஸ்துவின் சிறைக்கைதியாகப் பார்த்தார்.

பைபிள், பவுலின் மரணத்தின் முழு விவரங்களைத் தரவில்லை, ஆனால் வரலாறு மற்றும் அவரது இறுதிக் கடிதம் நமக்குப் பாடத்தைத் தருகிறது. பவுல் மூன்று அல்லது நான்கு வருடங்கள் விடுதலையோடு சில இடங்களுக்கு சென்று ஊழியத்தில் ஈடுபட்டிருக்கலாம் என்பதை 2தீமோ.-4:20; தீத்து-1:5; பிலே.22 ஆகிய வசனங்களிலிருந்து யூகிக்க முடிகிறது. சில சரித்திர ஆசிரியர்களும் இக்கருத்தை ஒத்துக்கொள்கிறார்கள்.

தீயினால் ரோம் நகர் அழிவும், பவுலின் இறுதி முடிவும்: ஒரு பெரிய தீ ரோமை எரித்தது. ரோம் நாட்டுச் சக்கரவர்த்தி நீரோ ரோமில் தீ பரவுவதற்குக் கிறிஸ்தவர்கள் காரணம் என்று பொய்க் குற்றம் சாட்டினார். இதனால் கிறிஸ்தவர்கள் துன்புறுத்தல் கொடூரமானது. பவுல் மீண்டும் கைது செய்யப்பட்டு ரோமாபுரிக்கு கொண்டுவரப்பட்டுச் சிறை வைக்கப்பட்டார். இந்நாட்களில் பவுல், 1தீமோத்தேயு, தீத்து, 2தீமோத்தேயு நிருபங்களை எழுதினார். இவைகளும் சிறைச்சாலையில் எழுதப்பட்ட போதக

நிருபங்களாகும் (Pastoral Epistles). இந்த முறை வீட்டுக் காவல் அல்ல. அவர் 'மம்மர்டைன்' சிறையில் போடப்பட்டார். அடிப்படையில், தரையில் ஒரு துளை போன்ற இருண்ட சிறையில் தனது இறுதிக் காலத்தில் இருந்தார். அவரது பெரும்பாலான நண்பர்கள் தப்பினர்.

அவர் தனது இளம் மாணவன் தீமோத்தேயுவுக்கு ஒரு இறுதிக் கடிதம் எழுதினார். இந்தக் கடிதம் அவரது இறுதி விருப்பமாக இருந்தது. அவர் தீமோத்தேயுவிடம் தனது மேலாடை கோட் கொண்டு வரக் கேட்டார். ஏனெனில் அவர் குளிரில் உறைந்து கொண்டிருந்தார். அவர் தனது புத்தகங்களைக் கேட்டார். பெரும்பாலும் அவர் தீமோத்தேயுவைத் தைரியமாக இருக்க ஊக்குவிக்க விரும்பினார். பவுல் தனது வாழ்க்கையைத் திரும்பிப் பார்த்தார். அவர் நடந்த மைல்களைத் திரும்பிப் பார்த்தார். அவர் நடவு செய்த திருச்சபைகளைப் பற்றிச் சிந்தித்தார். அவர் அனுபவித்த துன்பங்களை அசைபோட்டார். அவருக்கு வருத்தம் இல்லை. அவர் இந்தப் பிரபலமான சொற்களை எழுதினார், **"நான் ஏற்கனவே பான பலியாக ஊற்றப்படுகிறேன், எனது புறப்பாட்டு நேரம் அருகில் உள்ளது. நான் நல்ல போராட்டத்தைப் போராடினேன். நான் ஓட்டத்தை முடித்தேன். நான் விசுவாசத்தைக் காத்தேன்"** என்பதே.

பாரம்பரிய வரலாறு, நமக்கு பவுல் ரோமின் நகரச் சுவர்களுக்கு வெளியே கொண்டு செல்லப்பட்டார் என்று சொல்கிறது. அவர் ரோமன் குடிமகன் என்பதால், பேதுரு போல் சிலுவையில் அறையப்படவில்லை. அவர் தலை துண்டிக்கப்பட்டார். வாள் அவர் கழுத்தில் விழுந்தது. சரித்திர ஆசிரியன் 'எசுபியஸ்' திரும்பவும் பவுல் ரோமாபுரியில் சிறையாக்கப்பட்டதையும், நீரோ பேரரசனால் இரத்தசாட்சியாகப் பவுலும், பேதுருவும் மரித்ததையும் குறிப்பிடுகின்றார். 'தெர்த்துல்லியனும்' கூட, யோவான் ஸ்நானனைப் போன்று, சிரச்சேதம் செய்யப்பட்டு பவுல் மரித்தார் எனக் கூறுவதால், பவுல் கி.பி.64 அல்லது 67-ல் கொல்லப்பட்டார் என்று நம்புகிறோம்.

பவுல் அப்போஸ்தலனின் குரல் அமைதியானது. ரோமர்கள், பவுலைக் கொன்றால் அவரது செய்தியை கொல்லலாம் என்று நினைத்தனர். அது தவறு. நீங்கள் தூதரை கொல்லலாம், ஆனால் செய்தியை கொல்ல முடியாது. பவுல் இறந்தார், ஆனால் அவரது கடிதங்கள் வாழ்ந்தன. அவை கேடகோம்ப்ஸில் (பாதாள நிலத்தடி சுரங்கப் பாதைகள், அறைகள் கொண்ட இறந்தவர்களின் உடலை வைக்கும் இடம்) நடைபெற்ற ரகசியக் கூட்டங்களில் படிக்கப்பட்டன. அவை கையால் நகலெடுக்கப்பட்டு பாலைவனங்கள் வழியாகக் கொண்டு செல்லப்பட்டன. அவை கிறிஸ்துவிற்கு இலட்சக்கணக்கான சீடர்களை உருவாக்கின. அவை அகஸ்டினை ஊக்குவித்தன. அவை மார்ட்டின் லூதரை ஊக்குவித்தன. அவை மார்ட்டின் லூதர் கிங் ஜூனியரை ஊக்குவித்தன. அவை சுந்தர்சிங் போன்றோரையும் ஊக்குவித்தன.

அவை இன்று ஆயிரக்கணக்கான மொழிகளில் படிக்கப்படுகின்றன. திருச்சபைகளை அழிக்க முயன்ற மனிதன் அதைக்கட்டிய மனிதனானார். புறஜாதிகளை வெறுத்த மனிதன் அவர்களின் விசுவாசத்தின் தந்தையானார். கடவுளுக்கு தனது வழியைச் சம்பாதித்ததாக நினைத்த மனிதன் உலகுக்கு கிருபை இலவசப் பரிசு என்று போதித்தார். பவுலின் வாழ்க்கை கடவுளின் சக்திக்கு சாட்சி. உங்கள் கடந்தகாலம் உங்கள் எதிர்காலத்தை வரையறுக்காது என்பதை காட்டுகிறது. கடவுள் யாரையும் பயன்படுத்தலாம் என்பதை காட்டுகிறது. கடவுள் சவுல் போன்ற கொலையாளியை எடுத்து அப்போஸ்தலன் பவுலாக மாற்ற முடியும் என்றால், உங்கள் வாழ்க்கையுடன் அவர் என்ன செய்ய முடியும் என்பதை கற்பனை செய்து பாருங்கள். பவுல் கடவுளின் கிருபையை ஒருபோதும் மீறவில்லை. அவர் எப்போதும் தன்னைப் பாவிகளின் தலைவன் என்று அழைத்தார். அவர் பெற்ற இரக்கத்துக்கு தகுதியில்லை என்று உணர்ந்தார், அதுவே அவரை மிகச் சக்திவாய்ந்தவராக்கியது. அவர் தன்னைப்பற்றிப் பிரசங்கிக்கவில்லை. அவர் சிலுவையில் அறையப்பட்ட கிறிஸ்துவைப் பிரசங்கித்தார். பவுலின் கதை வரலாறு மட்டுமல்ல.

அது ஒரு அழைப்பு. மாற்றம் சாத்தியம் என்று நம்ப அழைக்கிறது. உங்கள் சொந்த இருளிலிருந்து ஒளிக்கு வெளியேற அழைக்கிறது. உங்கள் ஓட்டத்தை ஓட, உங்கள் போராட்டத்தைப் போராட, விசுவாசத்தைக்காக்க அழைக்கிறது. தமஸ்குவின் தூசிநிறைந்த சாலையிலிருந்து ரோமில் சிறை அறை வரை, பவுலின் பயணம் உலகத்தை மாற்றியது. இந்த உண்மை வரலாறு உங்களை ஊக்குவித்தால், அந்தச் சாலையில் அவருடன் நடந்த கடவுள் இன்று உங்களுடன் நடக்கும் அதே கடவுளாக இருக்கிறார். ஆமென்."

அத்தியாயம் 4

இயேசுவின் சீடர்களும் அவர்களது திருப்பணியும்

வேதாகமத்தின் புதிய ஏற்பாட்டில் உள்ள மத்தேயு, மார்க், லூக்கா, யோவான் சுவிசேஷங்கள் இயேசு செய்த பிரசங்கங்களைப் பற்றிச் சொல்கின்றன. மலைப்பிரசங்கம் (Sermon on the Mount அல்லது Plain), படகிலிருந்து பிரசங்கம், மற்றும் தேவாலயப் பிரசங்கங்கள் (synagogues மற்றும் temple) போன்றவை, இயேசுவின் போதனைகளின் முக்கியப் பகுதிகள். ஆனால் அவை தனித்தனியான நிகழ்வுகளாகவோ அல்லது ஒத்த நிகழ்வுகளின் வெவ்வேறு விவரிப்புகளாகவோ இருக்கலாம். சுவிசேஷங்கள் சில சமயம் ஒரே நிகழ்வை வெவ்வேறு கோணங்களில் விவரிக்கின்றன. பொதுமக்கள் என்பது பெரிய கூட்டத்தைக் குறிக்கும், சீடர்கள் என்பது இயேசுவை நெருங்கி பின்பற்றுபவர்களை (பின்னர் அப்போஸ்தலர்கள்) குறிக்கும். சில பிரசங்கங்கள் இரண்டுக்குமானவை.

இயேசுவின் மலைப்பிரசங்கம் (Sermon on the Mount அல்லது Plain) மிகப் பிரபலமான போதனைகள், திருவருட் பேரின்பம் அளிப்பவை (Beatitudes). இது பிரார்த்தனை, நீதி போன்றவற்றை உள்ளடக்கியது. இது மலை அல்லது சமவெளியில் நிகழ்ந்தது. மத்தேயு நற்செய்திநூல் கூறும், ஒரு மலைப்பிரசங்க[196] கூட்டத்தில் பார்வையாளர்களாகக் கலந்துகொண்டவர்கள், முதன்மையாக

196 (மத்தேயு:5 முதல் 7 அதிகாரங்கள்)

சீடர்கள் (disciples), ஆனால் திரளான பொதுமக்கள் கூட்டமும் (crowds) அதனைக் கேட்டது. லூக்கா நற்செய்திநூல் கூறும் ஒரு பிரசங்கம்,[197] இது **“சமவெளிப் பிரசங்கம்”** என அழைக்கிறது. இந்த பிரசங்கக் கூட்டத்தில் கலந்துகொண்டவர்கள் சீடர்கள் (disciples), ஆனால் பெரிய திரளான பொதுமக்கள் கூட்டமும் (multitude) கேட்டது. இந்த நற்செய்தி நூல்கள், மொத்தம் இரண்டு பிரசங்கங்களைக் குறிப்பிடுகின்றன என்று அறியமுடிகிறது. ஆனால் சில அறிஞர்கள் இவை ஒரே நிகழ்வின் வெவ்வேறு விவரிப்புகள் என்கின்றனர்; மற்றவர்கள் வேறு நிகழ்வுகள் என்கின்றனர். சீடர்களுக்கு என்ற பிரசங்கம் 2; பொதுமக்களுக்கான பிரசங்கம்: 2.

மத்தேயு நற்செய்தி நூல்,[198] இயேசு கலிலேயா ஏரியில் படகிலிருந்தபடி ஒரு பிரசங்கத்தில் உவமைகளுடன் சொன்னார் என்ற செய்தியைச் சொல்கிறது. பெரிய கூட்டம் கரையில் இருந்தது. இது உவமைகள் (parables) போன்ற நற்செய்தி போதனைகளை உள்ளடக்கியது. திரளான பொதுமக்கள் (large crowds) பார்வையாளர்களாகக் கரையிலிருந்து கேட்டனர். இதுபோன்று, மார்க் நற்செய்தி நூல் படகிலிருந்தபடி கரையில் இருந்த திரளான பொதுமக்களுக்கு உவமைகளுடன் கூடிய ஒரு நற்செய்தியை அறிவித்தார் என்று தெரிவிக்கிறது. (இவை ஒத்த நிகழ்வுகளின் வெவ்வேறு விவரிப்புகள்; சில சமயம் மீன்பிடித்தல் அதிசயத்துடன் இணைந்தது). இந்த நற்செய்தி பொதுமக்களுக்கானவை. சீடர்கள் உடனிருந்தனர். மொத்த நற்செய்திகளின் எண்ணிக்கை மூன்று.

இயேசு தேவாலயங்களில் (Synagogues மற்றும் Temple) நற்செய்தி பரப்புரை மேற்கொண்டார். “தேவாலயங்கள்” என்பது யூதர்களின் உள்ளூர் வழிபாட்டு இடங்கள் (synagogues) மற்றும் எருசலேம் கோவில் (temple) இரண்டையும் குறிக்கலாம். இயேசு பலமுறை இவற்றில் போதித்தார். ஆனால் குறிப்பிட்ட பிரசங்கங்கள் என்பதைவிடப் பொதுவான போதனைகளாக இருந்தன. அவற்றின் எண்ணிக்கையைக் கணக்கிடுவது கடினம். ஆனால், முக்கியக்

197 லூக்கா 6:17-49

198 (மத்தேயு 13:1-3)

குறிப்புகள் நற்செய்தி நூல்களில் உள்ளன. மத்தேயு நற்செய்தி நூல் பல நிகழ்வுகளைக் குறிக்கிறது.[199] கலிலேயா உள்ளூர் வழிபாட்டு இடங்களில் (synagogues) இயேசு போதித்தார். எருசலேம் கோவிலில் போதித்ததை மத்தேயு நற்செய்தி நூல் 21:23-ல் கூறுகிறது. பொதுமக்கள் அவரது நற்செய்தியைக் கேட்டனர். மத்தேயு, மார்க், லூக்கா, யோவான் ஆகிய நற்செய்தி நூல்கள் இயேசு தோராயமாகப் பத்துக்கும் மேற்பட்ட நற்செய்திகளைக் (ஆனால் தனித்தனி பிரசங்கங்கள் அல்ல; பொதுவான போதனைகள்) கொடுத்தார் என்று தெரிவிக்கின்றன. இயேசு "எப்போதும் யூதக் கூடுகைகள் (synagogues) மற்றும் கோயிலில் போதித்தேன்" என்கிறார்[200]. சீடர்களுக்கும், பொதுமக்களும் அப்போது உடனிருந்தனர். மொத்தப் பிரசங்கங்கள் (குறிப்பிட்ட வகைகளில்): மலைப்பிரசங்கம் - 2; படகு - 3; தேவாலயங்கள் - 10+ (பொதுவானவை).

இயேசுவுடன் பேதுருவும், அவர் சகோதரன் அந்திரேயாவும்

கலிலேயா கடலின் கரையில், மீன் மற்றும் உப்பின் வாசனை நிரம்பிய இடத்தில், சீமோன் என்ற பெயருடைய ஒரு மனிதன் வாழ்ந்தான். பெத்சைடாவில் பிறந்த அவன் யோனாவின் மகன். அவன் ஒரு சாதாரண மீனவன். தனது குடும்பத்தின் வாழ்க்கைக்காக, ஆழமான நீலநிற கடல் நீர்களுக்கு எதிராக மீன் பிடிக்கத் தினசரி போராடினான். ஒரு நாள் சீமோன் தனது சகோதரன் அந்திரேயாவுடன் அருகில் வேலை செய்துகொண்டிருந்தான். அவர்கள் நன்கு தெரிந்த ஆழமான கடல் நீர்களில் கனமான வலைகளை வீசினர். சீமோன் இயேசுவை முதல்முறையாக சந்தித்தது அந்திரேயாவின் மூலமாக இருந்தது. அந்திரேயா உற்சாகத்துடன் தனது சகோதரனைக் கட்டிபிடித்து, "நாங்கள் மேசியாவைக் கண்டோம்" என்று சொல்லி அவரை இயேசுவிடம் கொண்டு வந்தான். இயேசு தனக்கு முன்னால் நின்ற கரடுமுரடான சீமோனைப் பார்த்தபோது, "நீ சீமோன், யோனாவின் மகன். நீ பேதுரு அல்லது பாறை என்று

199 (மத்தேயு 4:23; 9:35)

200 யோவான் 18:20

அழைக்கப்படுவாய்"[201] என்று சொன்னார். யாரும் எதிர்பாராத ஒரு மாற்றத்தின் (transformation) முதல் அறிகுறியாக அவனது தருணம் அமைந்தது.

சில நாட்களுக்குப் பிறகு, பேதுரு மற்றும் அந்திரேயா வலைகளை கடலில் வீசிக்கொண்டிருந்தபோது, இயேசு கரையில் நடந்து சென்றார். இயேசு அவர்களைப் பார்த்து நின்று, "என்னைப் பின்பற்றுங்கள், நான் உங்களை மனிதர்களைப் பிடிக்கும் மீனவர்களாக்குவேன்"[202] என்று அழைத்தார். இந்த அழைப்பு எளிமையானது, ஆனால் சக்திவாய்ந்தது. தயக்கமின்றி, அவர்கள் தங்கள் வலைகளை விட்டுவிட்டு அவரைப் பின்பற்றினர். அந்த உடனடி முடிவு, ஏதோ அசாதாரணமான ஒன்று அவர்களின் இதயங்களைத் தொட்டது என்பதை வெளிப்படுத்தியது. பேதுரு விரைவில் இயேசுவின் உள் வட்டத்தில் இடம்பிடித்தார், கூடவே யாக்கோபு மற்றும் யோவானும் (John) இருந்தனர். பேதுருவின் தைரியமான, வெளிப்படையான இயல்பு அவரை மற்றவர்களிடமிருந்து வேறுபடுத்தியது.

ஒரு முக்கியமான தருணத்தில், இயேசு தனது சீடர்களிடம், "நான் யார் என்று நீங்கள் சொல்கிறீர்கள்?" என்று கேட்டார். பேதுரு முன்னால் வந்து உறுதியுடன், "நீங்கள் கிறிஸ்து, ஜீவனுள்ள தேவனின் குமாரன்" என்று அறிவித்தார். இயேசு அவரை அங்கீகரித்து, "ஆசீர்வதிக்கப்பட்டவன் நீ, சீமோன், யோனாவின் மகன், இது உனக்கு மாம்சமும் மற்றும் இரத்தமும் வெளிப்படுத்தவில்லை, பரலோகத்தில் என் தந்தை இதை உனக்கு வெளிப்படுத்தினார்"[203] என்று சொன்னார்.

ஒரு இரவு, கடல் கொந்தளித்தது. புயலில், சீடர்களின் படகை அலைகள் தாக்கியது. அப்போது, இயேசு கடல் மீது நடந்து அவர்களிடம் வந்தார். மற்றவர்கள் பயத்தில் நடுங்கியபோது,

201 ((யோவான் 1:40-42)

202 (மத்தேயு 4:18-20)

203 (மத்தேயு 16:13-20)

பேதுரு விசுவாசம் கலந்த தைரியத்தில், "ஆண்டவரே, அது நீங்களாக இருந்தால், கடல் நீர் மீது நடந்து உங்களிடம் வரச் சொல்லுங்கள்" என்று கூச்சலிட்டார். இயேசு எளிமையாக, "வா" என்று பதிலளித்தார். பேதுரு படகிலிருந்து வெளியேறி, கடல்நீர் மீது நடக்கத் தொடங்கினார். சில நிமிடங்கள் அது அவருக்கு சாத்தியமானது. ஆனால் கடல் அலையின் வேக காற்றைப் பார்த்தபோது, அவர் பயந்தார். கடல் அலையில் அவர் மூழ்கத் தொடங்கியபோது, "ஆண்டவரே, என்னைக் காப்பாற்றுங்கள்!" என்று கூச்சலிட்டார். உடனடியாக இயேசு தனது கையை நீட்டி அவரைப் பிடித்து, "சிறிய விசுவாசமுள்ளவனே. ஏன் சந்தேகித்தாய்?"[204] என்று சொன்னார். இந்தச் சம்பவம் பேதுருவின் அசாதாரண விசுவாசத்தையும், அவரது மனித பயத்திற்கான போக்கையும் வெளிப்படுத்துகிறது.

பேதுரு மற்றவர்கள் சிலருக்கே கிடைக்கப்பெற்ற நல்ல பாக்கியமானத் தருணங்களைப் பெற்றார். உயர்ந்த மலையில், அவர் யாக்கோபு மற்றும் யோவானுடன் (John) சேர்ந்து, இயேசு உருமாற்றப்பட்டதைப் பார்த்தார். அவரது முகம் சூரியனைப் போல பிரகாசித்தது, அவரது உடைகள் ஒளியைப் போல வெள்ளையாக இருந்தன. மோசே மற்றும் எலியா தோன்றி இயேசுவுடன் பேசினர். பேதுரு என்ன சொல்வது என்று தெரியாமல், அவர்களுக்கு மூன்று கூடாரங்கள் கட்டவேண்டும் என்று பரிந்துரைத்தார். திடீரென ஒரு மேகம் அவர்களைச் சூழ்ந்தது, தேவனின் குரல், "இது என் பிரியமான குமாரன். அவருக்குச் செவிகொடுங்கள்" என்று அறிவித்தது. சீடர்கள் முகங்குப்புற விழுந்தனர். பயந்தனர். இயேசு அவர்களைத் தொட்டு, "எழுந்திருங்கள். பயப்படாதீர்கள்" என்று சொன்னார். அவர்கள் எழுந்து பார்த்தபோது, இயேசு மட்டுமே இருந்தார்.[205]

ஒரு சமயம், இயேசு பேதுரு, யாக்கோபு, மற்றும் யோவானை (John) மட்டுமே யாயிரஸ் என்ற ஒரு யூத கூடுகை சபை

204 (மத்தேயு 14:28-31)

205 (மத்தேயு 17:1-13).

(synagogue) தலைவரின் வீட்டிற்கு அழைத்துச் சென்றார். அங்கு யாயிரஸின் மகள் இறந்திருந்தாள். மற்றவர்கள் அழுதபோது, இயேசு, "பெண் இறக்கவில்லை, தூங்குகிறாள்" என்று சொன்னார். அங்கே நின்றவர்கள் இயேசுவைப் பார்த்து சிரித்தனர். இயேசு, பெண்ணின் பெற்றோர்கள், மற்றும் மூன்று சீடர்களைத் தவிர அனைவரையும் வெளியே அனுப்பினார், பெண்ணின் கையைப் பிடித்து, "தாலிதா" என்று சொன்னார், அதாவது, "சிறு பெண்ணே, உனக்கு சொல்கிறேன், எழுந்திரு." உடனடியாக, 12 வயது பெண் எழுந்து நடக்கத் தொடங்கினாள். பேதுரு இந்த அசாதாரண அற்புதத்தைப் பார்த்தார்.

இயேசு பேதுரு, யாக்கோபு, மற்றும் யோவானை (John) கெத்செமனே தோட்டத்திற்கு அழைத்துச் சென்றார். "என் ஆன்மா மரணத்திற்கேதுவான துக்கமடைந்துள்ளது" என்று சொல்லி, இயேசு பிரார்த்தனை செய்வதற்கு சென்றார். அதற்கு முன் அவர்களைப் பார்த்து "இங்கே என்னுடன் விழித்திருங்கள்" என்று சொன்னார். அவர் திரும்பிவந்தபோது, அவர்கள் தூங்கிக் கொண்டிருந்தனர். "ஒரு மணி நேரம் என்னுடன் விழித்திருக்க முடியாதா?" என்று பேதுருவிடம் கேட்டார். இயேசுவுக்கு மிகவும் தேவைப்பட்ட வேளையில், இந்த மனித பலவீன தருணம் அவரது நெருங்கிய சீடர்களுக்கும் இருந்தது என்பதை காட்டியது.

பேதுரு துரிதமாக, தீவிரமான காரியங்களை ஆற்றும் மனித இயல்பு கொண்டவர். பெரிய விசுவாசச் செயல்களைச் செய்யக்கூடியவர். ஆனால் அவரது மனக்கிளர்ச்சியான, உணர்ச்சிவயப்பட்ட நிலை அடிக்கடி சிந்திக்காமல் செயல்பட்டு, தீவிர தோல்விகளுக்கும் வழிவகுத்தது[206] படைவீரர்கள் இயேசுவை கைது செய்ய கெத்செமனே தோட்டத்தில் வந்தபோது, பேதுரு தனது வாளை உருவி, யூதர்களின் உயர் பூசாரியின் ஊழியரான மல்குஸின் காதை வெட்டினார். இயேசு உடனடியாக அவரை கண்டித்து, "உன் வாளை இடத்தில் வை. வாளை எடுப்பவர்கள்

206 மத்தேயு 26:36-46).

அனைவரும் வாளால் சாவார்கள்" என்று சொன்னார். பின்னர் அந்த மனிதனின் காதைத் தொட்டு, இயேசு அவரை குணப்படுத்தினார்[207].

பேதுருவின் மிகப்பெரிய தோல்வி சில மணி நேரங்களுக்குப் பிறகு வந்தது. இயேசு கைது செய்யப்பட்ட பிறகு, பேதுரு தூரத்தில் அவரைப் பின்தொடர்ந்து வந்து, யூதமத உயர் பூசாரியின் முற்றத்தில் இருந்தார். அவர் தீ மூட்டி, நெருப்பில் குளிர் காய்ந்துக் கொண்டிருந்தபோது, ஒரு வேலைக்காரப் பெண் அவரைப் பார்த்து, "நீயும் கலிலேயா இயேசுவுடன் இருந்தாய்" என்று சொன்னாள். பேதுரு அனைவருக்கும் முன்பு அதை மறுத்தார். "நீங்கள் என்ன பேசுகிறீர்கள் என்று எனக்குத் தெரியவில்லை" என்றார். சிறிது நேரத்திற்குப் பிறகு, இன்னொரு வேலைக்காரி அவரைப் பார்த்து, அருகில் இருந்தவர்களிடம், "இந்த மனிதன் நாசரேத் இயேசுவுடன் இருந்தான்" என்று சொன்னாள். மீண்டும், பேதுரு சத்தியத்துடன் மறுத்தார். "அந்த மனிதனை நான் அறியவில்லை." சுமார் ஒரு மணி நேரத்திற்குப் பிறகு, அருகில் நின்றவர்கள் வந்து, "நிச்சயமாக நீ அவர்களில் ஒருவன். உன் உச்சரிப்பு உன்னை வெளிப்படுத்துகிறது" என்று சொன்னார்கள். பின்னர் பேதுரு அவர்களைச் சாபமிட்டு சத்தியம் செய்யத் தொடங்கினார், "நான் அந்த மனிதனை அறியவில்லை" என்றார். அந்தத் தருணத்தில், சேவல் கூவியது. அப்போது பேதுரு, இயேசு சொன்ன வார்த்தைகளை நினைவுகூர்ந்தார்: "சேவல் கூவுவதற்கு முன் நீ என்னை மூன்று முறை மறுதலிப்பாய்" என்று இயேசு கூறியிருந்தார். பேதுரு வெளியே சென்று மனம்கசந்து அழுதார். பேதுருவின் வருத்தம் ஆழமானது[208]

உயிர்த்தெழுதலுக்குப் பிறகு, இயேசு கலிலேயா கடற்கரையில் சீடர்களுக்கு தோன்றினார். அவர்கள் கரையில் சேர்ந்து சாப்பிட்டபோது, இயேசு பேதுருவிடம் மூன்று முறை, "யோவான் மகன் சீமோனே, நீ என்னை நேசிக்கிறாயா?" என்று கேட்டார்.

207 (யோவான் 18:10)

208 (மத்தேயு 26:69-75).

ஒவ்வொரு கேள்வியும் மீட்புக்கான வாய்ப்பாக இருந்தது. அது பேதுருவின் முந்தைய மறுப்புகளை அழித்தது. உடைந்த இதயத்துடன், பேதுரு "ஆம், ஆண்டவரே. நான் உங்களை நேசிப்பதை நீங்கள் அறிவீர்கள்" என்று பதிலளித்தார். ஒவ்வொரு முறையும், இயேசு அவருக்கு ஒரு பணியைக் கொடுத்தார். "என்னைப் பின்பற்றுபவர்களை வழிநடத்துவாயாக. (ஆடுகளை மேய்ப்பாயாக)." "என்னைப் பின்பற்றுபவர்களை கவனித்துக்கொள்." "என்னைப் பின்பற்றுபவர்களை வழிநடத்து" என்பவையாகும். இயேசு பேதுருவை மன்னித்தது மட்டுமல்ல. அவர் தன்னைப் பின்பற்றும் (மந்தையை) கவனிக்கும் பொறுப்பை அவரிடம் ஒப்படைத்தார். தேவனில் வல்லமையால், தோல்விகள், நம்முடைய வெற்றியாக மாறக்கூடும்.

முதல் திருச்சபையும் - பேதுருவும்: இயேசு பரலோகத்திற்கு எடுத்துக்கொண்ட பிறகு, பேதுரு ஆரம்ப திருச்சபையின் சந்தேகமற்ற தலைவராக உருவெடுத்தார்[209] பெந்தெகோஸ்தே நாளில், பரிசுத்த ஆவி சீடர்கள் மீது இறங்கியபோது, கூட்டத்திற்கு முன்பு தைரியமாக நின்றது சீமோன் பேதுரு. அவர் தன்னுடைய சக்திவாய்ந்த பிரசங்கத்தில், "தேவன் இந்த இயேசுவை உயிர்த்தெழுப்பினார், நாங்கள் அனைவரும் அதற்கு சாட்சிகள்" என்று அறிவித்தார். "ஆகவே, இஸ்ரவேலர்கள் அனைவரும் இதை உறுதியாக அறிந்துகொள்ளட்டும். நீங்கள் சிலுவையில் அறைந்த இந்த இயேசுவை தேவன் ஆண்டவராகவும் மேசியாவாகவும் செய்தார்." மக்கள் ஆழமாக நெகிழ்ந்து, "சகோதரர்களே, நாங்கள் என்ன செய்ய வேண்டும்?" என்று கேட்டனர். பேதுரு "மனந்திரும்புங்கள், இயேசு கிறிஸ்துவின் நாமத்தில் ஞானஸ்நானம் பெறுங்கள்" என்று பதிலளித்தார். அன்று சுமார் 3,000 பேர் செய்தியை ஏற்றுக்கொண்டனர். ஒரு வேலைக்காரப் பெண்ணுக்கு முன்பு நடுங்கிய மீனவன் இப்போது அசாதாரண அற்புதங்களைச் செய்தான்.

---

209 (யோவான் 21:15-19)

ஒரு நாள் பேதுரு மற்றும் யோவான் (John) இருவரும் கோவிலுக்கு சென்றபோது, பிறப்பிலிருந்து ஊனமுற்ற ஒரு மனிதனை சந்தித்தனர். அந்த மனிதன் பணம் கேட்டபோது, பேதுரு "வெள்ளி அல்லது தங்கம் என்னிடம் இல்லை, ஆனால் என்னிடம் இருப்பதை உனக்கு தருகிறேன். நாசரேனாகிய இயேசு கிறிஸ்துவின் நாமத்தில், நட" என்று சொன்னார். அவனது வலது கையைப் பிடித்து, பேதுரு அவரை எழுப்ப உதவினார். உடனடியாக, அந்த மனிதனின் கால்கள் மற்றும் கணுக்கால்கள் வலுவடைந்தன. அவன் எழுந்து நடக்கத் தொடங்கினான். இந்த அற்புதம் பேதுரு வழியாக வெளிப்பட்ட பரிசுத்த ஆவியின் சக்தியைக் காட்டியது.

யூதரல்லாதவர்களுக்கு இயேசுவின் நற்செய்தியும்_ பேதுருவும்: பேதுருவின் ஆரம்பகால ஊழியம் யூதர்களை மையமாகக் கொண்டது. ஆனால் தேவன் பேதுரு மூலமாக வேறு பெரிய திட்டங்களை நிறைவேற்ற சித்தம் கொண்டிருந்தார். யோப்பா என்ற இடத்தில் பேதுருவுக்கு ஒரு தரிசனம் இருந்தது, அசுத்தமான விலங்குகளால் நிரம்பிய ஒரு துணி பரலோகத்திலிருந்து இறங்கியது. ஒரு குரல், "பேதுரு எழுந்திரு" என்று கூறி, சகல விலங்கினங்களையும் காண்பித்து, "கொன்று உண்" என்று சொன்னது. பேதுரு எதிர்த்து, "நிச்சயமாக இல்லை, ஆண்டவரே. நான் எப்போதும் அசுத்தமான எதையும் உண்டதில்லை" என்று சொன்னார். குரல் "தேவன் சுத்தமாக்கிய எதையும் அசுத்தமாக அழைக்காதே" என்று பதிலளித்தது. சில மணி நேரம் கழிந்தபின், ரோமானிய படையின் நூற்றுக்கு அதிபதியாக இருந்த கொர்னேலியஸ் என்பவரின் தூதர்கள் வந்து பேதுருவை அவரது வீட்டிற்கு அழைத்தனர். அப்போது, பேதுரு தான் கண்டத் தரிசனம் உணவு பற்றியது அல்ல என்பதை உணர்ந்தார். அது மக்களைப் பற்றியது. செசாரியாவில் கொர்னேலியசின் வீட்டில், பேதுரு "தேவன் பாரபட்சம் காட்டுவதில்லை என்பது எவ்வளவு உண்மை என்பதை இப்போது உணர்கிறேன்" என்றார். அங்கிருந்த யூதரல்லாத புறஜாதியினர் மத்தியில் நற்செய்தியைப் பிரசங்கித்தார். பரிசுத்த ஆவி அனைவரின் மீதும் வந்தது. பேதுரு

அவர்களை ஞானஸ்நானம் செய்ய உத்தரவிட்டார். இந்தப் புரட்சிகர தருணம் அதிகாரப்பூர்வமாக யூதரல்லாதவர்களுக்கு இயேசுவின் நற்செய்தியை அறிவிக்கும் வாசலை திறந்தது.

பேதுருவின் இறுதி நாட்கள்

கிறிஸ்தவ பாரம்பரியம், பேதுரு அந்தியோகியாவின் முதல் பேராயராகவும்/திருத்தந்தையாகவும்(Bishop), பின்னர் ரோமின் பேராயராகவும்/திருத்தந்தையாகவும்(Bishop) இருந்தார் என்று கூறுகிறது. பல ஆண்டுகள் தைரியமான ஊழியத்திற்குப் பிறகு, அவர் ரோம பேரரசன் நீரோவின் துன்புறுத்தலின் போது, மறைச்சாட்சியாக மரிக்கும்படியான தருணத்தை எதிர்கொண்டார். பேதுரு தனது ஆண்டவரைப் போல சாவதற்கு தகுதியில்லை என உணர்ந்து, தலைகீழாக சிலுவையில் அறையப்பட வேண்டும் என்று கேட்டார். அவ்வாறே பேதுரு தலைகீழாக சிலுவையில் அறையப்பட்டார். பேதுருவின் மரபு அவரது செயல்களில் மட்டுமல்ல, அவரது எழுத்துக்களிலும் வாழ்கிறது. அவர் எழுதிய 'ஒன்று பேதுரு' மற்றும் 'இரண்டு பேதுரு' கடிதங்கள், இயேசுவின் அருளால் மாற்றப்பட்ட ஒரு மனிதனின் ஆன்மீக முதிர்ச்சியை பிரதிபலிக்கின்றன. இயேசுவை மூன்று முறை மறுதலித்தவர் இப்போது துன்புறுத்தப்பட்ட கிறிஸ்தவர்களுக்கு ஊக்கமளிக்கும் வார்த்தைகளை எழுதினார். கலிலேயாவின் மீனவன், அவரது பெயரில் உள்ள தீர்க்கதரிசனத்தை நிறைவேற்றி நம்பிக்கையின் பாறையாக மாறினார்.

பேதுருவின் சகோதரன் அந்திரேயா *(Andrew)*

அதே நீலநிறக் கடல்நீரில், தன் சகோதரன் மீன்பிடித்த இடத்திலேயே. அந்திரேயாவும் தினசரி தன் வலைகளை வீசினார். பெத்சைடாவில் பிறந்த அவர், சீமோன் பேதுருவுடன் மீன்பிடி தொழிலை மட்டுமல்லாமல், அவர்கள் வாழ்க்கையை என்றென்றும் மாற்றப்போகும் நம்பிக்கையையும் பகிர்ந்து கொண்டார். தன் சகோதரனைப் போலல்லாமல், அந்திரேயா முதலில் யோவான்

(John the Baptist) தீர்க்கதரிசியின் சீடனாக இருந்தார். உண்மையைத் தேடும் தேடல் கொண்டவர். பாலைவனத் தீர்க்கதரிசியான யோவான், "ஆண்டவருக்கு வழியைத் தயார்செய்யுங்கள்" என்று முழங்கியபோது, அதைக் கேட்டவர்களில் ஒருவர் அந்திரேயா.

ஒரு நாள் அந்திரேயா யோர்தான் ஆற்றில் யோவானுடன் இருந்தபோது, இயேசு கடந்து செல்வதைப் பார்த்தார். யோவான் (John) அவரைச் சுட்டிக்காட்டி, "உலகின் பாவத்தைச் சுமந்து செல்லும் தேவ ஆட்டுக்குட்டியைப் பார்" என்று அறிவித்தார். இந்த வார்த்தைகளால் ஆர்வமடைந்த அந்திரேயா மற்றும் இன்னொரு சீடனுடன், இயேசுவைப் பின்தொடர்ந்தனர். இயேசு திரும்பி, "நீங்கள் என்ன விரும்புகிறீர்கள்?" என்று கேட்டபோது, அவர்கள் "ரபீ, நீங்கள் எங்கு தங்கியிருக்கிறீர்கள்?" என்று பதிலளித்தனர். புன்னகையுடன், இயேசு "வாருங்கள் பாருங்கள்" என்று அழைத்தார். அன்று பத்தாவது மணி நேரத்தில் அவர்கள் அவருடன் சென்று மீதி நாள் தங்கினர். இந்த முதல் சந்திப்பு அந்திரேயாவின் வாழ்க்கையை என்றென்றும் மாற்றியது. இயேசுவை சந்தித்த பிறகு, அந்திரேயாவிடம் உற்சாகம் தொற்றிக்கொண்டது. தனது சகோதரனைக் கண்டபோது. கண்கள் பிரகாசித்து, அவர் சீமோனைக் கட்டிபிடித்து, "நாங்கள் மேசியாவைக் கண்டோம்" என்று அறிவித்தார். பின்னர் அவன் தனது சகோதரனை இயேசுவிடம் கொண்டு வந்தார். இவ்வாறு, அந்திரேயா பேதுருவை கிறிஸ்துவுடன் இணைக்கும் பாலமாக மாறினார்.[210] சில நாட்களுக்குப் பிறகு, சகோதரர்கள் சேர்ந்து வலைகளை கடலில் வீசிக்கொண்டிருந்தபோது, இயேசு கலிலேயா கரையில் கடந்து சென்றார். அவர்களைப் பார்த்து, நின்று, "வாருங்கள் என்னைப் பின்பற்றுங்கள், நான் உங்களை மனிதர்களைப் பிடிக்கும் மீனவர்களாக்குவேன்" என்று அழைத்தார். தயக்கமின்றி, அந்திரேயா மற்றும் பேதுரு தங்கள் வலைகளை விட்டுவிட்டு அவரைப் பின்பற்றினர்.[211] அந்திரேயாவுக்கு,

---

210 (யோவான் 1:35-42).

211 (மத்தேயு 4:18-20)

இது முதல் சந்திப்பு அல்ல. இது அவரது இதயத்தில் ஏற்கனவே அசைக்கத் தொடங்கிய அழைப்பின் உறுதிப்படுத்தல்.

ஐந்து அப்பமும் (Bread), **இரண்டு மீன்களும்**: அந்திரேயா, தனது சகோதரனைப் போல இயேசுவின் உள் வட்டத்தில் இடம்பிடிக்கவில்லை என்றாலும், ஆண்டவருடன் அர்த்தமுள்ள தருணங்களை அவர் கொண்டிருந்தார். ஆயிரக்கணக்கான மக்கள் பசியுடன் இருந்தனர். சீடர்களுக்கு என்ன செய்வது என்று தெரியவில்லை. அந்திரேயா, ஐந்து ரொட்டிகளும் இரண்டு சிறு மீன்களும் வைத்திருந்த ஒரு சிறுவனை கவனித்தார். உடனே அவர், பயம் கலந்த நேர்மையுடன் இயேசுவிடம் வந்து, "இங்கு ஐந்து சிறு ரொட்டிகளும், இரண்டு சிறு மீன்களும் கொண்ட ஒரு சிறுவன் இருக்கிறான். ஆனால் இவ்வளவு பேருக்கும் இது எவ்வளவு போதுமானதாக இருக்கும்?" என்று சொன்னார். இயேசு அந்த நேர்மையான கவனிப்பைப் பார்த்து புன்னகைத்து, அந்த ரொட்டிகளைப் பெற்று, அதனை எடுத்து நன்றி செலுத்தி, அவற்றைக் கூடைகளில் வைத்து அனைவருக்கும் விநியோகித்தார். அற்புதமாக, அனைவரும் விரும்பிய அளவு சாப்பிட்டனர். ரொட்டிகளின் பெருக்கல் அற்புதத்தின் போது, அந்திரேயா இயேசுவின் கைகளில் வைக்கப்பட்ட சிறியது போதுமானதை விட அதிகமாக மாறியதைப் பார்த்தார்[212].

பாஸ்கா பண்டிகைக்கு, எருசலேமுக்கு வந்த சில கிரேக்க நாட்டவர்கள், இயேசுவை சந்திக்க விரும்பினர். அவர்கள் பிலிப்பை அணுகி, "சார், நாங்கள் இயேசுவைப் பார்க்க விரும்புகிறோம்" என்று கேட்டனர். பிலிப் அந்திரேயாவிடம் பேச, இருவரும் சேர்ந்து இயேசுவிடம் கோரிக்கையைக் கொண்டு சென்றனர். இந்த விவரம் அந்திரேயாவைப் பற்றி சுவாரசியமான ஒன்றை வெளிப்படுத்துகிறது. குறிப்பிடத்தக்க தருணத்தில், மக்கள் அணுகக்கூடிய ஒருவராக அவரைப் பார்த்தனர். இயேசுவை அடைய அவர் ஒரு பாலமாக செயல்பட்டார்.

---

212 (யோவான் 6:8-9)

சீடர்கள், இயேசுவிடம் இறுதி காலங்களைப் பற்றி கேட்டபோது அந்திரேயா அவர்களுடன் கூட இருந்தார். பேதுரு, யாக்கோபு, மற்றும் யோவானுடன் (John) சேர்ந்து, “இவை எப்போது நடக்கும் எங்களுக்குச் சொல்லுங்கள்,? உங்கள் வருகைக்கான அடையாளம், யுகத்தின் முடிவு என்ன?” என்று கேட்டார். இந்த தருணம் அந்திரேயா இயேசுவின் எதிர்கால போதனைகளை எவ்வளவு கவனமாக கேட்டார் என்பதைக் காட்டுகிறது. அந்திரேயாவின் சீடத்துவத்தில் தனித்து நிற்பது இயேசுவிடம் மக்களை கொண்டு வரும் அவரது நிலையான பங்கு. அவர் பேதுருவை கொண்டு வந்தார், ரொட்டிகளுடன் சிறுவனை அறிமுகப்படுத்தினார், மற்றும் கிரேக்கர்கள் இயேசுவை கண்டுபிடிக்க உதவினார். மற்ற சீடர்கள் பெரிய அறிவிப்புகள் அல்லது செயல்களுக்காக நினைவுகூரப்படுகின்றனர். அந்திரேயா இணைப்புகளுக்காக நினைவுகூரப்படுகிறார்; அவர் அமைதியான ஆனால் ஆழமான அர்த்தமுள்ள சாட்சி.

அந்திரேயாவின் சுவிசேஷப்பணி: இயேசு மறுரூபமாகி பரலோகத்திற்கு ஏறிய பிறகு, அந்திரேயா சுவிசேஷப்பணிக்கு உண்மையாக இருந்தார். லூக்கா சுவிசேஷகன் பதிவு செய்தபடி, அவர் எருசலேமில் உள்ள மாடியறையில் இருந்தார், அங்கு சீடர்கள் தொடர்ந்துப் பிரார்த்தனையில் இணைந்தனர்[213]. இந்த காத்திருப்பு மற்றும் தயாரிப்பு காலம் பெந்தெகோஸ்தே நாளில் உச்சக்கட்டத்தை அடைந்தது, பரிசுத்த ஆவி அனைவரின் மீதும் வந்தது, உலகளாவிய பணிக்கு அவர்களை வலுவூட்டியது. அந்திரேயா எருசலேமில் ஆரம்பத் திருச்சபையின் வளர்ச்சியில், செயலில் பங்கு வகித்தார். அவர் “உலகத்தை தலைகீழாகத் திருப்பிய இந்த மனிதர்கள் இங்கும் வந்துள்ளனர்” என்று ஒருவர் கூறினார். கலிலேயா மீனவர்கள் இயேசு வாக்குறுதியளித்தபடி மனிதர்களைப் பிடிக்கும் மீனவர்களாக மாறினர். வேதாகமம் அவரது பிந்தைய ஊழியத்தை விவரிக்கவில்லை என்றாலும்,

213 (அப்போஸ்தலர் 1:13)

பழங்கால பாரம்பரியங்கள், அந்திரேயா நற்செய்தியை தொலைதூர பகுதிகளுக்கு கொண்டு சென்றதாக தெரிவிக்கின்றன. அவர் கிரீஸ், ஆசியா மைனர், திரேஸ், மற்றும் ஸ்கிதியா, நவீன உக்ரைன் மற்றும் தெற்கு ரஷ்யாவுக்கு சொந்தமான பகுதிக்கு சென்று பிரசங்கித்தார். இந்த பரப்புரை பயணங்களின் போது, அவர் சபைகளை நிறுவி புதிய சீடர்களை உருவாக்கினார். ஒரு முக்கியமான பாரம்பரியம் அந்திரேயா, பைசான்டியம் திருச்சபையை நிறுவியதாகக் கூறுகிறது. அது பின்னர் கான்ஸ்டான்டினோப்பிள் என்று ஆனது. நவீன இஸ்தான்புல்லின், முதல் ஆயராக ஆனார். இந்த இணைப்பு கிழக்கு ஐரோப்பா முழுவதும், கிழக்கு ஆர்த்தடாக்ஸ் திருச்சபைகளில், அந்திரேயா ஏன் அதிகம் போற்றப்படுகிறார் என்பதை விளக்குகிறது.

அந்திரேயாவின் முடிவு: அந்திரேயாவின் வாழ்க்கையின் முடிவு, அதன் தொடக்கத்தில் இருந்த அதே ஆழமான அர்ப்பணிப்பை பிரதிபலித்தது. அவர் கிரீஸின், அகாயா என்ற இடத்தில் பாட்ராஸில் இரத்தசாட்சியாக மரணமடைந்தார். அதிகாரிகள் அவரை X-வடிவ சிலுவையில் அறைந்தனர், இப்போது அந்த வடிவச் சிலை, புனித. அந்திரேயாவின் சிலுவை என்று அழைக்கப்படுகிறது. தனது சகோதரன் பேதுருவைப் போல, அந்திரேயா இயேசுவைப் போல சாவதற்கு தகுதியில்லை எனக் கருதி வேறு வகையான சிலுவையை கேட்டார். சிலுவையில் துன்புற்றபோது, அந்திரேயா இரண்டு நாட்களுக்கு பிரசங்கித்தார், அவரைச் சூழ்ந்த கிறிஸ்தவர்களை கிறிஸ்துவுக்கு உண்மையாக இருக்க ஊக்குவித்தார். அவரது சாவு, அவரது வாழ்க்கையைப் போல, அவர் பிரசங்கித்த நற்செய்திக்கு சாட்சியாக இருந்தது. அந்திரேயாவின் மரபு நூற்றாண்டுகளாக வாழ்கிறது. அவர் ஸ்காட்லாந்து, ரஷ்யா, ரோமானியா, உக்ரைன், மற்றும் கிரீஸின் புரவலர் புனிதரானார். கிறிஸ்தவ காலண்டரில், பல திருச்சபைகளால் நவம்பர் 30 அன்று அவர் நினைவுகூரப்படுகிறார். அந்திரேயாவின் வாழ்வு, அடக்கம் மற்றும் அர்ப்பணிப்புள்ள சுவிசேஷத்தை கற்பிக்கிறது. அவர் ஒருபோதும் தன்னை முன்னிலைப் படுத்தவில்லை. அதற்கு

பதிலாக மக்களை இயேசுவிடம் கொண்டு வந்து பின்னால் நின்றார். அந்த உதாரணம் கிறிஸ்துவுடன் இணைக்கும் கிறிஸ்தவர்களை தொடர்ந்து ஊக்குவிக்கிறது, தனிப்பட்ட அங்கீகாரத்தை தவிர்த்து ஒளிவிட்டு பிராகாசித்தார்.

யாக்கோபு (James the son of Zebedee)

கலிலேயா கடலின் கரையில், ஒரு சிறு மீன்பிடி கிராமத்தில், செபதேயின் மகனும் சலோமியின் மகனுமான யாக்கோபு **(James the son of Zebedee)** வாழ்ந்தான். யோவானின் (John) மூத்த சகோதரன். வேலைக்காரர்களை வேலைக்கு அமர்த்தும் அளவுக்கு வெற்றிகரமான குடும்ப வியாபாரத்தில் இருந்தான். இரு சகோதரர்களும், தங்கள் தந்தையுடன் வலைகளை தினசரி கடலில் வீசி மீன் பிடித்து வந்தனர். பேதுரு மற்றும் அந்திரேயாவை அழைத்த பிறகு, இயேசு கரையில் நடந்து சென்றபோது, யாக்கோபு சகோதரர்கள் தங்கள் தந்தையுடன், படகில் வலைகளை சரிசெய்வதைப் பார்த்தார். இயேசு அவர்களை அழைத்தார், அவர்கள் உடனடியாக படகையும் தங்கள் தந்தையையும் விட்டுவிட்டு அவரைப் பின்பற்றினர்[214].

இயேசுவுடன், எலியா, மோசே தரிசனம்: யாக்கோபின் **(James the son of Zebedee)** உடனடி முடிவு, ஒரு தீவிர பதிலை வெளிப்படுத்தியது. நிலையான குடும்ப வியாபாரத்தையும், தன்னை சார்ந்திருந்த தந்தையையும் விட்டுவிட்டு, ஒரு பயண பிரசங்கியாரைப் பின்பற்றுவது என்பது இயேசுவிடம், ஏதோ காந்த ஈர்ப்பு சக்தி இருந்தது என்பதால் அல்லவா? அது யாக்கோபின் அத்தகைய தேர்வை நியாயப்படுத்தியது. யாக்கோபின் ஆளுமை இயேசுவுடன் பழகிய நேரத்தில் விரைவில் வெளிப்பட்டது. இயேசு, யாக்கோபு மற்றும் யோவானுக்கு (John) இடி மகன்கள் "போனர்ஜஸ்" என்ற அர்த்தம் கொள்ளும் புனைப்பெயரை கொடுத்தார். இதுச் தற்செயலானது அல்ல. சகோதரர்களுக்குள் தீவிரமான உணர்ச்சிபூர்வமான உந்துதல் இருந்தது. அது அவ்வப்போது

214 (மத்தேயு 4:21-22)

அளவுக்கு அதிகமான உற்சாகத்தில் வெடித்தது. யாக்கோபு பேதுரு மற்றும் யோவானுடன் (John) சேர்ந்து இயேசுவின் உள் வட்டத்தை உருவாக்க அவரும் தேர்ந்தெடுக்கப்பட்டார். இந்த மூன்று சீடர்களை இயேசு உயரமான மலையில் அழைத்துச் சென்றார், அங்கு அவர்கள் உருமாற்றத்தைப் பார்த்தனர். இயேசு அவர்களுக்கு முன்பு உருமாற்றப்பட்டார். அவரது முகம் சூரியனைப் போல பிரகாசித்தது, அவரது உடைகள் ஒளியைப் போல வெள்ளையாக இருந்தன. பின்னர் மோசே மற்றும் எலியா தோன்றி அவருடன் பேசினர். யாக்கோபு இந்த அசாதாரண தருணத்தைப் பார்த்தார். அங்கு கிறிஸ்துவின் தெய்வீகம் அவ்வளவு சக்தியுடன் வெளிப்படுத்தப்பட்டது. சீடர்கள் பயத்தில் முகங்குப்புற விழுந்தனர்.

மரித்த பெண்ணை இயேசு உயிர்ப்பித்தது: மற்றொரு சிறப்பு சம்பவம், யூத மத தலைவரின் வீட்டில் நடந்தது. இயேசு பேதுரு, யாக்கோபு, மற்றும் யோவானை (John) மட்டுமே யாயிரஸின் வீட்டிற்கு அனுமதித்தார், அங்கு அவர் யூத மத தலைவரின் மகளை இறப்பிலிருந்து எழுப்பினார்[215]. யாக்கோபு இந்த அதிர்ச்சியூட்டும் அற்புதத்தை அருகில் இருந்து பார்த்தார், இயேசு பெண்ணின் கையைப் பிடித்து, “சிறு பெண்ணே, உனக்கு சொல்கிறேன், எழுந்திரு” என்று கட்டளையிட்டதைப் பார்த்தார்.

இயேசுவுடன் அதீத அன்பு: இயேசு, கெத்செமனே தோட்டத்தில் ஜெபவேளையில் இருந்தபோது, யாக்கோபு மீண்டும் நெருங்கியவர்களில் ஒருவனாக இருந்தார். இயேசு பேதுரு, யாக்கோபு, மற்றும் யோவானை (John) கெத்செமனே தோட்டத்தில் தூரத்தில் அழைத்துச் சென்று, தனது துக்க காலத்தில் அவர்களுடன் விழித்திருக்கக் கேட்டுக்கொண்டார்.

சமாரியர்கள் இயேசுவுக்கு விருந்தோம்பல் வழங்க மறுத்தபோது, யாக்கோபு தீவிரக் கோபத்தை வெளிப்படுத்தியது தெளிவாகத் தெரிந்தது. யாக்கோபு மற்றும் யோவான் (John) கோபத்துடன், “ஆண்டவரே, அவர்களை அழிக்கப் பரலோகத்திலிருந்து தீயை

215 (மாற்கு 5:37)

இறக்கச் சொல்ல விரும்புகிறீர்களா?" என்று கேட்டனர். இயேசு அவர்களை கடுமையாக கண்டித்தார். அவரது வழி அன்பு மற்றும் இரக்கத்தின் வழி, பழிவாங்கல் அல்ல என்பதை சுட்டிக் காட்டினார்.[216]

ஒரு சமயம், யாக்கோபின்(James) மனதில் இருந்த லட்சியமும் வெளிச்சத்திற்கு வந்தது. அவரது தாய் சலோமி இயேசுவிடம் இரு மகன்களுடன் சென்று "உங்கள் இராஜ்யத்தில் என் இரு மகன்களும் உங்கள் வலது மற்றும் இடதுபுறம் அமரலாமா" என்று கூறினார். இயேசு கேள்வியுடன் பதிலளித்தார். "நான் குடிக்கப் போகும் பாத்திரத்தை குடிக்க முடியுமா?" யாக்கோபு மற்றும் யோவான் (John) உறுதியாக, "நாங்கள் முடியும்" என்று பதிலளித்தனர். இயேசு "நீங்கள் உண்மையில் என் பாத்திரத்தை குடிப்பீர்கள். ஆனால், என் வலது அல்லது இடதுபுறம் அமர்வது குறித்த அதிகாரம் எனக்கு கொடுக்கப்படவில்லை. அவை என் தந்தையைச் சேரும்" என்று பதிலளித்தார்.[217] இந்த அத்தியாயம் யாக்கோபின் (James) இயேசுவிடம் லட்சியத்தையும் அவரது ஆழமான அர்ப்பணிப்பையும் வெளிப்படுத்துகிறது, ஆனால் அவர் தனது தலைவரின் துன்பப் பாத்திரத்தை பகிர்ந்துகொள்வதன் அர்த்தத்தை முழுமையாக அப்போது புரிந்துகொள்ளவில்லை.

இயேசுவுடனான சீடத்துவம், யாக்கோபின் (James) தீவிர இயல்பை படிப்படியாக மாற்றியது. இயேசுவின் அடக்கமான குணம் மற்றும் சேவை மனப்பான்மை பற்றிய தொடர்ச்சியான பாடங்கள் அவரை வழிநடத்தியது. யாக்கோபுக்கு (James) மற்றும் யோவானுக்கு (John) இயேசு சொன்ன வார்த்தைகள், அவர்கள் உண்மையில் அவரது பாத்திரத்தில் குடிப்பார்கள் என்பது தீர்க்கதரிசனமாக நிரூபணமானது. இயேசு சேவை செய்வதைப் பற்றி பேசியபோது, யாக்கோபு நற்செய்தியின் சேவையில் தைரியம் மற்றும் உறுதியில் புடம்போடப்பட்டு சுத்திகரிக்கப்பட்டார். யாக்கோபு இந்த பாடங்களை இதயத்தில் எடுத்துக்கொண்டார். சமாரியர்களின் மீது தீயை இறக்க விரும்பிய மனிதன் இப்போது

216 லூக்கா 9:51-56)

217 (மத்தேயு 20:20-28).

தனது எதிரிகளைக்கூட நேசிக்க கற்றுக்கொண்டான். கிறிஸ்துவை பின்பற்றுபவர்களின் வாழ்க்கையில், இயேசுவின் மாற்றும் சக்தியின் மிகப்பெரிய சாட்சிகளில் ஒன்று இந்த குணநல மாற்றம்.

எருசலேம் திருச்சபையின் தலைவர்: பெந்தெகோஸ்தே மற்றும் ஆரம்ப திருச்சபையின் எழுச்சிக்குப் பிறகு, யாக்கோபு எருசலேமில் ஒரு முக்கிய தலைவரானார். இருப்பினும், அவரது பணி பல அப்போஸ்தலர்களை விட குறுகியதாக இருந்தது. அந்த நேரத்தில் ஏரோது அரசன் திருச்சபையைச் சேர்ந்த சிலரை துன்புறுத்த நோக்கமாக, அவரை கைது செய்தான். கி.பி.44-ல், ஏரோது அக்ரிப்பா யூத மக்களின் ஆதரவு தேடி, யாக்கோபின் (James) மரண தண்டனைக்கு உத்தரவிட்டான். கைதுசெய்யப்பட்ட யாக்கோபின் (James) தலை துண்டிக்கப்பட்டது. வாளால் அவரது மரணம் நிறைவேற்றப்பட்டது. யாக்கோபு அப்போஸ்தலர்களில் முதல் இரத்த சாட்சியானது, ஆழமான முக்கியத்துவம் கொண்டது. இது, இயேசுவின் துன்பப் பாத்திரத்தை அவர் குடிப்பார் என்ற தீர்க்கதரிசனத்தை நிறைவேற்றியது. யாக்கோபின் (James) இரத்த சாட்சி, ஆரம்ப திருச்சபை எதிர்கொண்ட கடுமையின் உண்மையை காட்டியது. சில அப்போஸ்தலர்கள் நற்செய்தியை பரப்ப பல ஆண்டுகள் வாழ்ந்தனர். யாக்கோபு இயேசுவின் சிலுவையில் அறையப்பட்ட சுமார் 10 ஆண்டுகளுக்குப் பிறகு தனது சாவு மூலம் சாட்சி கொடுக்க அழைக்கப்பட்டார்.

யாக்கோபின் இறுதி காலம்: பிந்தைய வரலாறு, யாக்கோபுவை (James) ஸ்பெயினுடன் இணைக்கின்றன. அவர் அங்கு பிரசங்கித்து, எருசலேமுக்கு திரும்பி மறைச்சாட்சியை எதிர்கொண்டதாகக் கூறுகின்றன. இந்த பாரம்பரியங்களின்படி, அவரது உடல் ஸ்பெயினின் கொம்போஸ்டெல்லாவுக்கு கொண்டு செல்லப்பட்டது. அங்கு சாண்டியாகோடி கொம்போஸ்டெல்லா தேவாலயத்தில் (கதீட்ரலில்), இப்போது அற்புதமாக பாதுகாக்கப்படுகிறது. உலகின் மிக பிரபலமான யாத்திரை இடங்களில் ஒன்று காமினோ டி சாண்டியாகோ. யாக்கோபு புனித யாத்திரை செய்பவர்களின் புரவலராகவும், ஸ்பெயின் நாட்டின் புரவலராகவும் ஆனார். அவரது

உருவம் சாண்டியாகோ மாடமோரோஸ், மூர் ஸ்லேயர் என்ற இடத்தில், வெள்ளை குதிரையில் நிலைநிறுத்தப்பட்டது. ஐபீரியன் தீபகற்பத்தின் ஸ்பெயின் நாட்டு, ரெகோனிஸ்டாவின்(Reconquista of Spain) கிறிஸ்தவ சின்னமாக ஆனது.

சமாரியர்களின் மீது தீயை இறக்க விரும்பிய மனிதன், பின்னர் ஒரு போர்வீரனாகச் சித்தரிக்கப்பட்டான். உண்மையான யாக்கோபு மிகவும் வேறுபட்ட வழியை கற்றுக்கொண்டான் என்றாலும், அவரது ஆழமான மரபு அவரது அரசியல் தயாரிப்பில் இருந்தது. அவரது, இயேசுவின் உதாரணத்தைப் பின்பற்றி, "நாங்கள் உங்கள் பாத்திரத்தில் குடிக்க முடியும்" என்று உறுதியாக சொன்ன வார்த்தைகளை நிறைவேற்றியது. அவரது வாழ்க்கை உணர்ச்சிமிக்க மற்றும் ஆளுமை குணம் கொண்டது. ஆனால் அது மாற்றப்பட்டு இறுதி தியாகத்தை அர்த்தமாக்கியது. முழு இதய சேவையில், தேவனின் ராஜ்யத்திற்கு எப்படி வழிநடத்தப்படலாம் என்பதைக் காட்டுகிறது.

செபதேயுவின் மகன் யோவான் (John)

செபதேயு, சலோமி தம்பதியினரின் இளைய மகன், மற்றொரு முக்கிய சீடன் பெயர் யோவான் (John). தனது சகோதரன் யாக்கோபு மற்றும் தந்தையுடன் வேலை செய்த யோவான், ஆரம்பத்தில் மீன்பிடி கலையை கற்றுக்கொண்டார். காற்று மற்றும் அலைகளுக்கு எதிரான போராட்டம், மற்றும் நீண்ட இரவுக்குப் பிறகு முழு வலையின் திருப்தி, ஆகியவற்றால் நிறைவான வாழ்க்கை அவருக்கு அமைந்திருந்தது. யோவான் (John) ஆரம்பத்தில் யோவான் (John the Baptist) என்ற தீர்க்கதரிசியின் சீடராக இருந்ததற்கான அறிகுறிகள் உள்ளன.

இயேசுவை "தேவ ஆட்டுக்குட்டி" என்று யோவான் (John) தீர்க்கதரிசி அடையாளம் காட்டியபின்னர், இரு சீடர்களும் இயேசுவைப் பின்தொடர்ந்து சென்றதை நாம் வாசிக்கிறோம். ஒருவர் அந்திரேயா மற்றும் இரண்டாவது பெயரிடப்படாதச் சீடன்

யோவான் (John) என்றுப் பல அறிஞர்கள் நம்புகின்றனர். இயேசுவின் கூட்டத்தில் சேர யோவானுக்கு வந்த அழைப்பு அவரது சகோதரன் யாக்கோபு மூலமாக நடந்தது. இயேசு இரு சகோதரர்களை தங்கள் தந்தையுடன் படகில் வலைகளை சரிசெய்வதைப் பார்த்தார்[218]. அவர் அவர்களை அழைத்தார், உடனடியாக அவர்கள் படகையும் தங்கள் தந்தையையும் விட்டுவிட்டு அவரைப் பின்பற்றினர். அந்த உடனடி பதில், அவர்களின் இதயங்களில் ஆழமான இறை சக்தி அசைவாடியது என்பதைக் காட்டுகிறது.

இயேசு நேசித்த சீடன்: இளம் மீனவர், நிலையான குடும்ப வியாபாரத்தை விட்டு, இந்தக் கவர்ச்சியான போதகரின்

(ரபியுடன்-Rabbi) நிச்சயமற்ற வழியைப் பின்பற்றினார். யோவான் (John) இயேசுவின் சீடர்களில் சிறப்பு இடத்தைப் பிடித்தார். நற்செய்திகளில், அவர் தன்னை "இயேசு நேசித்த சீடன்" என்று அடிக்கடி குறிப்பிடுகிறார், இது தனதுத் தலைவருடன் குறிப்பிடத்தக்க நெருக்கமான பிணைப்பை பிரதிபலிக்கிறது. இந்த நெருக்கம் இயேசுவின் ஊழியம் முழுவதும் பல முக்கிய தருணங்களில் வெளிப்படுகிறது. தனது சகோதரன் யாக்கோபுவை போல, யோவான், பேதுருடன் சேர்ந்து இயேசுவின் உள் வட்டத்தில் இருந்தார்.

இம்மூவரையும், இயேசு உயரமான மலைக்கு அழைத்துச் சென்று உருமாற்றத்தைப் பார்க்கச் செய்தார். இயேசு மோசே மற்றும் எலியாவுடன் பேசினார், மகிமையில் வெளிப்படுத்தப்பட்டார். அது யோவான் ஒருபோதும் மறக்காத உயர்ந்த தருணம். கிறிஸ்துவின் தெய்வீகத்தை அவ்வளவு சக்தியுடன் பார்த்தது யாருக்கும் கிடைக்காத காட்சி. யோவான் இயேசு யாயிரஸின் வீட்டிற்கு அழைத்துச் சென்ற மூன்று சீடர்களில் யோவானும் ஒருவர். அங்கு, அவர் யூத மத சபை குரு (synagogue) தலைவரின் மகளை இறப்பிலிருந்து எழுப்பினார். அற்புதங்களை நெருங்கிய வட்டத்திலிருந்துப் பார்க்கும் இந்த பாக்கியம், யோவானின்

---

218 (மத்தேயு 4:21-22)

விசுவாசத்தை வலுப்படுத்தியது, இயேசு யார் என்பதை ஆழமாக புரிந்துகொள்ளச் செய்தது. யோவான் நற்செய்தி நூல், இயேசு மற்றும் இந்தச் சீடருக்கு இடையிலான நெருக்கத்தை சிறப்பாக எடுத்துக்காட்டுகிறது. கடைசி இரவு உணவின் போது (The Last Supper), யோவான் இயேசுவின் அருகில் சாய்ந்து, தனிப்பட்ட கேள்விகளைக் கேட்கும் அளவுக்கு நெருக்கமாக இருந்தார். (கடைசி இராபோஜன விருந்து கற்பனை படத்தை வரைந்த லியோனார்டோ டா வின்சி-Leonardo da Vinci) யின் ஓவியம் இதனை அருமையாக சித்தரிக்கிறது) இந்த உடல் நிலை அவர்களுக்கு இடையிலான நெருக்கமான உறவை விளக்குகிறது.

இயேசுவின் வாழ்க்கையின் இருண்ட தருணத்தில், பெரும்பாலான சீடர்கள் பயத்தில் ஓடியபோது, யோவான் உண்மையாக இருந்தார். அவர் சிலுவையின் அடியில் இருந்த ஒரே சீடர். சிலுவையில் தொங்கிய இயேசு தன் தாய் மரியாவைப் பார்த்து, பின்னர் யோவானையும் பார்த்து, இயேசு மரியாவிடம், "பெண்ணே, இதோ உன் மகன்" என்றும், யோவானிடம், "இதோ உன் தாய்" என்றும் சொன்னார். அந்தத் தருணத்திலிருந்து, யோவான் மரியாவை தனது வீட்டிற்கு அழைத்துச் சென்று, அவரை கவனித்துக்கொள்ளும் பொறுப்பை ஏற்றுக்கொண்டார்.[219] இந்தச் செயல் இயேசுவுக்கு யோவானிடமிருந்த ஆழமான நம்பிக்கையை வெளிப்படுத்துகிறது.

உயிர்த்தெழுதலுக்குப் பிறகு, யோவான் மீண்டும் தனது அர்ப்பணிப்பை வெளிப்படுத்தினார். மகதலேனா மரியாள் இயேசுவின் உடல் காணாமல் போனதாக தெரிவித்தபோது, யோவான் மற்றும் பேதுரு சேர்ந்து கல்லறைக்கு ஓடினர். யோவான், இளமையானவனும் வேகமானவனுமாக, முதலில் வந்தார், ஆனால் பேதுரு உள்ளே நுழைய காத்திருந்தார். அவர் உள்ளே சென்று மெல்லிய லினன் துணிகள் மற்றும் அடக்கத் துணியைப் பார்த்தபோது, அவர் விசுவாசித்தார் என்று உரை கூறுகிறது.

219 (யோவான் 19:26-27)

யோவான் உயிர்த்தெழுந்த இயேசுவை உடல் ரூபத்தில் பார்க்கும் கிருபையை பெற்றார். அத்தகைய பாக்கியம் கிடைக்கப்பெறாத எதிர்கால தலைமுறைகளுக்கு அந்தச் சம்பவத்தை நினைத்தாலே உணர்ச்சிகள் பெருகும்.

அன்பின் அப்போஸ்தலன்: இயேசு ‘இடி மகன்’ என்று புனைப்பெயரிட்ட இளம் தீவிர மனிதன், ஆழமான மாற்றத்தை அடைந்தார். சமாரியர்களின் மீது பரலோகத்திலிருந்து தீயை இறக்க விரும்பிய அதே யோவான், பின்னர் அன்பின் அப்போஸ்தலன் என்று அறியப்பட்டார். ஆரம்ப திருச்சபையின் ஆரம்ப நாட்களில், யோவான் பேதுருவுடன் நெருக்கமாக வேலை செய்தார். பேதுரு மற்றும் யோவான் கோவிலுக்குச் சேர்ந்து சென்று ஊனமுற்ற மனிதனை குணப்படுத்துகின்றனர். யோவான் முழு நிகழ்விலும் இருந்தார். கூட்டத்திற்கு முன்பு தைரியமான சாட்சி மற்றும் அதிகாரிகளுடன் மோதல்களில் இருந்தார்.

பின்னர் சபைகளின் மாற்றங்கள் பற்றிய அறிக்கைகளை சரிபார்க்க யோவான் மற்றும் பேதுரு சமாரியாவுக்கு சேர்ந்து அனுப்பப்படுகின்றனர். பவுல் அப்போஸ்தலன், பேதுரு மற்றும் ஆண்டவரின் சகோதரன் யாக்கோபுடன் சேர்ந்து யோவானை எருசலேமில் ஆரம்ப திருச்சபையின் தூண்களில் ஒருவராகக் குறிப்பிடுகிறார். இது யோவான் இயேசுவைப்பற்றிய செய்தியின் முக்கிய பாதுகாவலர்களில் ஒருவராகக் காண்பிக்கிறது. கிறிஸ்தவ சமூகத்தில் ஏற்றுக்கொண்ட மரியாதை மற்றும் தலைமை பதவியை அலங்கரித்தவர்களில் இவரும் ஒருவர் என்பதைக் குறிக்கிறது.

இறுதி காலத்தில் பத்மோஸ் தீவில் சிறைவாழ்வு: வரலாறு, யோவான் இறுதியில் எபேசுவில் குடியேறியதாகக் கூறுகிறது. ஆசியா மைனரில் உள்ள திருச்சபைகளின் ஆன்மீக தலைவராக ஆனார். அங்கு அவரது ஊழியம், இயேசு யார்? அவரது அன்புக்கு என்ன அர்த்தம் என்பதை ஆழப்படுத்துவதில் கவனம் செலுத்தியது. இயேசுவுடன் மிக நெருக்கமாக இருந்த மனிதன் இப்போது அதே

இயேசுவை நெருக்கமாக அறிய மற்றவர்களை வழிநடத்தினார். தனது சகோதரன் யாக்கோபுவை போல் முதல் இரத்த சாட்சியாக மரணமடைய்வில்லை. யோவான் அசாதாரணமாக நீண்ட காலம் வாழ்ந்தார். பாரம்பரியத்தின்படி, அவர் 12 அப்போஸ்தலர்களில் ஒருவர்; அவர் ஒருவர் மட்டுமே மறைச்சாட்சியின் சாவை அடையவில்லை, ஆனால் அவர் தீவிர துன்புறுத்தலை எதிர்கொண்டார். வெளிப்படுத்தல் புத்தகத்தில், யோவான் தேவனின் வார்த்தை மற்றும் இயேசுவின் சாட்சியின் காரணமாக, பத்மோஸ் என்ற தீவில் நாடுகடத்தப்பட்டதாகக் கூறுகிறார். பாரம்பரியம் இந்த காலத்தை ரோமை பேரரசன் டோமிஷியனின் துன்புறுத்தலின் போது நடைபெற்றதாக அடையாளம் காட்டுகிறது.

யோவான் ஏற்கனவே வயதான மனிதனாக இருந்தபோது, இந்த நாடுகடத்தலின் போது, அவர் வெளிப்படுத்தல் புத்தகத்தை உருவாக்கும் அசாதாரண தரிசனங்களைப் பெற்றார். யோவான், புதிய ஏற்பாட்டு புத்தகத்திலுள்ள, யோவான் நற்செய்தி நூல், மற்றும் மூன்று கடிதங்கள் (யோவான் 1, 2, மற்றும் 3), வெளிப்படுத்தல் ஆகிய நூல்களை எழுதினார். இந்த எழுத்துக்கள் இயேசுவின் அர்த்தத்தை நூறு ஆண்டுகள் சிந்தித்து, வாழ்ந்த ஒரு ஆழமான இறையியலாளரை பற்றிய குணங்களை வெளிப்படுத்துகின்றன. நற்செய்தியில், யோவான் இயேசுவை, “நித்திய வார்த்தை மாம்ச உருவில் தோன்றியதாக” சாட்சியமளிக்கிறார். கடிதங்களில், அவர் கிறிஸ்தவ வாழ்க்கையின் சாரமாக அன்பை வலியுறுத்துகிறார். வெளிப்படுத்தலில், அவர் கிறிஸ்துவின் இறுதி வெற்றியின் தரிசனத்தை வழங்குகிறார். அவரது எழுத்துக்களில் ஓடும் அடிப்படைத் தத்துவ சாரம்சம் அன்பு, ஒளி, உண்மை, மற்றும் வாழ்க்கை ஆகியவையால் யோவான் அனுபவித்த மாற்றத்தை பிரதிபலிக்கின்றன.

ஒரு காலத்தில் உணர்ச்சிபூர்வமான உடனடியாக செயலாற்ற நினைக்கும் குணமுடைய மீனவர், ஞானமுள்ள மூப்பராக ஆனார். “சிறு பிள்ளைகளே, ஒருவரை ஒருவர் நேசியுங்கள்” என்ற கூற்று

ஆரம்ப திருச்சபை பாரம்பரியத்தின்படி அவரது அடையாளமாக ஆனது. யோவான், கி.பி.100 வரை வாழ்ந்ததாக நம்பப்படுகிறது,

ரோமை பேரரசன் டிராஜனின் ஆட்சியின் போது பத்மாஸ் தீவில் நாடுகடத்தப்பட்டு எபேசு பட்டிணத்திற்குத் திரும்பினார். ஆசியா மைனரில் உள்ள எபேசு பட்டிணத்தில் தன்னுடைய் நூறாவது வயதில் அவர் இறந்தார். கலிலேயா கடலின் கரையில் வளர்ந்தச் சிறுவன், ரோமானிய பேரரசு முழுவதும் நற்செய்தி பரவியதைப் பார்க்கும் அளவு நீண்ட காலம் வாழ்ந்தார். திருச்சபை ரோமை நாட்டின் துன்புறுத்தல்களின் முதல் அலைக்கு உயிர் பிழைத்து, அன்பின் அப்போஸ்தலனாக வாழ்ந்து முடித்தார். யோவானின்(John) மரபு, அவர் எழுதிய எளிய, ஆனால் ஆழமான வார்த்தைகளில் வாழ்கிறது. இயேசுவுடன் வாழ்ந்த யோவான் அவருடைய உருவத்தை தன்னுடைய எழுத்துக்கள் மூலம் உலகுக்கு படம் பிடித்துக் காட்டினார். பிதா, குமாரன், பரிசுத்த ஆவி ஆகிய இறை மாண்பு, பண்பு ஆகியவற்றின் ஒன்றிணைந்த தன்மையை தனது எழுத்துக்களின் மூலம் உலகுக்கு அறிவித்தவர் அவரே.

பிலிப் (Philip)

பிலிப் இயேசுவால் அழைக்கப்பட்ட ஐந்தாவது சீடர். அந்திரேயா, பேதுரு, யாக்கோபு, மற்றும் யோவானுக்குப் பிறகு, பிலிப் சீடராக வரிசைப்படுத்தப்படுகிறார். அவர் கலிலேயா கடற்கரையில், சிறு ஊரான பெத்சைடாவைச் சேர்ந்தவர்; பேதுரு மற்றும் அந்திரேயா வந்த அடுத்த நாள், இயேசு கலிலேயாவுக்கு செல்ல முடிவு செய்தார். பிலிப்பை கண்டுபிடித்து, அவரிடம் “என்னைப் பின்பற்றி வா” என்று சொன்னார். அழைப்பு எளிமையானது மற்றும் நேரடியானது, ஆனால் அது அந்த இளைஞனின் வாழ்க்கையை என்றென்றும் மாற்றும் மின் காந்தம். மற்ற சீடர்களைப் போல் அல்லாமல், பிலிப்புக்கு கிரேக்க பெயர் இருந்தது. அவர் கிரேக்க கலாச்சாரத்தால் பாதிக்கப்பட்ட சூழலில் வளர்ந்திருக்கலாம் என்பதைக் குறிக்கிறது. இந்த பண்பு பின்னர் அவரது ஊழியத்தில் வேறுபட்ட கலாச்சாரங்களுக்கு இடையிலான பாலமாக

முக்கியமானதாக ஆனது. இயேசுவின் அழைப்புக்கு, பிலிப்பின் பதில் விரைவானது மற்றும் உற்சாகமானது. இயேசுவை சந்தித்தபின், உடனடியாக பிலிப் தனது நண்பன் பர்த்தலமேயு என்ற நதானியேலை தேடிச்சென்று, நல்ல செய்தியை பகிர்ந்துகொண்டார்.

பர்த்தலமேயு என்ற நதானியேல் (Bartholomew-Nathanael)

மற்றொரு அப்போஸ்தலர், பர்த்தலமேயு. பன்னிரெண்டு சீடர்களில் ஒருவர். மத்தேயு, மாற்கு, மற்றும் லூக்கா நற்செய்தி நூல்கள், 12 சீடர்களில் பர்த்தலமேயுவைப் பட்டியலிடுகின்றன. யோவான் நற்செய்தி நூல் அந்தப் பெயரை ஒருபோதும் குறிப்பிடவில்லை. ஆனால் நதானியேலைக் குறிப்பிடுகிறது. பெரும்பாலான அறிஞர்கள் இவை ஒரே நபரைக் கிறிக்கிறது; பர்த்தலமேயு என்பது அவரது குடும்பப் பெயர், நதானியேல் பெயர் அவருக்கு கொடுக்கப்பட்ட பெயர் என்று நம்புகின்றனர். உண்மையில், பர்த்தலமேயு என்ற பெயர் இயேசு பேசிய அராமிக் மொழியில் 'தால்மியின் மகன்' என்று அர்த்தம். யோவான் நற்செய்தியில் நதானியேல், கலிலேயாவின் கானா ஊரைச் சேர்ந்தவர் என்பதை அறிகிறோம். இயேசு தண்ணீரைத் திராட்ச ரசமாக மாற்றித் தனது முதல் அற்புதத்தைச் செய்த அதே ஊர். மற்ற சீடர்களைப் போல, அவர் கலிலேயா பிரதேசத்தில் வாழும் எளிய, கடின உழைப்பாளி மனிதனாக இருந்திருக்கலாம்.

அத்திமரமும் விசுவாசமும்: அவரது இயேசுவுடனான சந்திப்பு அவரது நண்பன் பிலிப்பின் மூலம் நடந்தது. பிலிப் இயேசுவைக் கண்ட உற்சாகத்தில், நதானியேலிடம் சென்று கூறியபோது, நதானியேல் "நாங்கள் சட்டத்தில் மோசே எழுதியதையும் தீர்க்கதரிசிகள் எழுதியவற்றையும் கண்டோம், ஜோசப் மகன் இயேசு பிறந்த ஊரான நாசரேத்தில் இருந்து ஏதாவது நல்லது வருமா?" என்றார். நதானியேலின் ஆரம்ப எதிர்வினை சந்தேகத்துடன் கேட்கப்பட்டதாக இருந்தது. நாசரேத் பழைய ஏற்பாட்டில் குறிப்பிடப்படாத சிறு ஊர், மேசியா வரும் இடம் அது அல்ல. ஆனால் பிலிப்பின் எளிய பதில் "வா, பார்" என்ற வார்த்தைகள்

அவரைத் தானே சரிபார்க்கப் போதுமானதாக இருந்தது. இயேசு அவரை ஆச்சரியப்படுத்தும் கருத்துடன் சந்தித்தார். நதானியேல் அவரை அணுகியபோது இயேசு அவரைப் பார்த்து, "இதோ கபடமற்ற உத்தம இஸ்ரவேலன்"[220] என்று சொன்னார். இந்த அறிக்கை, இயேசு ஏற்கனவே நதானியேலைப் பற்றி அறிந்திருந்தார் என்பதை வெளிப்படுத்தியது. நதானியேல் ஏமாற்றம் இல்லாத நேர்மையான, உண்மையான மனிதன். ஆச்சரியப்பட்டு, "என்னை எப்படி அறிவீர்கள்?" என்று கேட்டார். இயேசுவின் பதில் அவரை இன்னும் ஆச்சரியப்படுத்தியது. "பிலிப் உன்னை அழைப்பதற்கு முன் அத்திமரத்தின் கீழ் நீ இருந்தபோது உன்னைப் பார்த்தேன்" என்றார். இயேசு நதானியேல் தனியாக இருந்த ஒரு குறிப்பிட்ட தருணத்தில் அவரைப் பார்த்ததை வெளிப்படுத்துகிறார். அவர் "ரபீ, நீங்கள் தேவனின் குமாரன். நீங்கள் இஸ்ரவேலின் ராஜா" என்று அறிவித்து, அவரை பணிந்துகொண்டார். ஒரே தருணத்தில், நதானியேல் சந்தேகத்திலிருந்து விடுபட்டு விசுவாசியானார். இயேசு தெய்வீகமானவர், தேவகுமாரன், மற்றும் அவர் மேசியா, இஸ்ரவேலின் ராஜா ஆகியவற்றை அவர் அங்கீகரித்தார். இயேசு அசாதாரண வாக்குறுதியுடன் பதிலளித்தார். "நான் உன்னை அத்திமரத்தின் கீழ் பார்த்தேன் என்று சொன்னதால் நீ விசுவாசிக்கிறாய். அதைவிடப் பெரியவற்றைப் பார்ப்பாய். உண்மையாக உனக்குச் சொல்கிறேன், நீ பரலோகம் திறக்கப்பட்டதையும் தேவனின் தூதர்கள் மனித குமாரனிடத்திலிருந்து ஏறி இறங்குவதையும் பார்ப்பாய்" என்றார்.

இயேசுவுடன் ஆரம்ப சந்திப்புக்குப் பிறகு, நதானியேல் பன்னிரு அப்போஸ்தலர்களில் ஒருவரானார். நற்செய்தி நூல்கள், இயேசுவின் ஊழியத்தின் போது அவரது குறிப்பிட்ட செயல்பாடுகள் பற்றி பல விவரங்களைப் பதிவு செய்யவில்லை என்றாலும், அவர் மற்ற சீடர்களுடன் சேர்ந்து கற்றுக்கொண்டு, அற்புதங்களைப் பார்த்து, போதனைகளைப் பெற்றார் என்பதை அறிவோம்.

220 யோவான் 1:47)

உயிர்த்தெழுந்த பிறகு இயேசு கலிலேயா கடலில் தோன்றியபோது அங்கு இருந்த சீடர்களில் ஒருவராக இருந்தார். அப்போது, சீடர்கள் மீன்பிடிக்கத் திரும்பியிருந்தனர், இயேசு கரையில் நின்றபோது முதலில் அவர் அடையாளம் காணப்படவில்லை. அற்புதம் நிகழ்ந்து, மீன் பிடித்தப் பிறகு, யோவான் (John) "அது ஆண்டவர்" என்று கூச்சலிட்டபோது மட்டுமே நதானியேல் அங்கு இருந்து உயிர்த்தெழுந்த கிறிஸ்துவின் மற்றொரு வெளிப்பாட்டைப் பார்த்தார்.

ஆர்மீனிய திருச்சபையின் ஸ்தாபகர்: உயிர்த்தெழுதலுக்குப் பிறகு, இயேசு பரலோகத்திற்கு ஏறிச் சென்ற பிறகு, பர்த்தலமேயு மாடியறையில் ஒன்றுகூடிய அப்போஸ்தலர்களுடன் இருந்தார், யூதாஸ் இஸ்காரியோத்தை மாற்ற மத்தியாஸைத் தேர்ந்தெடுத்தார். பெந்தெகோஸ்தே நாளில், அவர் மற்றவர்களுடன் சேர்ந்து பரிசுத்த ஆவியைப் பெற்றார். இயேசுவைப் பற்றி சாட்சி கொடுக்க வலுவூட்டப்பட்டார். பெந்தெகோஸ்தே நாளுக்குப் பிறகு, வேதாகமம் பர்த்தலமேயுவின் பரப்புரை வேலை பற்றி குறிப்பிட்ட விவரங்களை வழங்கவில்லை. பழங்கால பாரம்பரியங்கள், அவர் நற்செய்தியைத் தொலைதூரப் பகுதிகளுக்கு கொண்டு சென்றதாகத் தெரிவிக்கின்றன. வேறுபட்ட பாரம்பரியங்கள், அவரை இந்தியா, ஆர்மீனியா, எத்தியோப்பியா, மற்றும் தெற்கு அரேபியாவுடன் இணைக்கின்றன.

ஆர்மீனியாவுடன் அவரது தொடர்பு குறிப்பாக வலுவானது. அவர் உலகின் பழமையான கிறிஸ்தவ பாரம்பரியங்களில் ஒன்றான ஆர்மீனிய திருச்சபையின் நிறுவனராகக் கருதப்படுகிறார். அவர் பிலிப்புடன், பிரிஜியா மற்றும் ஹியராப்போலிஸ் ஆகிய இடங்களில் ஊழியம் செய்ததாகக் கூறப்படுகிறது, ஆரம்பத்தில் தொடங்கிய நட்பைப் பராமரித்தார். பாரம்பரியத்தின்படி, அவர் ஆர்மீனியாவில் அல்லது அருகிலுள்ள காக்கேசியன், அல்பேனியாவில் இரத்தச்சாட்சியாக மரணமடைந்தார் என்று நம்பப்படுகிறது.

மிகவும் ஏற்றுக்கொள்ளப்பட்ட குறிப்புகளில் ஒன்று, அவர் ஏற்படுத்திய நற்செய்தி பரப்புரையின் மன மாற்றங்கள் காரணமாக உள்ளூரில் உள்ள அரசன் கோபமடைந்தான் என்று கூறுகிறது. அவனது உத்தரவால் பர்த்தலமேயு உயிருடன் தோலுரிக்கப்பட்டு பின்னர் சிலுவையில் அறையப்பட்டார் அல்லது தலை வெட்டப்பட்டார் என்று கூறுகிறது. இந்தக் கொடூரமான மறைச்சாட்சியால், பர்த்தலமேயு கிறிஸ்தவ ஓவிய சிற்பக் கலைகளில் அடிக்கடி கத்தியுடன் சித்தரிக்கப்படுகிறார். சில பிந்தைய கதை உரைகளில் அவரது வதைக்கருவி, மற்றும் அவரது சொந்த தோலுடன் காட்சிப்படுத்தப்படுகிறார். திருச்சபையானது பாரம்பரியமாக, ஆகஸ்ட்-24 அன்று புனித பர்த்தலமேயுவை நினைவுகூருகிறது.

புனித தோமா (St.Thomas)

புனித தோமா அல்லது புனித தோமையார் (St. Thomas) இயேசு தமது நற்செய்தி பணிக்காகத் தேர்ந்தெடுத்த பன்னிரு சீடர்களில் (அப்போஸ்தலர்) ஒருவர். இயேசு உயிர்த்துவிட்டார் என மற்ற சீடர்கள் சொன்னதை முதலில் நம்ப மறுத்ததால் இவர் 'சந்தேகத் தோமா' (Doubting Thomas) என்ற பெயராலும் அழைக்கப்படுகிறார். "நீரே என் ஆண்டவர்! நீரே என் கடவுள்!" என்று உயிர்த்த இயேசுவை நோக்கி இவர் கூறிய வார்த்தைகள் மிகவும் புகழ்பெற்றவை. அவருடைய கல்லறைப் பீடத்தில் இந்த வார்த்தைகளே பொறிக்கப்பட்டுள்ளன. அக்கால ரோமப் பேரரசுக்கு வெளியே நற்செய்தி அறிவிக்கப் புறப்பட்ட தோமா, இந்தோ-பார்த்தியா நாட்டிலும், பழங்கால தமிழகத்திலும் (தற்போதைய கேரளம், தமிழ்நாடு) திருப்பணி செய்ததாக நம்பப்படுகிறது. பாரம்பரியத்தின்படி, தோமா இந்தியாவின் மேற்குக் கடற்கரையில், சேர நாட்டில் உள்ள முசிறி என்ற துறைமுகத்திற்கு கி.பி. 52-ல் வந்தடைந்தார். தோமா, இந்தியாவின் மேற்குக் கடற்கரையில் வந்தடைந்த முசிறி (Muziris) துறைமுகத்தின் தற்போதைய பெயர் கொடுங்கல்லூர் (Kodungallur) ஆகும். இது கேரளாவின் திருச்சூர்

மாவட்டத்தில் அமைந்துள்ளது. இந்த இடம் பண்டைய ரோமானிய வர்த்தகத் துறைமுகமாக இருந்தது.

இயேசுவின் சீடர்களில் ஒருவரான இவரை நற்செய்தி நூல்கள் தோமா என்ற பெயருடனேயே அடையாளப்படுத்துகின்றன. இயேசு பேசிய அராமிக் மொழியில் 'தோமா' என்பது இரட்டையர் என்று பொருள். இதற்கு இணையான கிரேக்க மொழிச் சொல் திதைமுஸ் (Didymus), தமிழ் ஒலிப்பெயர்ப்பு திதிம் என்றாகும். இந்தப் புனைப்பெயர் ஒரு சுவாரசியமான கேள்வியை எழுப்புகிறது. தோமா உண்மையிலேயே இரட்டையரா? பைபிள் ஒரு இரட்டை உடன்பிறப்பைக் குறிப்பிடவில்லை. இந்தப் பெயரின் அடிப்படையில் இவருடன் இரட்டையராகப் பிறந்த ஒரு சகோதரரோ, சகோதரியோ இருந்திருக்கலாம் என்று நம்பப்படுகிறது. பழங்கால சிரிய மரபின்படி, திருத்தூதரின் முழுப்பெயர் யூதா தோமா என்று அறியப்படுகிறது.

முதல் நூற்றாண்டில், ரோமப் பேரரசின் ஆட்சியின் கீழ் இருந்த பாலஸ்தீன் நாட்டின் கலிலேயா பகுதியில் தோமா பிறந்தார். இவரின் தந்தை படகு கட்டும் தொழில் செய்து வந்ததாகவும், தோமாவும் அதே தொழிலையே செய்து வந்ததாகவும் பழங்கால மரபு கூறுகிறது. இவர் கல்வியறிவு பெற்றவர் என்றும், தச்சு வேலை செய்தவர் என்றும், மீனவர்களோடும், தச்சுத் தொழிலாளர்களோடும் நெருங்கிப் பழகி வந்ததாகவும் அறிகிறோம். எதையும் கேள்வி கேட்டு, உண்மை நிலையைத் தெளிவுபடுத்திக் கொள்ளும் குணம் கொண்டவராக இருந்தார். இவர் இயேசுவின் நெருங்கிய உறவினர் என்றும், இயேசுவைப் போன்ற தோற்றம் கொண்டிருந்ததே இவர் திதைமுஸ் என்று அழைக்கப்படக் காரணம் எனவும் சில குறிப்புகள் கூறுகின்றன. ஆனால், இயேசுவின் சீடர் பிலிப் மூலம் இவர் இயேசுவுக்கு அறிமுகமானதாகச் சிலர் கூறுகின்றனர்.

மத்தேயு, மாற்கு, லூக்கா ஆகிய ஒத்தமைவு நற்செய்தி நூல்கள், இயேசுவின் பன்னிரு சீடர்களில் ஒருவராகத் தோமாவின் பெயரைக் குறிப்பிடுகின்றன. ஆனால், அவரது செயல்பாடுகள்

பற்றிய குறிப்புகளை யோவான் (John) நற்செய்தியில் மட்டுமே வாசிக்கிறோம். இயேசுவின் வாழ்வின் சில முக்கியமான தருணங்களில், அவரோடு தோமாவையும் இணைத்துக் காண்கிறோம்.

லாசர் இறந்ததை அறிந்த இயேசு, "மீண்டும் யூதேயாவுக்குப் போவோம், வாருங்கள்" என்று சீடர்களிடம் கூறியபோது, அவர்கள் அவரிடம், "ரபி, இப்போது தானே யூதர்கள் உம்மேல் கல்லெறிய முயன்றார்கள்; மீண்டும் அங்குப் போகிறீரா?" என்று கேட்டார்கள். அதே நேரத்தில் தோமா மற்ற சீடர்களிடம், "நாமும் செல்வோம், அவரோடு இறப்போம்" என்று துணிவுடன் கூறியதை காண்கிறோம்.

"வழியும் சத்தியமும் ஜீவனும் நானே" என்ற இயேசுவின் பதிலும் - தோமாவும்

இயேசு இறுதி இரவு உணவு வேளையில் (The Last Supper), தாம் விண்ணகத்திற்குச் செல்வது குறித்து மறைபொருளாகப் பேசிக் கொண்டிருந்தபோது, தோமா அவரிடம், "ஆண்டவரே, நீர் எங்கே போகிறீர் என்றே எங்களுக்குத் தெரியாது. அப்படியிருக்க நீர் போகுமிடத்துக்கான வழியை நாங்கள் எப்படித் தெரிந்து கொள்ள இயலும்?" என்று கேட்டதாக வாசிக்கிறோம். அவரது கேள்விக்கு விடையாகவே, **"வழியும் சத்தியமும் ஜீவனும் நானே" என்ற இயேசுவின் வார்த்தைகள் வெளிப்பட்டன. இதன் அடிப்படையில் இயேசுவின் சபை 'வழி இயக்கம்' என்று அறியப்பட்டது. இயேசு விண்ணகம் செல்லும் வரை இயேசுவைப் பின்பற்றுபவர்கள் 'வழி இயக்கத்தினர்' (The Way movement) ஆவர். அவர்கள் 'கிறிஸ்தவர்கள்' என்று அறியப்படவில்லை.**

தோமா தொடர்பான மிகப் பிரபலமான சம்பவம், உயிர்த்தெழுதலுக்குப் பிறகு நிகழ்ந்தது. இயேசு முதலில் சீடர்களுக்கு தோன்றியபோது தோமா அங்கு இல்லை. மற்றவர்கள் அவருக்கு ஆண்டவரைப் பார்த்தோம் என்று கூறியபோது, தோமா அவர்களிடம், "அவருடைய கைகளில் ஆணிகளால் ஏற்பட்ட தழும்பைப் பார்த்து, அதில் என் விரலை விட்டு, அவர் விலாவில்

என் கையை இட்டாலன்றி நான் நம்பமாட்டேன்" என்று கூறி உண்மையைத் தெளிவுபடுத்த விரும்பியதை அறிகிறோம். ஒரு வாரத்திற்குப் பிறகு, இயேசு மீண்டும் தோன்றினார். உயிர்த்த இயேசு, தோமா முன்பு தோன்றி, "இதோ! என் கைகள். இங்கே உன் விரலை இடு. உன் கையை நீட்டி என் விலாவில் இடு. ஐயம் தவிர்த்து நம்பிக்கைகொள்" என்று கூறியபோது, தோமா அவரைப் பார்த்து, "நீரே என் ஆண்டவர்! நீரே என் கடவுள்!" என்று கூறி பணிந்துகொண்டதைக் காண்கிறோம். இயேசு அவரிடம், "நீ என்னைக் கண்டதால் நம்பினாய். காணாமலே நம்புவோர் பேறுபெற்றோர்" என்று கூறியதாகவும் வாசிக்கிறோம்.

உயிர்த்த இயேசு தம் சீடருக்குத் திபேரியக் கடல் அருகே தோன்றியபோது, பேதுரு, யோவான் உள்ளிட்டோருடன் தோமாவும் உடனிருந்தார். யோவான் (John), இறுதியாக கலிலேயா கடலருகே இயேசு தோன்றியபோது தோமாவைச் சீடர்களிடையே குறிப்பிடுகிறார். அங்கு அதிசயமான மீன் பிடிப்பு மற்றும் பேதுருவின் மீட்சி நிகழ்ந்தது. பெந்தெகோஸ்தே நாளில் பரிசுத்த ஆவியைப் பெற்ற பிறகு, தோமா திருச்சபையின் ஆரம்ப விரிவாக்கத்தில் பங்கேற்றார்.

வேதம் அவரது குறிப்பிட்ட செயல்பாடுகளை விவரிக்கவில்லை என்றாலும், பழங்கால பாரம்பரியங்கள், தோமா மற்ற அப்போஸ்தலர்களை விட புவியியல் ரீதியாக சுவிசேஷத்தைத் தொலைவுக்கு எடுத்துச் சென்றார் என்று கூறுகின்றன. தோமா எருசலேமிலிருந்து சிரியா வழியாகக் கிழக்கு நோக்கிப் பயணித்தார். மெசொப்பொத்தேமியாவில் (இன்றைய தென்கிழக்கு துருக்கி - வான் மாகாணம், எடெஸ்ஸா, ஹக்காரி) கிழக்கின் திருச்சபையை (Church of the East) நிறுவினார். இது கி.பி. 30-களின் இறுதி முதல் 45 வரை நிகழ்ந்ததாகக் கருதப்படுகிறது. அங்கு யூதர்கள் மற்றும் சிலைவழிபாட்டு மக்களை இயேசுவின் வழியில் மாற்றினார். பின்னர் பார்த்தியப் பேரரசு (இன்றைய ஈராக், ஈரான்) வழியாகப் பயணித்து சுவிசேஷம் பரப்பினார். சில பாரம்பரியங்கள் அவரை பஞ்சாப் (பாகிஸ்தான்) வரை சென்றதாகக் கூறுகின்றன.

கி.பி. 52-இல் கேரளாவின் முசிரிஸ் (இன்றைய கொடுங்கல்லூர் அருகே) துறைமுகத்தில் வந்தடைந்தார். அங்கு யூத சமூகத்தினரிடம் போதித்தார். மேற்குக் கடற்கரைப் பகுதியில் ஏழு திருச்சபைகளை நிர்மாணித்தார். இந்தத் திருச்சபைகள் பின்வரும் இடங்களில் உள்ளன: கொடுங்கல்லூர், பழயூர், கொட்டக்காவு (பரவூர்), கொக்கமங்கலம், நிரனம், நிலக்கல், கொல்லம் ஆகியவை.

கொடுங்கல்லூர் (கிரங்கனூர்/முசிரிஸ்): தோமா கி.பி. 52-இல் தென்மேற்கு இந்தியாவில், சேர நாட்டைச் சார்ந்த முசிரிஸ் துறைமுகத்தில் வந்தடைந்து முதல் திருச்சபையை நிறுவினார். அது கொடுங்கல்லூர் (கிரங்கனூர்) என்ற இடமாகும். அப்போது இங்கு பேசப்பட்டது தமிழ் மொழியாகும். இங்கு அவர், அங்கு குடியிருந்த யூதர்கள் மற்றும் உள்ளூர் மக்களை இயேசுவின் வழியில் மாற்றினார். சிறுகாலத்தில் பழைய திருச்சபை வெள்ளத்தில் அழிந்தது. மீண்டும், தற்போதைய திருச்சபை, 18-ஆம் நூற்றாண்டில் மறுகட்டமைப்பாக உருவெடுத்தது. இது இந்தியாவில் கிறிஸ்தவத்தின் முதல் திருச்சபை. யூதர்கள், முஸ்லிம்கள் ஆகியோரின் முதல் திருச்சபைகளும் இங்கே உள்ளன.

பழயூர் (பழூர்) திருச்சபை: பழயூர், திருச்சூர் மாவட்டம், கேரளாவில் அமைந்துள்ளது. யூத சமூகத்தினர் இருந்த இடத்தில் இச்சபை நிறுவப்பட்டது. தோமா, பிராமணர்களை இயேசுவின் வழியில் மாற்றினார். முதலில் கட்டப்பட்ட பழமையான கோவில் இடிபாடுகள் அருகே உள்ளது. தற்போதைய திருச்சபை 13-ஆம் நூற்றாண்டில் மறுகட்டமைப்பாக உருவாக்கப்பட்டது. இயேசுவின் வழியில் பிராமணர்கள் மாறியதின் அடையாளமாக இந்தத் திருச்சபை திகழ்கிறது. தோமா அதிசயங்கள் நிகழ்த்திய திருத்தலம் இது.

கொட்டக்காவு (பரவூர்/கொட்டக்காயல்): வடக்கு பரவூர், எர்ணாகுளம் மாவட்டம், கேரளா மாநிலத்தில் அமைந்துள்ளது. யூதர்களிடம் போதித்து,15-ஆம் நூற்றாண்டில் புதிதாக நிறுவப்பட்டது. பழைய திருச்சபை வெள்ளத்தில் அழிந்துவிட்டது. தற்போதைய

கட்டுமானம், பழமையான திருச்சபை தளத்தில் உள்ளது. சிரியன் கிறிஸ்தவர்களின் முக்கிய இடமாகக் கருதப்படுகின்றது.

கொக்கமங்கலம் (தெற்கு பள்ளிபுரம்) திருச்சபை: கொக்கமங்கலம், ஆலப்புழா மாவட்டம், கேரளாவில் அமைந்துள்ளது. தோமா இயேசுவின் பெயரால் அற்புதங்கள் நிகழ்த்தி அனேக மக்களை இயேசுவின் வழியில் நடத்தினார். திருச்சபை ஏரியின் அருகே உள்ளது. தற்போதைய திருச்சபை கி.பி. 1900-ல் கட்டப்பட்டது. தோமா அதிசயங்கள் நிகழ்த்திய நினைவுச் சின்னமாக ஏரிக்கரையில் அமைந்துள்ளது.

நிரனம்: நிரனம், பத்தினம்திட்டா மாவட்டம், கேரளாவில் அமைந்துள்ளது. தோமா இங்கு உயர்சாதியைச் சார்ந்த குடும்பங்களை இயேசுவின் பாதையில் வழிநடத்தினார். பழைமையான இந்தத் திருச்சபை பலமுறை மறுசீரமைக்கப்பட்டு கட்டப்பட்டது. இச்சபையில் சிரிய கிறிஸ்தவர்களின் பழைமையான சமூகம் இருந்த வரலாற்று ஆவணங்கள் இன்றும் உள்ளன.

நிலக்கல் (சாயல்): நிலக்கல், பத்தினம்திட்டா மாவட்டம், கேரளாவில் அமைந்துள்ளது. மலைப்பகுதியில் நிறுவப்பட்ட இத்திருச்சபை பழங்காலத்தில் அழிக்கப்பட்டது. 1983-ல் மறுபடியும் கண்டுபிடிக்கப்பட்டு மறுசீரமைக்கப்பட்டு நிர்மாணிக்கப்பட்டது. சபரிமலை அருகே உள்ள மிகவும் பழமைவாய்ந்த கிறிஸ்தவத் தலம்.

கொல்லம் திருச்சபை: கொல்லம் மாவட்டம், கேரளா. இந்தத் திருச்சபை துறைமுக நகரத்தில் நிறுவப்பட்ட மிகப் பழமையான திருச்சபையாகும். வெள்ளத்தில் அழிந்துவிட்டபடியால், 14-ம் நூற்றாண்டில் மறுசீரமைக்கப்பட்டு மீண்டும் கட்டப்பட்டது. வணிக மையத்தில் இயேசுவின் வழியைத் தோமா அறிவித்தார். அதன் அடையாளமாக இன்று கொல்லம் திருச்சபை திகழ்கின்றது.

திருவிதாங்கோடு அரப்பள்ளி: கன்னியாகுமரி மாவட்டம், தமிழ்நாடு. அரசனின் நிலத்தில் நிறுவப்பட்டதால் “அரை” என்று

அழைக்கப்படுகிறது. பழமையான திருச்சபை, 8-ஆம் நூற்றாண்டில் மீண்டும் கட்டப்பட்டது. இது தோமாவின் திருச்சபை பணியின் நீட்டிப்பாகக் கருதப்படுகிறது.

சென்னை சாந்தோமில் புனித தாமஸ்: கி.பி. 72-ஆம் ஆண்டு ஜூலை மூன்றாம் நாள்/டிசம்பர்-21இல் தோமா இந்தியாவின் கிழக்குக் கடற்கரையில் உள்ள சென்னை (முன்பு மதராஸ்) அருகிலுள்ள பரங்கிமலை என்று அறியப்பட்ட புனித தோமா மலையில் வைத்து ஈட்டியால் குத்தப்பட்டுக் கொலையுண்டு, மறைசாட்சியானார் என்று சிரியன் பாரம்பரியத்தின்படி அறியமுடிகிறது. தாமஸின் திருப்பணியால், அரச குடும்ப உறுப்பினர்கள் உட்பட பலர் இயேசுவின் வழிக்கு மாறியதால், கோபமடைந்த உள்ளூர் அரசனின் உத்தரவின் பேரில் பரங்கிமலையில்(Thomas Mount) ஈட்டிகளால் தாக்கி கொல்லப்பட்டார். அவருடைய உடல் மைலாப்பூரில் அடக்கம் செய்யப்பட்டது. 16-ம் நூற்றாண்டின் முற்பகுதியில் உள்ள பர்போசாவின் (Barbosa) பதிவுகள், அவரது கல்லறை பராமரிக்கப்பட்டு அங்கு ஒரு விளக்கு எரிந்து கொண்டிருப்பதைப் பதிவு செய்கின்றன. தற்போது அவரது கல்லறை அமைந்துள்ள சென்னை, செயிண்ட். தாமஸ் தேவாலயம் (கதீட்ரல்-Cathedral) முதல்முறையாக, 16-ம் நூற்றாண்டில் போர்த்துகீசியர்களால் கட்டப்பட்டது. மேலும் ஆங்கிலேயர்களால் 19-ம் நூற்றாண்டில் மீண்டும் மறுசீரமைத்துக் கட்டப்பட்டது. பரங்கிமலை என்று அழைக்கப்படும் புனித தோமா மவுண்டு(St.Thomas Mount), 16-ம் நூற்றாண்டிலிருந்து கிறிஸ்தவர்களின் புனிதத் தலமாகக் கருதப்பட்டு வருகின்றது. கி.பி.1292-ல் வெனிசியன் யாத்திரிகர் மார்க்கோபோலோ (Marco Polo) தென்னிந்தியாவிற்கு வந்து தோமா நினைவிடத்தைப் பார்த்ததாகப் பதிவிட்டுள்ளார் (II Milione).

ஐரோப்பிய பரப்புரையாளர்கள் ஆசியாவில் வருவதற்கு பல நூற்றாண்டுகள் முன்பு புனித தாமஸ் இந்தியாவில் கிற்ஸ்தவ தேவாலயங்களை நிர்மாணித்தார். இந்த நீடித்த மரபு, இந்தியாவில் உள்ள புனித தோமா கிறிஸ்தவர்களின் மூலமாக நிலை நிறுத்தப்பட்டிருந்தது. உலகின் பழமையான கிறிஸ்தவ சமூகங்களில்

இதுவும் ஒன்று. தோமா பல கிறிஸ்தவ பாரம்பரியங்களால் ஜூலை 3-ஆம் தேதி நினைவுகூரப்படுகிறார். மற்ற எந்த சீடரை விடவும், தோமா சந்தேகத்திலிருந்து விசுவாசத்திற்கு மீண்ட வாழ்க்கைப் பயணத்தில் குறிப்பிடப்படுகிறார். கேள்வி கேட்பது விசுவாசத்திற்கு எதிரானது அல்ல, ஆனால் அடிக்கடி ஆழமான, அதிகத் தனிப்பட்ட நம்பிக்கைக்கான பாதை என்று அவரது கதை கற்பிக்கிறது.

மத்தேயு *(Matthew)*

இயேசுவின் மற்றொரு மிக முக்கியமான சீடர் மத்தேயு, லேவி என்றும் அழைக்கப்படுபவர். முதல் நூற்றாண்டில், யூத சமூகத்தினர் வெறுத்துவந்த வரிவசூலிக்கும் தொழிலைச் செய்து வந்தார். இது ஒரு ரோம அரசாங்கப் பதவி. அவருடைய தந்தையின் பெயர் அல்பேயு. அவர் கபர்நாகூமில் வரி வசூலிப்பவராகப் பணியாற்றினார். மத்தேயு நற்செய்தி நூல், அவரை வரி வசூலிப்பவரின் அரங்கில் உட்கார்ந்திருந்தவர் என்று எளிமையாக விவரிக்கிறது. வரி வசூலிப்பவர் ரோமப் பேரரசுக்காகப் பணியாற்றுவதைக் குறிக்கிறது. சக யூதர்களிடமிருந்து வரிகளை வசூலிப்பது, பொதுமக்களிடமிருந்து தேவையானதைவிட அதிகமாக வரி வசூலித்து, வித்தியாசத்தைத் தங்கள் சொந்தப் பையில் போட்டுக்கொள்பவர்கள் என மக்களால் பேசப்பட்டவர்கள். இதன் விளைவாக, அவர்கள் ரோமப் படையுடன் சேர்ந்து செயல்படுபவர்களாகவும், தங்கள் சொந்த மக்களை கொள்ளையடிக்கும் கும்பல் என்று இரு மடங்கு வெறுக்கப்பட்டனர். மதத் தலைவர்களின் கண்களில், மிக மோசமான பாவிகள் எனச் சித்தரிக்கப்பட்டனர். அவர்கள் சடங்கு ரீதியாக அசுத்தமானவர்களாகவும், துரோகிகளாகவும் கருதப்பட்டனர்.

இந்தச் சூழலில்தான், இயேசு மத்தேயுவை அழைத்தார். இது ஒரு அசாதாரண நிகழ்வு. மத்தேயு நற்செய்தி நூலில், மத்தேயுவின் வாழ்க்கையை மாற்றிய அந்தத் தருணம் எளிமையாகவும் ஆனால் சக்திவாய்ந்ததாகவும் விவரிக்கப்பட்டுள்ளது. இயேசு அங்கிருந்து சென்றபோது, வரி வசூலிப்பவரின் அரங்கில் உட்கார்ந்திருந்த மத்தேயு என்ற பெயருடைய ஒரு மனிதனைப் பார்த்தார்.

"என்னைப் பின்பற்றி வா" என்று அவரிடம் கூறினார். மத்தேயு எழுந்து அவரைப் பின்பற்றினார். மத்தேயு ஒரு லாபகரமான, ஆனால் வெறுக்கப்பட்ட தொழிலை விட்டுவிட்டு இயேசுவைப் பின்பற்றினார். தயக்கம் இல்லை, கேள்விகள் இல்லை, நிபந்தனைகள் இல்லை, உடனடி கீழ்ப்படிதல் மட்டுமே இருந்தது. அவர் ஒரு வேலையை மட்டும் கைவிடவில்லை. மாறாக, ஒரு அடையாளத்தையும், முழு வாழ்க்கை முறையையும் விட்டார். அழைக்கப்பட்ட பிறகு மத்தேயுவின் முதல் செயல் அவரது மாற்றத்தைப் பற்றிப் பேசுகிறது.

வரி வசூலிப்பவர்களுடன் இயேசு: பின்பு மத்தேயு (லேவி) தனது வீட்டில் இயேசுவுக்காக ஒரு பெரிய விருந்து அளித்தார். வரி வசூலிப்பவர்கள் மற்றும் பெரும் கூட்ட மனிதர்களும் அவர்களுடன் உணவருந்தினர். மத்தேயு தனது வீட்டையும் மேசையையும் இயேசுவுக்கு திறந்தார். மேலும் அவரது முன்னாள் சக ஊழியர்கள் மற்றும் நண்பர்கள், யூத மத சமூகத்தால் விலக்கப்பட்டவர்கள், இயேசுவைச் சந்திக்க விரும்பினர். இந்தக் காட்சி, பரிசேயர்கள் மற்றும் சட்ட ஆசிரியர்களிடமிருந்து விமர்சனத்தைத் தூண்டியது. அவர்கள் கேள்வி கேட்டனர், "உங்கள் ஆசிரியர் ஏன் வரி வசூலிப்பவர்கள் மற்றும் பாவிகளுடன் உணவருந்துகிறார்?" இயேசு இதைக் கேட்டு, "ஆரோக்கியமுள்ளவர்களுக்கு மருத்துவர் தேவையில்லை, நோயாளிகளுக்குத்தான் மருத்துவர் தேவை. இது சரியா என்று அதன் உன்மையை அறிந்துகொள்ளுங்கள். தியாகத்தை அல்ல, இரக்கத்தை விரும்புகிறேன். நான் நீதிமான்களை அழைக்க வரவில்லை, பாவிகளை அழைக்க வந்தேன்" என்று பதிலளித்தார். மத்தேயுவின் வீட்டில் நடந்த விருந்து, இயேசுவைப் பற்றிய உண்மையான மெய்பொருளைச் சக்திவாய்ந்த உதாரணமாக மாற்றியது, அவர் இழந்தவர்களைத் தேடிக் காப்பாற்ற வந்தார். யூத மத உயர்குடியினரால் நிராகரிக்கப்பட்டவர்களுக்கு அருளை வழங்கினார். இயேசுவால் அழைக்கப்பட்ட பிறகு, மத்தேயு பன்னிரு அப்போஸ்தலர்களில் ஒருவராகப் பட்டியலிடப்பட்டுள்ளார்.[221]

221 (மத்தேயு 10:3, மாற்கு 3:18, லூக்கா 6:15).

முதல் நற்செய்தி நூலை எழுதியுவர்: நற்செய்தி நூல்கள் இயேசுவின் ஊழியத்தின் போது, மத்தேயுவின் தனிப்பட்ட வார்த்தைகள் அல்லது செயல்களைப் பதிவு செய்யவில்லை. என்றாலும், இயேசு செய்த அதிசயங்களைச் சாட்சியாகக் கண்டார், போதனைகளைக் கேட்டார், மற்ற சீடர்களுடன் சேர்ந்து அவரும் இயேசுவால் வடிவமைக்கப்பட்டார் என்பது நமக்குத் தெரியும். மக்களால் வெறுக்கப்பட்ட வரி வசூலிப்பவர் என்ற மத்தேயு, இயேசுவின் அர்ப்பணிப்புள்ள தொண்டனாக மாறியது பெரிய மாற்றமாகும். அவரில் ஏற்பட்ட இந்த மாற்றம் அவரை அறிந்தவர்களுக்குச் சக்திவாய்ந்த சாட்சியாக இருந்திருக்க வேண்டும். அவரது முன்னாள் தொழிலில் அவர் உள்வாங்கிய திறன்களான எழுத்தறிவு, எண் அறிவு மற்றும் கவனமாக பதிவு வைத்தல் ஆகியவை பயன்படும் என்பது இயேசு அவரை அழைத்தபோது பிறருக்குத் தெரிந்திருக்க வாய்ப்பில்லை. ஆனால், பின்னர் கற்பனை செய்ய முடியாத வழிகளில் அது பயனுள்ளதாக இருந்தது.

முதல் நற்செய்தி நூலான "மத்தேயு" அவரால் எழுதப்பட்டது. அவர் இயேசுவின் நேரடி சாட்சியாக இருந்தார். ஆரம்பகால திருச்சபைத் தலைவர் இறெனேயஸ் (கி.பி. 130-202) இதை உறுதிப்படுத்துகின்றார். பாரம்பரியக் கருத்துப்படி கி.பி. 50-60-களில் மார்க் நற்செய்தி நூல் எழுதப்பட்டது. அதனை அடிப்படையாகக் கொண்டு, மத்தேயு நூல் எழுதப்பட்டது. எருசலேம் கோவில் அழிவுக்கு முன் கி.பி. 70-80-90-களில், எழுதப்பட்டது என்ற பொதுக் கருத்து உள்ளது. மத்தேயு நற்செய்தி நூல் 'கோயினே கிரேக்கம்' என்ற பண்டைய கிரேக்க மொழியில் எழுதப்பட்டது. குறைந்தது 35 ஆண்டுகளுக்கு பிறகு இயேசுவோடு வாழ்ந்த மத்தேயு, இயேசுவின் வரலாற்றை எழுத்துவடிவில் உலகிற்கு உயிருள்ள சாட்சியாக அளித்துள்ளார். இயேசுவோடு வாழ்ந்த மற்றொரு அப்போஸ்தலன் யோவான் இயேசுவின் நற்செய்தி வரலாற்றை எழுத்து வடிவில் கி.பி.90-களில் மற்றொரு கோணத்தில் பதிவிட்டு அளித்துள்ளார்.

இயேசு உயிர்த்தெழுந்து, பரலோகத்திற்கு ஏறிய பிறகு, மத்தேயு இயேசுவின் நற்செய்தி பணிக்கு உண்மையாக இருந்தார். வாக்குறுதி அளிக்கப்பட்ட பரிசுத்த ஆவியை எதிர்பார்த்து ஜெபத்தில் தொடர்ந்து அப்போஸ்தலர்களுடன் இருந்தார். பெந்தெகோஸ்தே நாளில், மத்தேயு மற்றவர்களுடன் சேர்ந்து பரிசுத்த ஆவியைப் பெற்றார். கிறிஸ்துவுக்கு சாட்சியாக இருக்கும் பணிக்கு அதிகாரம் பெற்றார். ஆரம்பகாலத் திருச்சபைகளுக்கும், அதன்பின் ஒவ்வொரு தலைமுறைக்கும் மிக முக்கியமான பங்களிப்பு, அவர் எழுதிய அவரது பெயரைத் தாங்கிய மத்தேயுவின் நற்செய்தி நூலாகும். மத்தேயு சுவிசேஷம் முதன்மையாக யூத பார்வையாளர்களுக்காக எழுதப்பட்டது. இயேசுவானவர், பழைய ஏற்பாட்டின் மேசியா தீர்க்கதரிசனங்களை எப்படி நிறைவேற்றினார் என்பதை வலியுறுத்துகிறது. இது இயேசுவின் பரம்பரை வரலாற்றை அவரது மூதாதையர் ஆபிரகாம் வம்சத்திலிருந்து தொடங்குகிறது. இது, அவரது தாவீது சிம்மாசனத்திற்கான உரிமையை வலியுறுத்துகிறது. "தீர்க்கதரிசியால் சொல்லப்பட்டது நிறைவேறட்டும்" என்ற வார்த்தையைப் பயன்படுத்தி சுவிசேஷம் முழுவதும், மத்தேயு அடிக்கடி பழைய ஏற்பாட்டை மேற்கோள் காட்டுகிறார்.

மத்தேயு சுவிசேஷத்தின் தனித்தன்மையான அம்சம், இயேசுவின் போதனைகளை ஐந்து முக்கிய உரைகளாக ஒழுங்கமைத்தது. மோசேயின் ஐந்து நூல்களை (ஆதியாகமம் முதல் உபாகமம் வரை), இந்த மத்தேயுவின் உரைகளின் ஒழுங்கமைப்பு எதிரொலிப்பதாக இருக்கிறது. மலைப்பிரசங்கம் (அத்தியாயங்கள் 5 முதல் 7 வரை). பரப்புரை வழிமுறைகள் (அத்தியாயம் 10), இராஜ்யத்தின் உவமைகள் (அத்தியாயம் 13), சமூகம் பற்றிய போதனைகள் (அத்தியாயம் 18). இறுதி காலங்கள் பற்றிய ஒப்பீட்டு உரை (அத்தியாயங்கள் 24:25). இந்த எளிமையான உரைகளின் கட்டமைப்பு ஏற்பாடு, மத்தேயுவின் அறிவுசார்ந்த மனதை வெளிப்படுத்துகிறது என்று கூறலாம். ஒருவேளை வரி வசூலிப்பவராக அவரது முந்தைய அனுபவம் இதனை வடிவமைக்க உதவியது என்று கூட கூறலாம்.

பெந்தெகோஸ்தே நாளுக்குப் பிறகு, மத்தேயு யூதேயாவில் சுமார் 15 ஆண்டுகள் தங்கியிருந்தார். அவர் யூதர்களிடையே சுவிசேஷத்தைப் பிரசங்கித்தார் என்று கூறப்படுகிறது. பின்னர் அவர் எத்தியோப்பியா, பாரசீகம் அல்லது பார்த்தியா போன்ற தொலைதூர நாடுகளில் ஊழியம் செய்தார் என்று கூறப்படுகிறது. சில பாரம்பரியங்கள், அவர் யூத புலம்பெயர்தோர் சமூகங்களின் மத்தியில் தனது ஊழியத்தைச் செய்யக் கவனம் செலுத்தினார் என்று கூறுகின்றன, அவர்களுக்கு, அவரது சுவிசேஷம் குறிப்பாகப் பொருத்தமானதாக இருந்தது.

மத்தேயுவின் மரண விவரங்கள் உறுதியற்றவை. சில பாரம்பரியங்கள் அவர் எத்தியோப்பியாவில் இரத்தசாட்சியாக மரித்தார் என்றும், வாள் அல்லது ஈட்டியால் கொல்லப்பட்டார் என்று கூறுகின்றன. மற்றவை யோவான் (John) போல அவர் இயற்கை மரணம் அடைந்தார் என்று கூறுகின்றன.

யூதர் சமூகத்தால் விலக்கப்பட்ட ஒரு மனிதன், முதல் நற்செய்தி நூலின் ஆசிரியராக திருச்சபையின் தூண் ஆனார்., இயேசு கிறிஸ்துவின் மாற்றும் அருளின் சக்திவாய்ந்த உதாரணமாக மத்தேயு இருக்கிறார். கடவுளின் அன்பின் அளவுக்கு அப்பால் யாரும் இல்லை என்பதை அவரது வாழ்க்கை காட்டுகிறது. மத்தேயு நூல் இரண்டு ஆயிரம் ஆண்டுகளாக, இயேசுவை வாக்குறுதியளிக்கப்பட்ட மேசியாவாக அறிமுகப்படுத்தியது. இது, தீர்க்கதரிசனங்களின் நிறைவேற்றமாக இருக்கிறது. ஒரு காலத்தில் ரோம் நாட்டுச் சீசருக்கு அஞ்சலி செலுத்த வரியை வசூலித்த மனிதன், இப்போது இயேசுவை உண்மையான அரசனாக அடையாளம் காட்டும் கருவியாக மாறினார்.

அல்பேயுவின் மகன் யாக்கோபு (James the son of Albaeus)

கபர்நகூமில் வாழ்ந்த அல்பேயுவின் மகன் யாக்கோபு (James the son of Albaeus) பன்னிரு சீடர்களில் ஒருவர். பைபிள் நமக்கு மிகக் குறைவான தனிப்பட்ட தகவல்களைத் தருகிறது. மத்தேயு-10:3,

மாற்கு-3:18, லூக்கா-6:15, அப்போஸ்தலர்-1:13 ஆகிய இடங்களில் அவர் "அல்பேயுவின் மகன் யாக்கோபு" என்று மட்டுமே குறிப்பிடப்படுகிறார். செபதேயுவின் மகனும், யோவானின் சகோதரருமான பிரபல யாக்கோபு (James the son of Zebedee) (பேதுரு (Peter), யோவான் (John) ஆகியோருடன் இயேசுவின் உள் வட்டத்தில் இருந்தவர். அவரை வேறுபடுத்துவதற்காக அல்பேயுவின் மகன் யாக்கோபு என்று குறிப்பிடப்படுகிறார். மக்கள் அவரை "சிறிய யாக்கோபு" அல்லது "இளைய யாக்கோபு" என்று அழைத்தனர். இது அவர் வயதாலோ அல்லது உடலாலோ மற்ற யோவானின் சகோதரன் யாக்கோபுவைவிட சிறியவராக இருந்ததைக் குறிக்கலாம்.

இயேசு இவரை எப்போது அழைத்தார் என்பதற்கு தனிப்பட்ட கதை இல்லை. கலிலேயாவில் இயேசு பெரும்பாலான சீடர்களை அழைத்த அதே காலகட்டத்தில் இவரும் அழைக்கப்பட்டிருக்க வாய்ப்பு அதிகம். பைபிள் இவரை மையமாகக் கொண்டு எந்தப் பெரிய நிகழ்வையும் விவரிக்கவில்லை. என்றாலும், இயேசுவின் முழு ஊழியத்திலும் இவர் இருந்தார் என்பது உறுதி. அப்போஸ்தலர் பட்டியல்களில் இவர் பொதுவாக இரண்டாவது நான்கு பேரில் இடம்பெறுகிறார். பேதுரு, செபதேயுவின் மகன் யாக்கோபு, யோவான் (John) ஆகியோரைப் போன்று மிக நெருங்கிய வட்டத்தில் இல்லை; அதாவது மிக உள் வட்டத்தில் இல்லாவிட்டாலும், சீடர்களிடையே மதிப்புக்குரிய இடம் இருந்தது. புயலை அமைதிப்படுத்தியது, ரொட்டியைப் பெருக்கி மக்கள் அனைவருக்கு உணவளித்த அற்புதம் செய்தது, நோயாளிகளைக் குணப்படுத்தியது, இறந்தவர்களை உயிர்ப்பித்தது, மலை உபதேசம், உவமைகள், 12 பேருக்கு மட்டும் சொன்ன ஆழமான போதனைகள் அனைத்தையும் இவர் பார்த்தவர், அறிந்தவர்.

உயிர்த்தெழுதலுக்குப் பிறகு இயேசு இவருக்கும் தோன்றினார்[222] இயேசு பரலோகத்திற்குச் சென்ற காட்சியைக் கண்டவர். இவை

222 (1 கொரிந்தியர் 15:5-7)

இரண்டும் இவரது விசுவாசத்தை வலுப்படுத்தியிருக்கும். இயேசு கிறிஸ்து பரலோகத்திற்குச் சென்ற பிறகு, எருசலேமில் மேல் அறையில் மற்ற அப்போஸ்தலர்களுடன் தங்கியிருந்தார்.[223] பரிசுத்த ஆவியின் வருகைக்காக ஜெபித்துக் காத்திருந்தனர். பெந்தெகோஸ்தே நாளில் பரிசுத்த ஆவி இவர்மீதும் இறங்கினார். 3,000 பேர் மனம்மாறிய அற்புத நாளில் இவரும் இருந்தார். எருசலேம் சபையின் ஆரம்ப வளர்ச்சியிலும், அப்போஸ்தலர்கள் சிறைப்பிடிக்கப்பட்டபோதும், ஸ்தேவான் (Stephen) கொல்லப்பட்டபோதும், துன்புறுத்தல் காரணமாகச் சபை வெளியே பரவியபோதும் இவர் இருந்தார். இதற்குப் பிறகு இவர் எங்கு சென்றார் என்பதைப் பைபிள் சொல்லவில்லை. பழங்காலக் கதைகளின்படி, எகிப்து (அலெக்ஸாந்திரியா உள்ளிட்ட பகுதிகள்) பாரசீகம் (இன்றைய ஈரான்) சிரியா ஆகிய இடங்களில் சுவிசேஷம் பிரசங்கித்ததாகக் கூறப்படுகிறது.

இவரது மரணம் பற்றியச் செய்தி பைபிளில் இல்லை. பழங்காலப் பாரம்பரியங்களின்படி, கீழ் எகிப்தில் உள்ள "ஓஸ்ட்ராகைன்" (Ostrakine) என்ற இடத்தில் கொல்லப்பட்டார். சிலர் சிலுவையில் அறையப்பட்டதாகவும், சிலர் கல்லெறிந்து கொல்லப்பட்டதாகவும் சொல்கின்றனர். பல கிறிஸ்தவப் பாரம்பரியங்களில் பிலிப்புடன் சேர்த்து, மே,3-ஆம் தியதி அன்று நினைவுகூரப்படுகிறார். மத ஓவியங்களில் அடிக்கடி "துணி அடிக்கும் கம்பு" (fuller's club) வைத்திருக்கும் வடிவில் சித்தரிக்கப்படுகிறார்.

புதிய ஏற்பாட்டில் உள்ள "யாக்கோபு நிருபம்" இவருடையது அல்ல, மாறாக அது எருசலேம் சபைத் தலைவரான "இயேசுவின் சகோதரர் யாக்கோபு" எழுதியது. சிலர் (பேதுரு, யோவான் (John)) முன்னிலையில் இருப்பார்கள். சிலர் (அல்பேயுவின் மகன் யாக்கோபு) பின்னணியில் உண்மையாகச் சேவை செய்வார்கள். யாக்கோபின் பாடம் நமக்குச் சொல்வது, எல்லா சீடர்களும்

223 (அப்போஸ்தலர் 1:13)

பிரபலமாக இருக்கவேண்டும் என்பது இல்லை, கடவுளின் பார்வையில், அவர்களின் சேவை எந்த வகையிலும் குறைந்ததல்ல.

யூதா ததேயு

யூதா ததேயு என்பவர் வேதத்தில் பல்வேறு பெயர்களால் அழைக்கப்படும் சீடர். இது சில சமயங்களில் குழப்பத்தை ஏற்படுத்தும். லூக்கா-6:16-ல் அவர் "யாக்கோபின் மகன் யூதா" அல்லது "யாக்கோபின் சகோதரர் யூதா" என்று அழைக்கப்படுகிறார். அப்போஸ்தலர் 1:13-இன் பட்டியலிலும் அவர் "யாக்கோபின் மகன் யூதா" என்றே குறிப்பிடப்படுகிறார். ஆனால் மத்தேயு 10:3 மற்றும் மாற்கு 3:18-இல், அவர் வெறுமனே "ததேயு" என்று அழைக்கப்படுகிறார். இந்த வேறுபட்ட பெயர்கள் அவரை இஸ்காரியோத்து யூதாவிடமிருந்து (துரோகி) வேறுபடுத்துகிறது. "ததேயு" என்பது அன்பான புனைப்பெயர். இது "தைரியமானவர்" அல்லது "வீரமானவர்" என்று பொருள்படும். "லெபேயு" என்பது "இதயமுள்ளவன்" என்று பொருள்படும். இது அன்பான அல்லது விசுவாசமான ஆளுமையைக் குறிக்கும். அவர் இஸ்காரியோத்து யூதா (துரோகி) அல்ல. மேலும், மாற்கு 6:3-இல் குறிப்பிடப்படும் இயேசுவின் சகோதரர் யூதாவும் அல்ல. பைபிள் இயேசுவின் ஊழியத்தில் யூதா ததேயு சம்பந்தப்பட்ட ஒரே ஒரு தனிப்பட்ட தருணத்தை மட்டுமே பதிவு செய்கிறது, ஆனால் அது உறுதியான தகவல்.

கடைசி இராபோஜன உணவின்போது, இயேசு தனது உடனடியானப் பிரிவைப் பற்றியும், பரிசுத்த ஆவியின் வருகை பற்றியும் பேசியபோது, யூதா ததேயு ஒரு முக்கியக் கேள்வியைக் கேட்டார். "ஆண்டவரே, உம்மை எங்களுக்கு மட்டும் வெளிப்படுத்துவதற்கும், உலகத்திற்கு வெளிப்படுத்தாது இருப்பதற்கும் காரணம் என்ன?" என்று கேட்டான். இயேசுவின் பதில் ஆழமானதும் புரட்சிகரமானதுமாக இருந்தது. அவர் கூறினார், "என்னை நேசிப்பவன் என் போதனையை கடைப்பிடிப்பான். என் தந்தை அவனை நேசிப்பார். நாங்கள் அவனிடம் வந்து அவனுடன்

வாசம் செய்வோம். என்னை நேசிக்காதவன் என் போதனையை கடைப்பிடிக்க மாட்டான்"[224]. இயேசு தனது வெளிப்பாடு இந்த உலகிற்கான சக்தியின் காட்சியாக இருக்காது என்றும், மாறாக அவரை நேசித்து கீழ்ப்படியும் அவர்களின் வாழ்க்கையில் ஆழமான தனிப்பட்ட ஆவிக்குரிய ஜீவனாக இருக்கும் என்று விளக்கிக் கூறினார். இந்தச் சுருக்கமான உரையாடல் யூதா ததேயுவின் மனதைப் பற்றிய ஒரு பார்வையைத் தருகிறது. பலரைப் போலவே இயேசு இவ்வுலகுக்கு வந்ததின் உண்மையான அர்த்தத்தைப் புரிந்துகொண்டிருந்தார். ஆனால் தனது கேள்விகளை வெளிப்படையாகக் கேட்கும் அளவு உண்மையானவராக இருந்தார். இயேசு பரலோகத்திற்கு ஏறியபிறகு, யூதா ததேயு மற்ற அப்போஸ்தலர்களுடன் எருசலேமில் தங்கினார். மேல் அறையில் ஜெபத்தில் அர்ப்பணித்திருந்தவர்களில் அவரும் ஒருவர். பெந்தெகோஸ்தே நாளில், மற்ற சீடர்களுடன் பரிசுத்த ஆவியைப் பெற்று, கிறிஸ்துவுக்கு சாட்சியம் அளிக்கும் பணிக்கு சக்தியடைந்தார்.

பைபிள் யூதா ததேயுவின் பிற்கால ஊழியம் பற்றிய விவரங்களைத் தரவில்லை என்றாலும், பழங்காலப் பாரம்பரியங்கள் அவர் இயேசுவின் நற்செய்தியைத் தொலைதூர நாடுகளுக்கு எடுத்துச் சென்றதாகக் கூறுகின்றன. அவர் சிரியா, அரேபியா, மெசொப்பொத்தேமியா (இன்றைய ஈராக்), ஆர்மீனியா ஆகிய இடங்களில் ஊழியம் செய்தார்.

ஒரு சுவாரசியமான பாரம்பரியக் கதை, யூதா ததேயுவை இன்றைய தென்கிழக்கு துருக்கியில் உள்ள அடெஸாவின் (Edessa) அரசர் அப்கார் 5-ன் மனம்மாற்றத்துடன் இணைக்கிறது. கதையின்படி, அரசர் அப்கார் கடும் நோயால் துன்புற்றார், இயேசுவின் அதிசயங்களை கேள்விப்பட்டு அவருக்கு கடிதம் எழுதி, வந்து குணப்படுத்தும்படி கேட்டார். இயேசு பரலோகத்திற்கு ஏறிய பிறகு, யூதா ததேயு அடெஸாவுக்கு பயணித்து அரசரை

224 (யோவான் 14:23-24)

குணப்படுத்தி, அங்கு கிறிஸ்தவ சபையை நிறுவினார் என்று கூறப்படுகிறது.

சில பதிப்புகள் ததேயு "மண்டலியன்" (Mandylion) எனும் துணியில் இயேசுவின் உருவம் பதிந்த ஒன்றை கொண்டு வந்ததாகக் கூறுகின்றன. மற்றொரு நிலையான பாரம்பரியம், யூதா ததேயு அடிக்கடி சீமோன் தீவிரவாதியுடன் (Simon the Zealot) பயணித்தார் என்று கூறுகிறது. அவர்கள் சுவிசேஷத்தைப் பல பகுதிகளுக்கு பரப்பிய பரப்புரை ஜோடி. அமைதியான ததேயு போன்றவர், புரட்சிகரப் பின்னணி உள்ள ஒருவருடன் இணைந்து வேலை செய்தது. இந்தக் கூட்டணி சுவிசேஷத்தின் ஒருங்கிணைக்கும் சக்தியை உதாரணமாக்குகிறது. யூதா ததேயும், சீமோனும் (Simon the Zealot) இரத்தச் சாட்சிகளாக மரித்தனர். சில செய்திகள் அவர்களின் இரத்தச்சாட்சி மரணம் இன்றைய லெபனானில் உள்ள பெய்ரூட் (Beirut) நிகழ்ந்தது என்று கூறுகின்றன, மற்றவை பாரசீகம் (இன்றைய ஈரான்) என்று கூறுகிறது. கொலை முறை வேறுபடுகிறது. சிலர் கோடாரியால் கொல்லப்பட்டதாகக் கூறுகின்றனர், மற்றவர்கள் ஈட்டி அல்லது கம்புகளால் என்று கூறுகிறது. விவரங்கள் எப்படியிருந்தாலும், அவர் இயேசுவிடம் கொண்ட தனது விசுவாசத்திற்காக உயிர் தியாகம் செய்தார் என்று ஒப்புக்கொள்ளப்படுகிறது.

புதிய ஏற்பாட்டில் உள்ள "யூதா நிருபம்" பாரம்பரியமாக யூதா ததேயுவுக்கு உரியதாகக் கருதப்படுகிறது. ஆசிரியர் தன்னை "இயேசு கிறிஸ்துவின் ஊழியர் யூதா, யாக்கோபின் சகோதரர்" என்று அடையாளம் காட்டுகிறார். இது யூதா ததேயுவுக்கு பொருந்தும். இந்தச் சுருக்கமான கடிதம் போலி ஆசிரியர்களுக்கு எதிராக எச்சரிக்கிறது, விசுவாசிகளை அசல் சுவிசேஷத்தில் உறுதியாக இருக்க ஊக்குவிக்கிறது.

மதக் கலையம்சங்களில், யூதா ததேயு அடிக்கடி தனது மார்பில் இயேசுவின் திருவுருவப் படம் பதித்த துணியுடன் (Mandylion) சித்தரிக்கப்படுகிறார். அவர் ஆவேசமிக்க சீமோனுடன்

சேர்த்து அக்டோபர்-28ஆம் நாள் அன்று நினைவுகூரப்படுகிறார். பல கிறிஸ்தவப் பாரம்பரியங்கள், அவர் பிரசங்கித்ததாகக் கூறும். ஆர்மீனியாவில் "புனித ததேயு மடாலயம்" (St. Thaddaeus Monastery அல்லது Karakilise Monastery) உள்ளது; இது யுனெஸ்கோ உலகப் பாரம்பரியத் தளம் என்று கூறுகிறது. இந்த மடாலயம் மத்தியக் கிழக்கு கிறிஸ்தவத்தில் யூதா ததேயு ஊழியத்தின் நீடித்த தாக்கத்திற்கு சாட்சியாக அமைந்துள்ளது.

ஆவேசமிக்க சீமோன் *(Simon the Zealot)*

பன்னிரு சீடர்களில் இன்னொருவரின் பெயர் சீமோன் என்பதாகும். ஆனால் அவர் சீமோன் பேதுருவிடமிருந்து வேறுபடுத்த "சீமோன் ஆவேசமிக்கவர் (Zealot)" என்று அழைக்கப்படுகிறார்[225] மத்தேயு மற்றும் மாற்கு சுவிசேஷங்களில் அவரை "சீமோன் கானானியன்" என்றும் குறிப்பிடுகின்றன[226]. இரண்டும் ஒரே பொருள்தான். ஆனால் அவைகள் வெவ்வேறு மொழிகளில் சொல்லப்பட்டவை. கிரேக்கத்தில் தீவிரவாதி "Zealot", இயேசு பேசிய அராமிக் மொழியில் "கானானியன்" என்பதாகும். இரண்டுமே "தீவிரமானவர்" அல்லது "ஆவேசமிக்கவர்" என்று அர்த்தம். இந்த "தீவிரவாதி" என்ற பட்டம் என்ன அர்த்தம் தருகிறது என்பதில் மூன்று முக்கிய கருத்துகள் உள்ளன:

அவர் உண்மையிலேயே "தீவிரவாதிகள்" (Zealots) என்ற அரசியல்-புரட்சிக் குழுவின் உறுப்பினராக இருந்திருக்கலாம். அவர் ரோமானிய ஆட்சிக்கு எதிராக ஆயுதப் போராட்டம் நடத்திய தீவிர தேசியவாதி அல்லது அது வெறும் தனிப்பட்ட குணம் கொண்டவர் எனலாம். யூகத்தின் அடிப்படையில் சீமோன் இயல்பிலேயே ஆவேசமான, கொதிப்பான மனநிலை கொண்டவராக இருந்திருக்கலாம் அல்லது அவர் சட்டத்தை மிகக் கண்டிப்பாகப் பின்பற்றும் ஒரு யூத சமயப் பிரிவுடன் தொடர்புடையவராக இருந்திருக்கலாம்.

225 (லூக்கா 6:15; அப்போஸ்தலர் 1:13).

226 (மத்தேயு 10:4; மாற்கு 3:18

நற்செய்தி நூல்களில் சீமோனைப் பற்றி தனிப்பட்ட கதை எதுவும் இல்லை. அப்போஸ்தலர் நடபடிகளில் மட்டுமே பெயர் வருகிறது. அவரை இயேசு எப்போது அழைத்தார், அவர் என்ன பேசினார், என்ன செய்தார் என்ற விவரங்கள் ஏதும் இல்லை. பெரும்பாலான சீடர்களைப் போலவே கலிலேயாவில் அழைக்கப்பட்டிருக்க வாய்ப்பு அதிகம். சீமோன் உண்மையிலேயே அரசியல் தீவிரவாதியாக இருந்திருந்தால், இயேசுவைப் பின்பற்றியது அவருக்கு மிகப்பெரிய மனம் திருந்திய மாற்றமாக இருந்திருக்கும். என்னெனில், அவர் ரோமானியர்களை வன்முறையால் விரட்ட வேண்டும் என்று நம்பியவர். ஆனால் இயேசு "எதிரிகளை நேசியுங்கள்", "மறு கன்னத்தைக் காட்டுங்கள்", "சீசருக்குரியதை சீசருக்குக் கொடுங்கள்" என்று போதித்தார்.

இயேசுவின் சீடர்களின் குழுவில் மத்தேயு இருந்தது மிகப்பெரிய முரண்பாடு. தீவிரவாதியான சீமோன் அன்னிய நாட்டிற்காக வரி வசூலித்த மத்தேயுவை பகைவுடன் பார்த்திருப்பார். மத்தேயு அப்படிப்பட்ட வரி வசூலிப்பவராகத்தான் இருந்தார். இயேசு இந்த இருவரையும் தனது நெருங்கிய வட்டத்தில் இணைத்தார். இயேசுவின் சுவிசேஷம் எப்படி அரசியல், சமூகப் பிரிவுகளைத் தாண்டி மக்களை ஒன்றாகக் கொண்டு வருகிறது என்பதைக் காட்டுகிறது. இயேசுவுடன் இருந்த காலத்தில் சீமோனும் மற்றவர்களைப் போலவே அனைத்து அதிசயங்களையும் பார்த்தார், போதனைகளைக் கேட்டார். சிறிய அளவு ரொட்டி-மீன் ஆகியவற்றை நூற்றுக்கணக்கான மக்களுக்கு பசிபோக்கப் பகிர்ந்தளித்த அற்புதம் நடந்தது, இயேசு புயலை அதட்டி அது அடங்கியது, குஷ்டரோகிகள் குணமானது, இயேசு இறந்தோரை உயிர்ப்பித்தது, இயேசுவின் எழிய உவமைகள், கடவுளின் இராஜ்யம் பற்றிய இயேசுவின் ஆழமான போதனைகள் ஆகியவை சீமோனில் மன மாற்றத்தை ஏற்படுத்தியிருக்கும்.

இயேசு பரலோகத்திற்கு ஏறிய பிறகு எருசலேமில் மேல் அறையில் மற்ற அப்போஸ்தலர்களுடன் ஜெபத்தில் ஈடுபட்டார். பெந்தெகோஸ்தே நாளில் பரிசுத்த ஆவியைப் பெற்றார். பைபிள்

அவரது பிற்கால ஊழியத்தைப் பற்றி விவரிக்கவில்லை. அவர் எகிப்து, வட ஆப்பிரிக்கா, பாரசீகம் (ஈரான்), பாபிலோன் (ஈராக்) ஆகிய இடங்களில் சுவிசேஷம் பிரசங்கித்ததாகக் கூறப்படுகிறது. சில பாரம்பரியங்கள் அவர் பிரிட்டன் வரை சென்றதாகவும் சொல்கின்றன (இது வரலாற்று ரீதியாக உறுதிப்படுத்த முடியாது). சீமோன் அடிக்கடி யூதா ததேயுவுடன் இணைந்து பயணித்ததாகக் கூறப்படுகிறது. ஒரு காலத்தில் வன்முறைப் பாதையில் இருந்த சீமோனும், அமைதியான இதயம் கொண்ட ததேயுவும் ஒன்றாகச் சேர்ந்து அமைதியின் சுவிசேஷத்தைப் பரப்பியது மிக அழகான உதாரணம்.

பாரம்பரியங்களின்படி, சீமோனும், யூதா ததேயுவும் பாரசீகத்தில் ஒன்றாக இரத்தச் சாட்சிகளாக மரணமடைந்தனர். சிலர் அவர் ரம்பத்தால் (wood cutting saw) இரண்டாக வெட்டப்பட்டதாகவும், சிலர் சிலுவையில் அறையப்பட்டதாகவும் கூறுகின்றனர். கிறிஸ்தவ ஓவியங்களில் அவரை ரம்பத்துடன் சித்தரிப்பது இதனால்தான். அக்டோபர் 28, சீமோன், யூதா ததேயு ஆகியோரின் நினைவு நாள்.

இயேசுவின் சீடர்கள் ஒரே மாதிரியானவர்கள் அல்ல. வெவ்வேறு குணங்கள், பின்னணிகள், அரசியல் நிலைப்பாடுகள் கொண்டவர்கள். ஆனால், நற்செய்தி பரப்புரை, அரசியல் பிரிவுகளைத் தாண்டி மக்களை ஒன்றிணைக்கிறது. இயேசு தனது சீடர்களின் ஆர்வத்தை அடக்கவில்லை, மாறாக அதைச் சரியான திசையில் திருப்பினார். அரசியல் புரட்சிக்கான ஆவேசம், ஆவிக்குரிய புரட்சிக்கான ஆர்வமாக மாறியது. இது ஆவேசமிக்க சீமோனின் வாழ்க்கை நமக்குச் சொல்லும் பாடமாகும்.

யூதாஸ் இஸ்காரியோத்து *(Judas Iscariot)*

யூதாஸ் இஸ்காரியோத்து (Judas Iscariot) சுவிசேஷ நூல்களில் சோகமான முடிவைச் சந்திக்கும் நபராக இருக்கிறார். இயேசுவுக்குத் துரோகம் செய்த சீடன். அவன், சீமோன் இஸ்காரியோத்து

என்பவரின் மகன் என்று அடையாளம் காட்டப்படுகிறார்.[227] அவரது பட்டப்பெயர் "இஸ்காரியோத்". யூதேயாவில் உள்ள கேரியோத் ஹெஸ்ரோன் என்ற ஊரைச் சேர்ந்தவர் என்பது, "இஸ்காரியோத்" என்று பொருள்படும். அப்படியானால், பன்னிரு அப்போஸ்தலர்களில் அவர் மட்டும் கலிலேயாவைச் சேர்ந்தவர் அல்ல என்று தெரிகிறது. சீடர்கள் குழுவில் அவர் ஒரு வெளியாளாக இருந்திருக்கலாம். இயேசு இரவு முழுவதும் ஜெபித்த பிறகு மற்ற சீடர்களைப் போலவே அவரைத் தேர்ந்தெடுத்தார். இயேசு எல்லோரின் இதயங்களையும் அறிந்திருந்தார். இருந்தாலும், யூதாஸ் இஸ்காரியோத்துவைத் (Judas Iscariot) தனது நெருங்கிய வட்டத்தில் சேர்த்தார். மற்றவர்களைப் போலவே அதிசயங்களைப் பார்க்கவும், போதனைகளைக் கேட்கவும் வாய்ப்புக் கொடுத்தார்.

சீடர்கள் குழுவில் யூதாஸ் இஸ்காரியோத்துவுக்கு (Judas Iscariot) நம்பிக்கையுடன் முக்கியமான பொறுப்பு அளிக்கப்பட்டது. அவன் பொதுப்பணப் பையை கையாளும் பொறுப்பாளராக இருந்தான்[228]. இது அவனுக்கு நிர்வாகத் திறன் இருந்ததையும், ஆரம்பத்தில் மற்றவர்களின் நம்பிக்கையைப் பெற்றிருந்ததையும் காட்டுகிறது. விசேஷங்களில், யூதாஸ் இஸ்காரியோத்திடம் ஏதோ தவறு இருந்ததற்கான அறிகுறிகள் உள்ளன என்பதைப் பெத்தானியாவில் சீமோன் என்ற குஷ்டரோகியின் வீட்டில் நடந்த சம்பவம் ஒன்று நமக்குத் தெரிவிக்கிறது. மரியா விலையுயர்ந்த தைலத்தால் இயேசுவின் பாதங்களைத் தேய்த்தபோது, யூதாஸ் இஸ்காரியோத்து (Judas Iscariot) அதனை எதிர்த்து கேள்வி கேட்டார்: "இந்தத் தைலத்தை 300 டினாருகளுக்கு விற்று ஏழைகளுக்கு ஏன் கொடுக்கக் கூடாது?"[229] யோவான் (John) இதை இவ்வாறாக விளக்குகிறார், 'அவன் ஏழைகளைப் பற்றிக் கவலைப்பட்டதால் சொல்லவில்லை', அவன் திருடன், பணப்பையை கையாள்பவராக இருந்ததால் அதிலிருந்து திருடிக்கொண்டிருந்தான். இது அவனது

227 (யோவான் 6:71; 13:26)

228 (யோவான் 12:6; 13:29)

229 (யோவான் 12:4-6).

போலித்தனம், சுயநலம், திருட்டு, இயேசுவுக்கு கிடைத்த மரியாதையில் பொறாமை ஆகியவற்றை வெளிப்படுத்துகிறது.

கடைசி இராபோஜனத்தின்போது (The Last Supper) திருப்புமுனை வந்தது. "சாத்தான் யூதாஸ் இஸ்காரியோத்துவுக்குள் (Judas Iscariot) புகுந்தான்."[230] சாத்தான் பங்கு வகித்தாலும், யூதாஸ் இஸ்காரியோத்து (Judas Iscariot) தனது சதிவேலைக்கு அவன்தான் பொறுப்பு. இயேசு, "உங்களில் ஒருவன் எனக்குத் துரோகம் செய்வான்"[231] என்று அவனது துரோகத்தை முன்னறிவித்தார். அவர் தன்னைக் காட்டிக்கொடுக்கும் துரோகிக்கு ரொட்டியை நனைத்துக் கொடுத்து அடையாளம் காட்டினார். இயேசு தனது ஜெபத்தில் யூதாஸ் இஸ்காரியோத்து (Judas Iscariot)வை "அழிவின் மகன்" என்று குறிப்பிடுகிறார். வேதம் நிறைவேற இவர் இழக்கப்பட்டார். இது யூதாஸ் இஸ்காரியோத்துவின் (Judas Iscariot) பொறுப்பையும், கடவுளின் திட்டத்தையும் காட்டுகிறது.

அவன் பிரதான ஆசாரியர்களிடம் சென்று, "அவரை உங்களிடம் ஒப்படைத்தால் என்ன கொடுப்பீர்கள்?" என்று கேட்டான்[232]. அவர்கள் 30 வெள்ளிக்காசுகளைக் கொடுத்தனர். அது பழைய ஏற்பாட்டின் யாத்திராகமம் புத்தகம்-21:32-இல் கூறியுள்ளதுபடி, அடிமை கொல்லப்பட்டால் கொடுக்கும் இழப்பீட்டுத் தொகையாகும் என்பதை நாம் இங்கு கவனிக்கவேண்டும். இது சகரியா-11:12-13-இன் தீர்க்கதரிசனத்தையும் நிறைவேற்றியது.

இயேசு அடிக்கடி செல்லும் கெத்சமனே தோட்டத்தை யூதாஸ் இஸ்காரியோத்து (Judas Iscariot) அறிந்திருந்தான். அவன் ஆயுதங்களுடன் வந்த கூட்டத்துடன் உடன்வந்து, இயேசுவை முத்தமிட்டு அடையாளம் காட்டினான். முத்தம் அன்பின் அடையாளம், ஆனால் அது துரோகத்தின் சமிக்ஞையாக மாறியது. இயேசு: "நண்பா, நீ வந்த காரியத்தைச் செய்" என்றார். அந்தத்

---

230 (லூக்கா 22:3; யோவான் 13:27).

231 (மத்தேயு 26:21-25)

232 (மத்தேயு 26:14-16

துரோகம் இயேசுவின் இதயத்தைத் துளைத்தது. இயேசு அதைப் பற்றிப் பேசும்போது ஆவியில் கலங்கினார். இவ்வளவு நெருக்கமான ஒருவரால் துரோகம் செய்யப்படுவதில் ஒரு தனித்துவமான வலி இருந்தது. “என் நெருங்கிய நண்பன், நான் நம்பியவன், என்னுடன் ரொட்டி பகிர்ந்தவன்கூட எனக்கு எதிராகத் திரும்பினான்” என்ற தீர்க்கத்தரிசனம் நிறைவேறியது.[233]

இருந்தாலும், அதன் கொடூரத்துக்கு மத்தியிலும், யூதாஸ் இஸ்காரியோத்து வின் துரோகம், இயேசு எதிர்பாராத ஒன்றாகப் இருக்கவில்லை. இயேசு ஆரம்பத்திலிருந்தே யார் விசுவாசிக்கவில்லை, யார் துரோகம் செய்வார் என்று அறிந்திருந்தார் என்று சொல்லப்படுகிறது. “உங்களில் எல்லாரையும் நான் குறிப்பிடவில்லை. நான் தேர்ந்தெடுத்தவர்களை அறிவேன்.”[234] ஆனால் இது வேதத்தின் இந்தப் பகுதியை நிறைவேற்றுவதற்காக என்றார்.

துரோகத்துக்குப் பிறகு, இயேசு தண்டனைக்கு உள்ளானதைப் பார்த்து யூதாஸ் இஸ்காரியோத்து (Judas Iscariot) வருத்தப்பட்டான். அவன் 30 வெள்ளிக்காசுகளைத் திருப்பிக் கொடுத்து, “நான் களங்கமற்றவரின் இரத்தத்திற்கு துரோகம் செய்தேன்” என்றான். யூத மத பூசாரிகள், “அது உன் பொறுப்பு” என்றனர். யூதாஸ் இஸ்காரியோத்து தனிமையில், கோவிலில் பணத்தை வீசிவிட்டு, தூக்குப்போட்டுக் கொண்டான். அவன் கீழே விழுந்து உடல் வெடித்து செத்தான். அந்தப் பணத்தால் யூத மத பூசாரிகள் குயவன் நிலத்தை வாங்கினர், அது “இரத்த வயல்” என்று அழைக்கப்பட்டது. இந்தச் சம்பவம் சகரியாவின் தீர்க்கதரிசனத்தை நிறைவேற்றியது.

அவன் இறந்த பிறகு, இயேசுவின் சீடர்கள், பன்னிருவர் என்ற அப்போஸ்தலகர்களின் எண்ணை மீட்டெடுக்க மத்தியாஸைத் தேர்ந்தெடுத்தனர். யூதாஸ் இஸ்காரியோத்துவின் (Judas Iscariot)

233 சங்கீதம் 41:9-ஐ யோவான் (John) 13:18-ல் தன்னுடைய நற்செய்தி நூலில் மேற்கோள் காட்டியபடி,

234 யோவான் 13:18

உதாரணம் வீணான வாய்ப்பின் சோகமான கதை. மூன்று ஆண்டுகள் இயேசுவுடன் இருந்து அதிசயங்களைப் பார்த்து, போதனைகளைக் கேட்டாலும், அவனது இதயம் முழுமையாகச் சரணடையவில்லை. அவனது பேராசையும் (30 காசுகள் 4 மாத சம்பளம்), இயேசுவானவர் ரோம் நாட்டிற்கு எதிராக அரசியல் விடுதலையை யூதர்களுக்கு வாங்கிக் கொடுக்கவில்லை என்ற ஏமாற்றச் சிந்தனையும், சாத்தானின் செல்வாக்கு ஆகியவை யூதாஸ் இஸ்காரியோத்துவின் செயல்களுக்கு உந்துதல்களாக இருந்தன. பேதுரு இயேசுவை மூன்று முறை மறுதலித்தார். யூதாஸ் இஸ்காரியோத்து அவருக்கு ஒரு முறை துரோகம் செய்தார். இருவரும் தீவிரமான தவறுகளைச் செய்தனர், ஆனால் பேதுரு மனந்திரும்புதலுக்கும் மீட்புக்கும் ஓடினார், அதேசமயம் யூதாஸ் இஸ்காரியோத்து நம்பிக்கையின்மையில் மூழ்கினார். வித்தியாசம் அவர்கள் பாவங்களின் அளவில் இல்லை, மாறாக தோல்வியை எப்படி எதிர்கொண்டார்கள் என்பதில்தான். யூதாஸ் இஸ்காரியோத்துவின் துரோகம், கடவுளின் இரட்சிப்புத் திட்டத்தின் பகுதியாகச் சிலுவையை நோக்கி இட்டுச் சென்றது. யூதாஸ் இஸ்காரியோத்து (Judas Iscariot) என்ற பெயர் மேற்கத்திய கலாச்சாரத்தில் துரோகத்தின் ஒத்த சொல்லாக மாறியது. இருந்தாலும், அவனது கதை ஒரு தீவிரமான எச்சரிக்கையாக நிற்கிறது.

இயேசுவுடன் உடல் ரீதியான அருகாமையில் இருந்தால் மட்டுமே ஒருவருக்கு, ஆவிக்குரிய மாற்றத்தை அந்த செயல் உத்தரவாதம் செய்யாது. வெளியே இயேசுவுக்கு அருகில் இருந்துகொண்டு இதயமோ அவரிடமிருந்து தொலைவில் இருப்பது முற்றிலும் சாத்தியம். இயேசு சொன்னது போல, "பலர் 'ஆண்டவரே, ஆண்டவரே' என்று சொல்லுவார்கள், ஆனால் அவர்கள் பரலோக இராஜ்யத்தில் நுழைய மாட்டார்கள்."[235] யூதாஸின் துரோகம் இறுதியில் இரட்சிப்பின் தெய்வீக நோக்கத்திற்கு உதவியது. யூதாஸ் இஸ்காரியோத்துவின் (Judas Iscariot) செயல் ஒரு

---

235 (மத்தேயு 7:21-23).

எச்சரிக்கையாக அமைந்துள்ளது. இயேசுவுக்கு அருகில் இருப்பது மட்டும் போதாது - இதயம் மாற வேண்டும். யோசேப்பு தனது சகோதரர்களிடம் சொன்னது போல, "நீங்கள் எனக்கு தீமை செய்ய நினைத்தீர்கள், ஆனால் கடவுள் அதை நன்மைக்காக நினைத்தார்."[236] அதுபோல அவனது துரோகம் தீமைக்காக இருந்தாலும், கடவுள் அதை நன்மையாக மாற்றினார்.

---

236 ஆதியாகமம் 50:20

அத்தியாயம் 5

இயேசுவுக்குப் பின் முதல் 60 ஆண்டுகள்

இயேசுவின் உயிர்த்தெழுதலுக்குப் பிறகு, கிட்டத்தட்ட 60 ஆண்டுகள், கிறிஸ்தவர்களுக்கு முழுமையான பைபிள் இல்லை. எந்த வாசிப்புச்சாலைகளோ(Library), புத்தக அலமாரிகளோ இல்லை. எந்த அச்சு இயந்திரங்களும் இல்லை. இயேசுவை விசுவாசித்தவர்களிடம் எழுதப்பட்ட நூல்கள் எதுவும் இல்லை. பெரும்பாலானவர்களுக்கு எழுதப்படிக்கத் தெரியாது. அந்த முதல் நூற்றாண்டு சூழலில், கிறிஸ்தவர்களிடையே விசுவாசம் எவ்வாறு பரவியது? கிறிஸ்துவைப் பற்றிய செய்திகள் எவ்வாறு நினைவில் நிறுத்தப்பட்டன? பரப்புரை செய்யப்பட்டன? என்ற கேள்விகள் எழுகின்றன அல்லவா?

ஆனாலும், இயேசுவைப் பற்றிய செய்திகள் எருசலேமிலிருந்து, ரோமுக்கும், மீனவர்களிடமிருந்து தத்துவஞானிகளுக்கும், அராமிக் மொழி பேசும் யூதர்களிடமிருந்து கிரேக்க மொழி பேசும் யூதர்களிடம் மாறியது. இயேசுவை நேரில் கண்ட சாட்சிகள் இறந்துவிட்டனர். சபைகள் பெருகின. இயேசுவைப் பற்றிய கேள்விகள் பல எழுந்தன. அவற்றிற்குப் பதில்கள் தேவைப்பட்டன. வாய்வழிக் கற்பித்தல் முறைகள், இயேசுவையும் மற்றும் அப்போஸ்தலர்களையும் நேரில் கண்ட சாட்சிகள், மற்றும் செவிவழிச் செய்திகள் முதன்மை ஆதாரங்களாக அமைந்தன.

மேலும் பவுல் கிறிஸ்தவச் சபைகளுக்கு எழுதிய கடிதங்கள், வீட்டுக் கூட்டங்கள், தேவாலயங்களில் பொது வாசிப்புக்களும் ஆதாராங்களாயின. கையெழுத்துப் பிரதி நகலெடுக்கும்

நடைமுறைகள், கோட்பாடுகள் பற்றிய விவாதங்கள் மற்றும் இயேசுவை நேரில் கண்ட தலைமுறையினர், படிப்படியாக மரணமடைந்த நிகழ்வுகள் கோர்வையாக வரலாற்று ஆதாரங்கள் ஆயின.

எருசலேம், அந்தியோகியா, கொரிந்து, எபேசு மற்றும் ரோம் ஆகிய பட்டணங்களில் உள்ள இயேசுவைப் பின்பற்றிய கிறிஸ்தவ மக்கள், மனப்பாடம் செய்யப்பட்ட உபதேச வார்த்தைகளை விசுவாசப் பிரமாணமாகவும்; இயேசுவின் உபதேசங்களை வாய்பாடுகளாகவும் (சூத்திரங்கள்), மனப்பாடத் தத்துவப் பாடல்களாகவும், முதல் செவிவழிச் செய்தியாகவும் பரப்பினர். அப்போஸ்தலர்களின் கடிதப் போக்குவரத்து மூலம் கிறிஸ்தவ மக்களிடையே செய்திகள் பரிவர்த்தனை நடைபெற்றன. உயிருடன் இருந்த அப்போஸ்தலர்களின் மறைவுக்குப் பிறகு, பரிமாற்றச் செய்திகள் எழுத்து வடிவில் அப்போஸ்தலிக்க நூல்களாக மாற்றமடைந்தன.

பின்னர் ஒரிடத்திலிருந்து மற்றொரு இடத்திற்குப் பயணப்பட்ட தூதர்களிடம் கொடுத்து அனுப்பப்பட்ட கடிதங்கள் கவனமாகப் பாதுகாக்கப்பட்டன. அப்போஸ்தலர்களின் மரணச் செய்திகள் கடிதங்கள் மூலம் கிறிஸ்தவ மக்கள் இடையே செய்திகளாக அனுப்பப்பட்டன. அப்போஸ்தலர்கள் பற்றிய செய்திகள், பவுலின் கடிதங்கள் மற்றும் ஆரம்பகால கிறிஸ்தவ செவிவழிச் செய்திகளைப் பயன்படுத்தி ஒரு சான்று அடிப்படையிலான வரலாறு, மறுகட்டமைப்பாக உருவானது. பாரம்பரியம் சரியானது என்ற இறையியல் நிலைப்பாடுகளை எடுக்காமல், இயேசுவைப் பின்பற்றியவர்களின் வாழ்க்கைப் பாடத்தை அடிப்படையாகக் கொண்டு ஆரம்பகால கிறிஸ்தவம் கட்டமைக்கப்பட்டது.

பேதுருவின் முதல் நற்செய்தி: பைபிளுக்கு முந்தைய கிறிஸ்தவத்தின் கதை இதுதான். கி.பி. 30-ம் ஆண்டு, வசந்த காலத்தில், எருசலேமில் பேதுரு, இயேசுவின் உயிர்த்தெழுதலை பற்றி பேசியச் செய்தியை, சுமார் 3,000 பேர் கேட்டனர். அவர்களில்

பெரும்பாலோருக்கு படிக்கத் தெரியாது. யாருக்கும் வாசிப்பதற்கு எழுதப்பட்ட புத்தகம் இல்லை. பேச்சு வார்த்தைகள், திரும்பத் திரும்ப வரும் செய்திகள் மற்றும் பொது நினைவூட்டல் மூலம் அவர்களுக்கு அறிவுறுத்தல்கள் கிடைத்தன. அப்போஸ்தலர்கள் தினமும் கோவில் ஜெப மன்றங்களில் (Synogogues) கற்பித்தனர். இயேசு சொன்னதையும் செய்ததையும் அவர்கள் நினைவு கூர்ந்தனர். இஸ்ரேலின் யூத மத வேதங்களின் கட்டமைப்பிற்குள் தெரிவித்திருந்த, இயேசுவின் மரணம் மற்றும் உயிர்த்தெழுதலைப் பற்றிய செய்திகளை அவர்கள் விளக்கினர். அவர்கள் இயேசுவின் முக்கிய அறிவுரைக் கதைகளை, நம்பிக்கைகளை மீண்டும் கூறினர். 'பொந்தியு பிலாத்துவின் கீழ் சிலுவையில் அறையப்பட்ட மேசியா, மூன்றாம் நாளில் எழுப்பப்பட்டார்; பலருக்குச் சாட்சியாக இருந்தார்; இப்போது ஆண்டவராகவும், வரவிருக்கும் நீதிபதியாகவும் இருந்தார்.' என்ற வாய்மொழிச் செய்திகள் தன்னிச்சையான பேச்சுகள் அல்ல. அவற்றை அப்போஸ்தலர்கள் நிலையான வாய்ப்பாடுகளாக (சூத்திரங்கள்), நம்பிக்கையின் சுருக்கமான அறிக்கைகளாகப் பயன்படுத்தினர். இவை மனப்பாடம் செய்வதற்காக வடிவமைக்கப்பட்டன.

பவுலின் முதல் கடிதம்: பவுல் கொரிந்துப் பட்டண விசுவாசிகளுக்கு எழுதியபோது, அவர் கிருபையால் பெற்றதையும் வழங்கியதையும் அவர்களுக்கு நினைவூட்டினார். கிறிஸ்து வேதவாக்கியங்களின்படி பாவங்களுக்காக மரித்தார், அடக்கம் செய்யப்பட்டார், வேதவாக்கியங்களின்படி மூன்றாம் நாளில் எழுப்பப்பட்டார், சாட்சிகளுக்குத் தோன்றினார். இந்த மொழி, ஒருவருக்கு ஒருவர் வாய்மொழியாகக் கடத்தப்பட்டு, கவனமாகப் பரவும் பாரம்பரியத்தைக் குறிக்கிறது. புதிய விசுவாசிகள் திரும்பத் திரும்பக் கற்றுக்கொண்டனர். ஆசிரியர்கள் இயேசுவின் வார்த்தைகளைத் தாளத்துடன் இசை ஓசையுடன் ஓதினார்கள். "கேளுங்கள், அது உங்களுக்குக் கொடுக்கப்படும்; தேடுங்கள், நீங்கள் கண்டு கொள்வீர்கள்; தட்டுங்கள், அது உங்களுக்குத் திறக்கப்படும்." இந்த இணையான வார்த்தை வடிவமைப்புகள்

இயேசுவின் வார்த்தைகளை நினைவுகூர உதவின. திருச்சபை மக்கள், கர்த்தருடைய ஜெபத்தை ஒன்றாகக் கற்றுக்கொண்டனர். அவர்கள் இயேசுவின் மலைப் பிரசங்கங்களை மனப்பாடம் செய்தனர். அவர்கள் மீண்டும் மீண்டும் பாவமன்னிப்புச் செய்தனர். இயேசுவே கர்த்தர் என்பதை மனப்பாடம் செய்தனர்.

யூதக் கற்றல் முறை: யூதக் கலாச்சாரத்தில், வாய்மொழி பரிமாற்றம் என்பது ஒரு நிலையான கல்வி நடைமுறையாகும். மாணவர்கள் வேதத்தின் பெரும் பகுதிகளை மனப்பாடம் செய்தனர். யூத மதக் குருக்கள் (Rabbis) தலைமுறைகளாகச் சரியான வாய்மொழியைத் திரும்பத் திரும்பச் சொல்வதன் மூலம் போதனைகளைப் பாதுகாத்தனர். ஆரம்பகால கிறிஸ்தவர்கள் இந்த நடைமுறையில் செயல்பட்டனர். நவீன மக்களைவிட அவர்கள் நினைவாற்றலை அதிகமாக நம்பினர், ஏனெனில் அவர்களின் முழுக் கல்வி முறையும் அதைச் சார்ந்தது.

திருச்சபை கூடும்போது, விசுவாசிகள் தாங்கள் நினைவில் வைத்திருப்பதை நினைவு கூர்ந்தனர். நேரில் கண்ட சாட்சிகள் இயேசு நோயுற்றவர்களைக் குணப்படுத்துவது, உவமைகளில் கற்பிப்பது, மதத் தலைவர்களை எதிர்கொள்வது மற்றும் அவரது உயிர்த்தெழுதலுக்குப் பிறகு தோன்றுவது போன்ற கதைகளைச் சொன்னார்கள். இந்த சாட்சிகள், புதிய கிறிஸ்தவ நெறிகளைப் பின்பற்றியவர்களுக்கு இத்தகைய செய்திகளைக் கதைகளாக மீண்டும் மீண்டும் சொன்னார்கள். பரப்பப்பட்ட கதைகள் ஒப்பிடப்பட்டு, பரஸ்பர சரிபார்ப்பு, திருத்தம் மூலம் பெருகி, நிலையானதாக மாறின. பயண ஆசிரியர்கள் நகரங்களுக்கு இடையில் இடம்பெயர்ந்தனர். அவர்கள் எருசலேமிலிருந்து, அந்தியோகியாவிற்கும், அந்தியோகியாவிலிருந்து பிற பகுதிகளுக்கும் வாய்மொழி அறிவுறுத்தலைக் கொண்டு வந்தனர். திருச்சபை சமூகங்கள் அதைத் துல்லியமாக மீண்டும் மீண்டும் சொல்லும் வரையிலும், அவர்கள் வாரங்கள் அல்லது மாதங்கள் ஒரே உள்ளடக்கத்தை மீண்டும், மீண்டும் கற்பித்தனர். அத்தகைய செயல்முறைக்கு ஒரு கட்டமைப்பு இருந்தது. அவர்கள்

புறப்படுவதற்கு முன்பு அவர்கள் அறிவுறுத்தலைத் தொடர, உள்ளூர் ஆசிரியர்களை நியமித்தனர்.

பவுலின் அறிவிப்பு: பவுல், ஆரோக்கியமான வார்த்தைகளின் வடிவத்தைக் குறிப்பிட்டு, தீமோத்தேயுவிடம் ஒப்படைக்கப்பட்ட நல்ல வார்த்தைகளை மொழிப் பிரழாமல் மீண்டும் அறிவிக்க வலியுறுத்தினார். கற்பிக்கப்பட்ட நம்பகமான வார்த்தையை உறுதியாகப் பற்றிக்கொள்ளக்கூடிய மூப்பர்களை நியமிக்கும்படி தீத்துவுக்கு அறிவுறுத்தினார். இந்தச் சொற்றொடர்கள் அங்கீகரிக்கப்பட்ட வார்த்தைகளின் உள்ளடக்கத்தைக் குறிக்கின்றன, அது மேம்படுத்தல் (improvisation) அல்ல.

எருசலேம் சபையின் பங்களிப்பு: எருசலேம் சபையின் அப்போஸ்தலர்கள், நற்செய்திகளுக்கு விளக்கம் அளிக்கும், விரிவுரை வழங்கும் ஒரு தலைமையிடமாகச் செயல்பட்டதாகத் தெரிகிறது. யூதரல்லாத புறஜாதியினரைச் திருச்சபையில் சேர்ப்பது குறித்து அந்தியோகியாவில் சர்ச்சைகள் எழுந்தபோது, தலைவர்கள் அப்போஸ்தலர்களையும் மூப்பர்களையும் கலந்தாலோசிக்க எருசலேமுக்குச் சென்றனர். அங்கு எட்டப்பட்ட முடிவு பின்னர் தேர்ந்தெடுக்கப்பட்ட தூதர்களால் மற்ற திருச்சபை கிறிஸ்தவ மக்களுக்கு, வாய்மொழியாக எடுத்துச் செல்லப்பட்டது. இதுதான் முதல் தலைமுறைக்கான கிறிஸ்தவம். வாய்மொழியாகப் பரப்பப்பட்ட, மீண்டும் மீண்டும் பாதுகாக்கப்பட்ட, நேரில் கண்ட சாட்சிகளால் சரி செய்யப்பட்ட, மற்றும் மத்தியதரைக் கடல் முழுவதும் நபருக்கு நபர் பரவும், ஒரு கற்பிக்கப்பட்ட பாரம்பரியமாகும். ஆரம்பகால கிறிஸ்தவத்தில் நம்பிக்கை நேரில் கண்ட சாட்சியத்தை அடிப்படையாகக் கொண்டது. இயேசுவை அவரது ஊழியத்தின் போது பார்த்தவர்கள், அவரது மரணத்தைக் கண்டவர்கள், மற்றும் அவரது உயிர்த்தெழுதலுக்குப் பிறகு அவரைச் சந்தித்தவர்கள், ஆகியோர், கிறிஸ்தவ மக்களிடம் தனி மதிப்பை, அந்தஸ்தைப் பெற்றனர். அவர்களின் கிறிஸ்துவைப் பற்றிய சாட்சியங்கள், ஆணித்தரமான உறுதியான செய்திகளாகப் பார்க்கப்பட்டது. பின்னர் வந்த அவர்களது இரண்டாம் தலைமுறை

விசுவாசிகளின் வழிகாட்டியாக இருந்தன. எருசலேமில் பேதுருவின் உரைகள் அதிக கவனம் பெற்றது. "இந்தக் கிறிஸ்து இயேசுவை கடவுள் எழுப்பினார், அதற்கு நாம் அனைவரும் சாட்சிகள்."

12 சீடர்களில், மரணமடைந்த யூதாஸுக்கு மாற்றாக வேறு ஒருவரை நியமிக்க வேண்டிய தேவை திருச்சபையில் எழுந்தது. யூதாஸுக்குப் பதிலாக, இயேசுவின் ஞானஸ்நானம் முதல் விண்ணேற்றம் வரை அவருடன் சென்ற ஒருவர், இயேசுவின் உயிர்த்தெழுதலை நேரில் சாட்சி கொடுக்கக்கூடிய ஒருவர் யூதாஸுக்கு மாற்றீட்டாளராக இருக்க வேண்டும் என்று திருச்சபையார் குறிப்பிட்டனர்.

அப்போஸ்தல ஊழியத்தின் ஆரம்பம்: பன்னிரண்டு அப்போஸ்தலர்களும் எருசலேமில் அதிகாரபூர்வமான போதகர்களாகச் செயல்பட்டனர். அவர்கள் ஜெபத்திற்கும் வார்த்தையின் ஊழியத்திற்கும் தங்களை அர்ப்பணித்தனர். கிரேக்க மொழி பேசும் விசுவாசிகள் தினசரி உணவு விநியோகம் குறித்து புகார் செய்தபோது, அப்போஸ்தலர்கள் அந்தப் பொறுப்பை மற்றவர்களிடம் ஒப்படைத்தனர், இதனால் அவர்கள் கற்பிப்பதில் கவனம் செலுத்த முடியும் என்று கருதினர். திருச்சபை அவர்களின் தனித்துவமான பங்கை அங்கீகரித்தது.

பவுலின் நிலை சிக்கலானது. அவர் இளமையில் பரிசேயர்களுடன் தொடர்பில் இருந்தபோது, இயேசுவைப் பின்பற்றவில்லை. மாறாக அவர் இயேசுவைப் பின்பற்றிய திருச்சபையைத் துன்புறுத்தினார். ஆனால் அவர் தமஸ்கு சாலையில் உயிர்த்தெழுந்த கர்த்தரைக் கண்டதாகவும், வெளிப்படுத்தல் மூலம் அவரது நற்செய்தியைப் பெற்றதாகவும் அவர் பிரகடனம் செய்தார். மற்ற அப்போஸ்தலர்கள் ஆரம்பத்தில் இதைப் பற்றிக் கேள்வி எழுப்பினர்.

பவுல் மனம்மாறி கிறிஸ்தவத்தைத் தழுவிய மூன்று ஆண்டுகளுக்குப் பிறகு எருசலேமுக்குச் சென்றபோது, பேதுரு மற்றும் யாக்கோபைத் தனியாகச் சந்தித்தார். 14 ஆண்டுகளுக்குப் பிறகு, அவர் தனது நற்செய்தியை புறஜாதிகள் மத்தியில்

பிரசங்கிப்பதைப்பற்றி அங்கீகரிக்கப்பட்ட தலைவர்களிடம் விவாதிக்க திரும்பி வந்திருந்தார். அவர் இந்த சந்திப்பு, வீணான பிரயாசமாக இது இருக்கக்கூடும் என்று கவலைப்பட்டார். பவுல், கிறிஸ்தவத்தின் தூண்கள் என்று அழைத்த எருசலேம் தலைவர்களான யாக்கோபு, பேதுரு மற்றும் யோவான் ஆகியோர் தனது கருத்தை ஏற்பார்களா? என்ற முடிவுக்கு காத்திருந்தார். இறுதியில் பவுலின் நற்செய்தி பரப்புரை புறஜாதியினருக்கும் உரியது என்பதை அவர்கள் அங்கீகரித்தனர். இந்த அங்கீகாரம் முக்கியமானது. பவுல் தனது தமஸ்கு (Damascus) சாலைச் சந்திப்பையும் கிறிஸ்துவிடமிருந்து தனது நேரடி ஆணையையும் மேற்கோள் காட்டித் தனது அதிகாரத்தை மீண்டும் மீண்டும் பாதுகாத்தார். மனிதர்களிடமிருந்து அல்ல, தேவனுடைய வெளிப்பாட்டின் மூலம் தனது நற்செய்தியைப் பெற்றதாக அவர் வலியுறுத்தினார்.

இயேசுவை நேரில் கண்ட சாட்சிகளாக இருந்த அப்போஸ்தலர்கள் பரவலாக வெளி தேசங்களுக்குப் பயணம் செய்தனர். யோவான் வாழ்க்கையின் பிற்பகுதியில் எபேசஸில் குடியேறியதாகத் தெரிகிறது. ஆசியா மைனர் முழுவதும் உள்ள மக்களிடம், அவர் இயேசு கிறிஸ்துவின் நற்செய்தி போதனையைப் பரப்பினார். இயேசு கிறிஸ்து மாம்சத்தில் வந்தார் என்பதை மறுத்த ஆசிரியர்களுக்கு எதிராக யோவானின் கடிதங்கள் பின்னர் எச்சரித்தன. அவரைப் பார்த்துத் தொட்ட யோவான் போன்ற ஒருவருக்கு நினைத்துப் பார்க்க முடியாத ஒரு மறுப்பாக அது இருந்தது. பிலிப் சுவிசேஷகர் செசாரியாவில் வசித்து வந்தார், அங்கு பயணிக்கும் விசுவாசிகள் அவரது நற்செய்திப் பரப்புரையைக் கேட்க முடிந்தது.

யாக்கோபு கி.பி. 62-இல் இறக்கும் வரை அங்கீகரிக்கப்பட்ட தலைவராக எருசலேமில் இருந்தார். சர்ச்சைகள் எழுந்தபோது, திருச்சபை மக்கள் அப்போஸ்தலத் தலைமையிடமாகத் திகழ்ந்த எருசலேம் சபைக்கு முறையிட்டன. புறஜாதி விருத்தசேதனம் குறித்த விவாதம், அந்தியோகியாவிலிருந்து விசுவாசிகளை குறிப்பாக அப்போஸ்தலர்கள் மற்றும் மூப்பர்களிடம் கலந்தாலோசிக்க

எருசலேமுக்கு கொண்டு வந்தது. அங்கு எட்டப்பட்ட தீர்மானம் அதிகாரப்பூர்வமானது, ஏனெனில் அது அந்த அங்கீகரிக்கப்பட்ட தலைவர்களிடமிருந்து வந்தது. இந்த முடிவு "பரிசுத்த ஆவிக்கும் நமக்கும் நல்லது" என்று கூறி எழுதப்பட்ட அறிவிப்பு புறஜாதி கிறிஸ்தவ மக்களுக்கு அனுப்பப்பட்டது. இயேசுவை நேரில் கண்ட சாட்சிகளின் நிதர்சன இருப்பு, மக்கள் திருச்சபையாக, கற்பித்தலை எவ்வாறு மதிப்பிடுகின்றன என்பதை வடிவமைத்தது. விசித்திரமான கோட்பாடுகள் தோன்றியபோது, விசுவாசிகள் அவற்றை அப்போஸ்தலர்கள் நேரடியாகக் கற்பித்தவற்றுடன் ஒப்பிடலாம்; அதற்கு வழி வகையை ஏற்படுத்தியது.

முதல் தலைமுறையினர் வயதானபோது, அவர்களின் சாட்சியங்கள் விலைமதிப்பற்றதாக மாறின. இயேசுவோடு நடந்தவர்களிடமிருந்து கேட்கும் வாய்ப்புகளைச் திருச்சபை மக்கள் பொக்கிஷமாகக் கருதினர். இந்த சாட்சிகள் நிகழ்வுகளுடன் வாழும் இயேசுவின் பிரிதிகளாக செயல்பட்டன. அவை புராணங்கள் அல்லது யூகங்களை பின்னுக்குத்தள்ளி, வரலாற்றில் கிறிஸ்தவ போதனையை நங்கூரமிட்டன. அவர்களின் நம்மிக்கை தனிப்பட்டதும், வாய்மொழியானதும் மற்றும் நிகழ்காலமானதும் ஆனது. அதை ஆவணங்களால் மட்டும் மாற்ற முடியாது. இருப்பினும், இந்த சாட்சிகள் இறந்ததால், இறுதியில் ஆவணங்கள் அவசியமாகிவிட்டன.

பவுல் அப்போஸ்தலரின் கடிதங்கள்

கி.பி. 49-ஆம் ஆண்டில், கிறிஸ்தவத் தொடர்பு நடைமுறையில் கடிதப் போக்குவரத்து நுழைந்தது. பவுல் சமீபத்தில் விட்டுச் சென்ற தெசலோனிக்கேயப் பட்டணத்தில் திருச்சபை விசுவாசிகளுக்கு ஒரு கடிதம் எழுதினார். கொரிந்துப் பட்டணத்தில் அவர் இருந்ததால், துன்புறுத்தலின் கீழ் அவர்களின் கிறிஸ்தவ விசுவாசத்தில் நிலைத்திருக்கிறார்களா என்பதைப் பற்றிக் கவலைப்பட்டார். அவர்களிடம் திரும்பி வர முடியாத நிலையில் இருந்தார். எனவே அவர்களுக்கு ஒரு கடிதம் எழுதினார். அந்தக்

கடிதத்தை ஒரு தூதர் எடுத்துச் சென்றார். அவர் கப்பல் மற்றும் சாலை வழியாகச் சுமார் 300 மைல்கள் பயணம் செய்தார். இது திருமறை நூல் அல்ல. பவுல் எழுதிய, ஒரு அறிவுறுத்தல் கடிதம். அதன் பணி, உடனடிக் கவலைகளை நிவர்த்தி செய்து, துன்புறுத்தப்பட்ட விசுவாசிகளுக்கு ஆறுதல் கூறி, ஊக்குவித்து, கிறிஸ்துவின் வருகைக்கு முன்பு இறந்தவர்களைப் பற்றிய தவறான கருத்துக்களையும், புரிதல்களையும் சரிசெய்ய வேண்டி அறிவுறுத்துவதாக இருந்தது. பாலியல் சம்பந்தமாகத் தூய்மையைக் கடைபிடிக்க வலியுறுத்தினார். அவர்களுடன் இருந்த தங்கள் தலைவர்களை மதிக்க அறிவுறுத்தினார். அந்தக் கடிதம் நடைமுறைக்குரியதாகவும், அவர்களின் சூழ்நிலைக்கு ஏற்றதாகவும் இருந்தது.

திருச்சபையின் அனைத்து மக்களுக்கும், இந்தக் கடிதம் சத்தமாக வாசிக்கப்படும் என்று பவுல் எதிர்பார்த்தார். "இந்தக் கடிதம் அனைத்து சகோதரர்களுக்கும் வாசிக்கப்படும்படி நான் உங்களை கர்த்தருக்கு முன்பாக ஆணையிடுகிறேன்" என்று அவர் ஒரு கட்டளையுடன் முடித்தார். அநேகமாக அவர்களின் பொதுக் கூட்டத்தின்போது, கூடியிருந்த சபையினர் அதை ஒன்றாகக் கேட்கவேண்டும் என்ற எதிர்பார்ப்பு அவரிடம் இருந்தது. ஜெப ஆலயங்களில் வேதம் வாசிக்கப்பட்டதுபோல, மற்றவர்கள் கேட்கும்போது ஒருவர் படிக்கவேண்டும்.

பவுல், தான் நிறுவிய அல்லது பார்வையிடத் திட்டமிட்ட திருச்சபையின் மக்களுக்கு, கடிதங்களை எழுதுவதைத் தொடர்ந்தார். கொரிந்துத் திருச்சபைக்கு, பிரிவினைகள், பாலியல் ஒழுக்கக்கேடு, விசுவாசிகளுக்கு இடையிலான வழக்குகள், திருமணக் கேள்விகள், சிலைகளுக்குப் படைக்கப்பட்ட உணவு, கூட்டங்களில் சரியான நடத்தை, ஆன்மீகப் பரிசுகள், உயிர்த்தெழுதல் ஆகியவற்றில் கடைபிடிக்க வேண்டிய நெறிமுறைகள், மற்றும் எருசலேம் விசுவாசிகளுக்கான சேகரிப்பு ஆகியவற்றைப் பற்றிக் குறிப்பிட்டு குறைந்தது நான்கு கடிதங்களை அவர் அனுப்பினார். அவர் அனுப்பிய கடிதங்கள் பற்றியக் கேள்விகளுக்கு சரியான பதில்களை

அளிக்கவும் கூடுதல் வாய்மொழி அறிவுறுத்தல்களை வழங்க ஏதுவான தூதர்கள் வழியாக அந்தக் கடிதங்கள் வந்தன. இந்தத் தூதர்கள் மிகவும் முக்கியத்துவம் வாய்ந்தவர்களாக அப்போது இருந்தனர்.

கடிதப் போக்குவரத்து உதவியாளர்கள்: டசிட்டஸ் (Tacitus) என்பவர், எபேசியத் திருச்சபை விசுவாசிகளுக்குத் பவுலின் சூழ்நிலைகளைப் பற்றித் தெரிவிக்கும் அறிவுறுத்தல்களுடன், பவுலின் கடிதத்தை எடுத்துச் சென்றார். போபேயி (Phoebe) என்பவள் அதுபோன்ற கடிதத்தை ரோமத் திருச்சபை விசுவாசிகளுக்குக் கொடுக்கப் பயணித்தார். அவளை வரவேற்று அவளுக்குத் தேவையானதைச் செய்யுமாறு பவுல் அவர்களிடம் கேட்டுக்கொண்டார். தீத்து, கொரிந்தியத் திருச்சபை மக்களுக்கும் பவுலுக்கும் இடையில் தொடர்பினை ஏற்படுத்தினார். அவர் பல முறை பயணம் மேற்கொண்டு, கடிதங்களை எடுத்துச் சென்றும் திருச்சபையின் பதிலைக் கொண்டுவந்து கொடுத்தும், அவருடன் தொடர்புடன் இருந்தார். இந்தத் தூதர்கள் வெறும் கடிதப் போக்குவரத்துக்கு உதவும் வேலையாட்கள் அல்ல. அவர்கள் பவுலின் அதிகாரத்தை வெளிப்படுத்திய நம்பகமான பிரதிநிதிகள் மற்றும் அவரது எழுதப்பட்ட வார்த்தைகளை விளக்கக்கூடியவர்களாக இருந்தனர். மற்ற அப்போஸ்தலர்களும் கடிதங்களை எழுதியதாகத் தெரிகிறது. ஆசியா மைனரில் சிதறிக்கிடக்கும் திருச்சபை விசுவாசிகளுக்கு பேதுரு ஒரு கடிதம் அனுப்பினார். யாக்கோபு, சிதறடிக்கப்பட்ட ஆபிரகாமின் 12 சந்ததியினருடனும் (tribes) உரையாற்றினார். யூதா குறிப்பிடப்படாத ஒரு திருச்சபைக்கு கடிதம் எழுதினார். அவர்களால் அனுப்பப்பட்ட இந்தக் கடிதங்கள் திருச்சபை மக்களிடையே பரவின.

பாப்பிரஸ் தாளும், திருச்சபை கடிதத் தொடர்புகளும்: கடிதங்கள் எழுதுவதற்குத் தேவையான எழுதுபொருளான பாப்பிரஸ் தாள், மற்றும் அதற்கான உபகரணத் தேவைகள் அதிகமாயின. பாப்பிரஸ் தாள் விலை உயர்ந்தது. பெரும்பாலான மக்களால் கலைநயமிக்க கிரேக்கத்தை எழுதவும், படிக்கவும்

தெரிந்திருக்கவில்லை. பவுல் சில சமயங்களில் தனது சிந்தனை ஒட்ட எண்ணங்களை எழுத்தில் வெளிப்படுத்தும் திறமைக்கொண்ட ஒரு எழுத்தாளரை உதவியாளராக நியமித்திருந்தார். தான் எழுதிய கடிதம் என்பதை உறுதிப்படுத்த இறுதியில் ஒரு வாழ்த்துச் செய்தியைத் தனது கடிதத்தில் கைப்பட எழுதினார்.

ஒரு நீண்ட கடிதத்தை எழுதும் முயற்சிக்கு உடல் உழைப்பும், அதற்கான செலவினம் அவசியம் தேவைப்பட்டது. கடிதங்களைப் பெறும் திருச்சபைகள், கடிதத்தை வைத்திருக்க வேண்டுமா? அருகிலுள்ள திருச்சபை கிறிஸ்தவ மக்களுடன் பகிர்ந்து கொள்ள வேண்டுமா? அவர்கள் அதை நகலெடுக்க வேண்டுமா? அவர்கள் அதை மீண்டும் மீண்டும் படிக்க வேண்டுமா? என்ற நடைமுறையில் சில கேள்விகளைத் திருச்சபைகள் எதிர்கொண்டன. அதனால் கடிதங்கள் திருச்சபைகளால் பாதுகாக்கப்பட்டு விநியோகிக்கப்பட்டன என்பதற்கான சான்றுகள் இருக்கின்றன. கொலோசியத் திருச்சபை விசுவாசிகள் தங்கள் கடிதத்தை லியோடிசியாவில் உள்ள தேவாலயத்துடன் பகிர்ந்து கொள்ளவும், லியோடிசியாவிற்கு அனுப்பப்பட்ட கடிதத்தைப் படிக்கவும் பவுல் அறிவுறுத்தினார். திருச்சபை மக்கள், வெளிப்படையாக நகல்களை உருவாக்கி அண்டை குழுக்களுக்கு அனுப்பினர். கிரீஸ் மற்றும் ஆசியா மைனர் முழுவதும் உள்ள தேவாலயங்களில் பவுலின் கடிதங்களின் தொடர்பு வலையமைப்பு (correspondence) படிப்படியாக அதிகரித்து வந்தது. ஆனால் ஆரம்பத்தில் யாரும் இந்தக் கடிதங்களை இஸ்ரவேலின் புனித வேதமாக (scriptures) கருதவில்லை.

ஆனால், பொது வாசிப்புக்கும், கவனமாகப் பாதுகாப்பதற்கும் தகுதியானது என்று கருதப்பட்டது. நம்பகமான, பேச்சுக் குரலிலிருந்து கற்பிக்கும், அதன் எழுத்துக்களின் அர்த்தத்தில், அப்போஸ்தலிக்க கடிதங்கள் (நிருபங்கள்) என்ற தரவரிசையில் அவற்றுக்கு மதிப்பளிக்கப்பட்டது. வாரத்தின் முதல் நாளில் விசுவாசிகள் கூடிவந்தபோது, கூட்ட ஒழுங்கு நடைமுறைக்கு, அவர்கள் யூதர்களின் ஆலய (synagogue) வழிபாட்டு

நடைமுறையைத் தழுவிய வடிவங்களைப் பின்பற்றினர். ஒருவர் நின்று சத்தமாக வாசித்தார். திருச்சபை மக்கள் ஒன்றாகக் கேட்டனர். இந்தப் பொது வாசிப்பு கிறிஸ்தவக் கூட்டங்களுக்கு மையமாக மாறியது. வேத வாசிப்பு முதலில் வந்தது. இந்தக் கூட்டங்களில் வாசிக்க யூத நூல்கள், சட்ட நூல்கள், தீர்க்கதரிசிகள் பற்றிய எழுத்துக்கள். திருச்சபை சமூகங்கள் பற்றிய குறிப்புகள் ஆகியவை அடங்கிய சுருள்களை வைத்திருந்தனர். மேலும், யூதத் தொடர்புகள் மூலம் அவற்றை பெறுவதற்கு அணுகினர். ஒரு நியமிக்கப்பட்ட வாசகர் ஒரு பகுதியை விரித்து அனைவரும் கேட்கும் வகையில் வாசிப்பார். பின்னர் மற்றொருவர் பண்டைய உரையை இயேசுவுடனும் தற்போதைய சமூக வாழ்க்கையுடனும் இணைக்கும் விளக்கத்தை வழங்குவார். தீமோத்தேயுவு சபைக்கு பவுல் கொடுத்த அறிவுறுத்தல் நடைமுறையை சபை ஏற்றுக்கொண்டது. "நான் வரும் வரை, வேதத்தைப் பொதுவில் வாசிப்பதற்கும், அறிவுரை கூறுவதற்கும், கற்பிப்பதற்கும் உங்களை அர்ப்பணித்துக் கொள்ளுங்கள்" என்று அறிவுரை வழங்கியிருந்தார். மூன்று செயல்பாடுகளும் இணைக்கப்பட்டன. உரையைச் சத்தமாக வாசிப்பது, சமூகத்திற்கு அறிவுரை கூறுவது மற்றும் கோட்பாட்டு அறிவுறுத்தல் வழங்குவது. அனைத்தும் கூடியிருந்த கூட்டத்தில் நடந்தன. திருச்சபை மக்களும், அப்போஸ்தலிக்க கடிதங்களைப் பொதுவில் படிக்கத் தொடங்கினர்.

திருச்சபையில் வாசிப்பு பழக்கம்: பவுலின் கடிதம் தெசலோனிக்கேப் பட்டணத்திற்கு வந்தபோது, ஒருவர் அதைக் கூடியிருந்த விசுவாசிகளுக்கு வாசிப்பார். கொரிந்து, எபேசு, ரோம், கொலோசி மற்றும் அப்போஸ்தலர்கள் நிருபர்களை அனுப்பிய பிற இடங்களிலும் இதுபோன்று நடந்தது. கடிதங்கள் தனிநபர்களுக்கு அல்ல, திருச்சபை கிறிஸ்தவ மக்களுக்கு உரையாற்றப்பட்டன, மேலும் அவை கூட்டாகக் கேட்கப்பட வேண்டும். இது ஒரு புதிய வகை அதிகாரப்பூர்வ உரையை உருவாக்கியது. கடிதங்கள், யூத வேதாகமம் (The Old Testament) அல்ல, ஆனால் அவை அப்போஸ்தல அதிகாரத்தைக் கொண்டிருந்தன. மற்றும் கிறிஸ்துவின்

தொடர்புகளை நேரடியாக உரையாற்றின. அவர்கள் திருச்சபை சமூகங்களுக்கு நடைமுறை விஷயங்களில் அறிவுறுத்தினர், தவறுகளைச் சரிசெய்தனர், விசுவாசத்தை ஊக்குவித்தனர், கோட்பாட்டைக் கற்பித்தனர். அவை ஒரு முறை மட்டுமல்ல, மீண்டும் மீண்டும் வாசிக்கப்பட்டன.

சில திருச்சபைகள் இயேசுவின் வாழ்க்கை மற்றும் போதனை பற்றிய நற்செய்திகளை வாசித்தன. லூக்கா தனது ஒழுங்கான பதிவை, தியோபிலோஸிடம் உரையாற்றினார். ஆனால் “உங்களுக்கு கற்பிக்கப்பட்ட விஷயங்களைப் பற்றி நீங்கள் உறுதியாக இருக்க வேண்டும்” என்பதற்காக இது எழுதப்பட்டதாகக் குறிப்பிட்டார். இது அறிவுறுத்தல் மற்றும் திருச்சபையின் சமூக வாசிப்பில் பயன்படுத்தப் பரிந்துரைக்கிறது. மாற்குவின் நற்செய்தி தெளிவான கதை விவரங்கள் மற்றும் பொது நிகழ்ச்சிக்கு ஏற்ற நாடக வேகத்துடன் அமைந்திருந்தது. வாய்மொழி பேச்சு நடைக்கு ஏற்றதாக வடிவமைக்கப்பட்டதாகத் தெரிகிறது. ஏனெனில், பங்கேற்புடன் கூடிய வாசிப்பு அமைப்பை அது பெற்றிருந்தது.

கடிதங்களில் திருச்சபைகளின் சமூகப் பிரதிபலிப்பு: பவுலின் கடிதங்களில் பெரும்பாலும் திருச்சபைகளின் சமூகப் பிரதிபலிப்பு, தேவைப்படும் வழிமுறைகள் ஆகியவை இருந்தன. “ஒருவரையொருவர் புனித முத்தத்துடன் வாழ்த்துங்கள்; நீங்கள் ஒன்றுகூடும்போது, ஒவ்வொருவருக்கும் ஒரு பாடல், ஒரு பாடம், ஒரு வெளிப்பாடு இருக்கவேண்டும்” என்றும்; அந்த ஒன்றுகூடல் செயலற்ற முறையில் கேட்பதைவிட, தொடர்பு கொள்வதை உள்ளடக்கியதாக இருக்கவேண்டும் என்ற அறிவுரைகள் இடம்பெற்றிருந்தன. கடிதத் தொடர் சுருள்கள் அல்லது கடிதங்கள் இல்லாத திருச்சபை சமூகங்களில், உரையாடல் ஆராதனை நடத்துவற்கு அங்கு வருகைதரும் ஆசிரியரின் அனுபவம், அவரது நற்செய்தி பற்றிய நினைவாற்றலைப் பொறுத்து அமைந்திருந்தது. நற்செய்தி எழுதப்பட்ட கடிதங்களை வைத்திருந்த திருச்சபைகள் சுவிசேஷப் போதனைக்கான தொடர்ச்சியான வளங்களைப் பெற்றனர்.

பவுல் எழுதிய கடிதத்தை வைத்திருந்த ஒரு ரோமானிய சபை விசுவாசிகள், அதை மீண்டும் மீண்டும் வாசிக்கக், கேட்க முடியும். அதன் சிக்கலான இறையியல் கருத்துக்களைப் பல விவாத வெளிப்பாடுகள் மூலம் உள்வாங்கிக்கொள்ள முடியும். வெவ்வேறு திருச்சபை சமூகங்கள் வெவ்வேறு நற்செய்தி வாசிப்புக் கடிதங்களைக் கொண்டிருந்தன. தெசலோனிக்கேய விசுவாசிகள் பவுலின் கடிதங்களை அவர்களிடம் வைத்திருந்தனர், ஆனால் அவர்களிடம் அநேகமாக அவர் ரோமுக்கு எழுதிய கடிதம் இல்லை. கொலோசிய விசுவாசிகள் தங்களுக்கு எழுதப்பட்ட கடிதத்தைக் கொண்டிருந்தனர். மேலும் லியோடிசியாவுக்கு பவுல் எழுதிய கடிதத்தைப் பெற்றுப் படிக்க அறிவுறுத்தப்பட்டனர். எந்தத் திருச்சபை சமூகமும் அனைத்து அப்போஸ்தலிக்க கடிதப் பரிமாற்றங்களையும் அல்லது இயேசுவின் ஊழியத்தின் அனைத்து நற்செய்தி பரிமாற்றங்களையும் கொண்டிருக்கவில்லை. நற்செய்திக் கருத்துப் பரிமாற்றத் தொகுப்புகள் படிப்படியாக வளர்ந்தன மற்றும் இருப்பிடத்தைப் பொறுத்து வேறுபட்டன.

சேகரிக்கப்பட்ட வாசிப்பு பகிரப்பட்டு அறிவை உருவாக்கியது. அனைவரும் ஒரே வார்த்தையைக் கேட்டனர். அமைப்புரீதியான நினைவாற்றல், திரும்பத் திரும்ப ஒன்றாகக் கேட்கப்பட்ட உரைகளை மையமாகக் கொண்டு உருவாகிறது என்பதை நாம் அறிந்துகொள்ள வேண்டும். தங்கள் அனைவருக்கும் பொதுவான புரிதல் இருப்பதை அறிந்து, சமூகத்தில் பேசப்பட்ட விஷயங்களை ஆசிரியர்கள் ஆதாரமாகக் குறிப்பிட்டனர். இந்த முறை பல நூற்றாண்டுகளாகத் தொடர்ந்தது. கி.பி.95-வாக்கில் யோவான் வெளிப்படுத்தல் புத்தகத்தை எழுதிய நேரத்தில், ஆசியா மைனரில் உள்ள ஏழு தேவாலயங்களில் உரையாற்றினார். “சத்தமாக வாசிப்பவருக்கும் கேட்பவர்களுக்கும்” அவர் ஆசீர்வாதம் கூறிப் பாராட்டி முடித்தார். கூடியிருந்த திருச்சபை சமூகத்தில் பொது வாசிப்பை அவர் ஏற்றுக்கொண்டார்.

கிறிஸ்தவக் கையெழுத்துப் பிரதிகளின் தொடக்கம்: கிறிஸ்தவ நடைமுறையில் எழுத்துபூர்வமான நூல்கள் அறிமுகமாகிக்

கொண்டிருந்தன; ஆனால் அவை தனிப்பட்ட ஆய்விற்காக அல்லாமல், திருச்சபை சமூகக் கூடல்களில் வாய்மொழி வழி அரங்கேற்றங்களாகவே (performance) இடம்பெற்றன. எழுத்துபூர்வமான நூல்கள் வெளிவர எந்த அச்சகங்களும் இல்லை. ஒவ்வொரு உரையின் ஒவ்வொரு பிரதியும் யாரோ ஒருவர் கையால் எழுத வேண்டியிருந்தது. பவுலின் கடிதம் கொரிந்துக்கு வந்தபோது, திருச்சபை சமூகத்திடம் ஒரு பிரதி இருந்தது. அந்த ஒற்றைப் பாப்பிரஸ் தாளின் ஆயுட்காலத்திற்கு அப்பால் அதைப் பாதுகாக்க விரும்பினால், யாராவது அதை நகலெடுக்க வேண்டியிருந்தது. அருகிலுள்ள திருச்சபையில் உள்ள விசுவாசிகளுடன் அதைப் பகிர்ந்து கொள்ள விரும்பினால், யாராவது மற்றொரு பிரதியை உருவாக்க வேண்டியிருந்தது. ஒவ்வொரு பிரதிக்கும் பல மணிநேரம் கவனமான எழுத வேண்டிய கடினமான வேலை தேவைப்பட்டது. பாப்பிரஸ் தாள்கள் உடையக்கூடியவை மற்றும் விலை உயர்ந்தவை. ஒரு நீண்ட கடிதம் எழுதவேண்டும் என்றால் அதற்குப் பெரும் தொகை செலவு செய்யவேண்டியது இருந்தது. கடிதங்களை நகல் எடுக்கும் தொழில்முறை எழுத்தாளர்கள், தங்கள் சேவைகளுக்கு கட்டணம் வசூலித்தனர். திருச்சபை சமூகங்கள், நேரத்தையும் திறமையையும் நன்கொடையாக வழங்க விரும்பும் கல்வியறிவுள்ள உறுப்பினர்களை நம்பியிருந்தன. கடிதங்களைப் படியெடுக்கும் தரம் எழுத்தாளரின் திறனைப் பொறுத்து வேறுபட்டது. சில பிரதிகள் நேர்த்தியானவை மற்றும் துல்லியமானவையாக இருந்தன. மற்றவற்றில் பிழைகள், சீரற்ற எழுத்துப் பிழை மற்றும் கரடுமுரடான கையெழுத்து ஆகியவை இருந்தன. கொலோசிய மற்றும் லியோடிசியத் திருச்சபைகளின் விசுவாசிகள் கடிதங்களைப் பரிமாறிக்கொள்ள வேண்டும் என்ற பவுலின் அறிவுறுத்தலால், கடித நகலெடுப்புப் பணி நடந்தது. கொலோசியாவுக்கு அனுப்பப்பட்ட அசல் கடிதம் அங்கு படிக்கப்படும். பின்னர் அசல் அல்லது ஒரு நகல் லியோடிசியாவுக்குச் செல்லும். இதற்கிடையில், லியோடிசிய விசுவாசிகள் தங்கள் கடிதத்தையோ அல்லது ஒரு நகலையோ கொலோசிக்கு அனுப்புவார்கள். பின்னர்

இரு சமூகங்களும் இரண்டு கடிதங்களையும் வைத்திருப்பார்கள். இந்தப் பரிமாற்றச் செயல்முறை படிப்படியாக விரிவடைந்தது.

திருச்சபைகளின் தொடர்புகள்: நகரங்களில் அருகிலுள்ள உள்ள திருச்சபைகள் தங்களுக்குள் தொடர்ந்து தொடர்பு கொண்டிருந்தன. பயணிகள் கடிதங்கள் மற்றும் பிற நூல்களை அவர்கள் தங்களுக்குள் பரிமாறிச் சென்றனர். எபேசுவில் உள்ள ஒரு திருச்சபை, ரோமுக்கு பவுல் அப்போஸ்தலன் எழுதிய கடிதத்தின் நகலைப் பெற்றது. ரோமானியத் திருச்சபை கிறிஸ்தவ மக்களுடன் தங்கியிருந்து, திரும்பிவந்த பயணி ஒருவர், இதற்கு உதவினார். காலப்போக்கில், கடிதங்களின் சேகரிப்புகள் வளர்ந்தன.

மத்தேயு நற்செய்தி நூலின் ஈர்ப்பு: மத்தேயுவின் நற்செய்தி நூல், கற்பிப்பதற்கு விரிவாகப் பயன்படுத்தப்பட்டதாகத் தெரிகிறது. அதன் ஒழுங்கமைக்கப்பட்ட அமைப்பு, ஐந்து முக்கியச் சொற்பொழிவுகள், தெளிவான தலைப்பு ஏற்பாடு, இயேசுவின் போதனைக்கு முக்கியத்துவம் கொடுத்தல் ஆகியவை அதை அறிவுறுத்தலுக்கு பயனுள்ளதாக்கின. அதை வைத்திருந்த திருச்சபைகள், நகலெடுத்துப் பகிர்ந்து கொண்டன. பல பிரதிகள் வெவ்வேறு பகுதிகளில் பரவின. ஒவ்வொரு திருச்சபை சமூகமும் வைத்திருந்த நூலின் பிழையற்றத் தன்மை அந்தத் திருச்சபை எழுத்தர்களின் கவனத்தைப் பொறுத்து இருந்தது. இருப்பினும் குறிப்பிடத்தக்க நிலைத்தன்மையும் வெளிப்பட்டது. திருச்சபைகள், ஒரே உரையின் பல பிரதிகளை வைத்திருந்தபோது, அவற்றை ஒப்பிட்டுப் பார்த்து வெளிப்படையான பிழைகளைச் சரிசெய்ய முடியும். பயணிகள் வெவ்வேறு பதிப்புகளுடன் வந்தபோது, திருச்சபை சமூகங்கள் முரண்பாடுகளைப் பற்றி விவாதிக்க முடியும். நூல்கள் நிலையானவை அல்ல, ஆனால் அவை பெருமளவில் நிலையற்றவையாகவும் இல்லை. சில நூல்கள் மற்றவற்றைவிடப் பரவலாகப் பரவின. ரோம், கொரிந்து மற்றும் எபேசு போன்ற முக்கிய நகர்ப்புற மையங்களுக்கு பவுல் எழுதிய கடிதங்கள் நகலெடுக்கப்பட்டுப் பரவலாகப் பகிரப்பட்டதாகத் தெரிகிறது. கொலோசே (Colosse) போன்ற சிறிய கிறிஸ்தவ சமூகங்களுக்கு

அனுப்பப்பட்ட கடிதங்கள் ஆரம்பத்தில் குறைவாகவே புழக்கத்தில் இருந்திருக்கலாம்.

சுவிசேஷப் பிரசங்கத்திற்கும், போதனைக்கும் பயனுள்ளதாக நிரூபிக்கப்பட்ட இயேசுவின் ஊழியம் மற்றும் போதனையின் குறிப்புகள் அதிகமாக நகலெடுக்கப்பட்டன. இந்தச் செயல்முறை இயற்கையானதாகவும், மற்றும் பரவலாக்கப்பட்டதாகவும் இருந்தது. எந்த நூல்களை நகலெடுக்க வேண்டும் என்பதை எந்தக் குழுவும் தீர்மானிக்கவில்லை. பதிப்பகத்தால் கட்டுப்படுத்தப்பட்ட விநியோகம் இல்லை. உள்ளூர் தேவைகள், கிடைக்கக்கூடிய எழுது தாள் (பாப்பிரஸ்), அதற்கான உபகரணங்கள், எழுதுபவர் ஆகிய வசதிகள் இருக்குமானால் திருச்சபைகள் கடித நகல்களை எடுக்க முயற்சிகளில் ஈடுபட்டன.

கி.பி. 90-வாக்கில், வெவ்வேறு இடங்களில் பல்வேறு தொகுப்புகள் இருந்தன. ஆசியா மைனரில் உள்ள திருச்சபை சமூகங்கள் கிரீஸ் அல்லது சிரியாவில் உள்ள திருச்சபை சமூகங்களைவிட வேறுபட்ட நகல் எடுக்கும் உபகரணங்களைக் கொண்டிருந்தன. நகலெடுப்பு மற்றும் பகிர்வுக்கான இந்த முறைசாரா நெட்வொர்க் மூலம், பவுலின் கடிதங்கள், மற்றும் பிற அப்போஸ்தலிக்க எழுத்துக்கள் பல பகுதிகளை அடைந்தன. செயல்முறை மெதுவாகவும், விலை உயர்ந்ததாகவும், இருந்தது, ஆனால் பயனுள்ளதாக இருந்தது. நற்செய்தியைப் பரப்பும் தலைமை, அங்கீகரிக்கப்பட்ட (அப்போஸ்தலிக்க) ஒரே செய்தியைக் கற்பித்ததாகக் கூறி கற்பித்த அனைவருக்கும், ஒரே செய்தியைக் கற்பிப்பதில்லை. இதனால் சர்ச்சைகள் எழுந்தன. நம்பகமான போதனையைப், பிழையிலிருந்து வேறுபடுத்தும் சவாலைத் திருச்சபை கிறிஸ்தவர்கள் எதிர்கொண்டனர்.

விருத்தசேதனம்_சுன்னத் (Circumcision) பற்றிய சர்ச்சை

புறஜாதி விசுவாசிகளைப் பற்றிய சர்ச்சை பெரியதாக உருவெடுத்தது. அவர்கள் விருத்தசேதனம் செய்து மோசேயின்

நியாயப்பிரமாணத்தைக் கடைப்பிடிக்க வேண்டுமா? யூதேயாவிலிருந்து வந்த போதகர்கள் (preachers) இரட்சிப்புக்கு விருத்தசேதனம்-சுன்னத் (circumcision) அவசியம் என்று வலியுறுத்தி அந்தியோகியாவுக்கு வந்தனர். பவுலும் பர்னபாவும் கடுமையாக இதற்கு எதிர்ப்பு தெரிவித்து, அதற்கு உடன்படவில்லை. சர்ச்சை மிகவும் தீவிரமாக இருந்ததால், அந்தியோகியாத் திருச்சபை மக்கள், அப்போஸ்தலர்கள் மற்றும் மூப்பர்களிடம் ஆலோசனை கேட்க எருசலேமுக்கு பிரதிநிதிகளை அனுப்பினர். தீவிரமான விவாதத்திற்குப் பிறகு, எருசலேம் தலைவர்கள் புறஜாதி விசுவாசிகள் விருத்தசேதனம் செய்யத் தேவையில்லை என்று முடிவு செய்தனர். ஆனால் யூத உணர்வுகளுக்குத் தீங்கு விளைவிக்கும் சில நடைமுறைகளிலிருந்து அவர்கள் விலகி இருக்க வேண்டும் என்ற நிபந்தனை இருந்தது. என்றாலும், அவர்கள் அங்கீகரிக்கப்பட்ட தூதர்களுடன் எழுத்துபூர்வ அறிவிப்பை அனுப்பினர். எருசலேமில் அங்கீகரிக்கப்பட்ட அப்போஸ்தலர்கள் மற்றும் மூப்பர்களிடம் இந்த முடிவு வழங்கும் அதிகாரம் இருந்தது. ஆனால் சர்ச்சைகள் வெவ்வேறு வடிவங்களில் தொடர்ந்தன.

கொரிந்தியாவில் உள்ள திருச்சபை போதகர்கள் தாங்கள் உயர்ந்த ஞானத்தைப் பெற்றவர்கள் என்று பெருமையாகப் பேசினர். வெவ்வேறு தலைவர்களைச் சுற்றிப் பிரிவினைகளை உருவாக்கினர். சிலர் பவுல்ப் பின்பற்றுவதாகக் கூறிக்கொண்டனர். மற்றவர்கள் அப்பல்லோவையும், வேறு சிலர் பேதுருவைப் பின்பற்றுவதாகவும் கூறிக்கொண்டனர். பவுல், கிறிஸ்துவின் ஊழியத்தின் முன் அனைத்து போதகர்களும் சமமானவர்கள் என்று கூறிப் பிரச்சினைக்கு முற்றுப்புள்ளி வைத்தார். கொரிந்தியத் தலைவர்கள் கிறிஸ்தவப் போதகர்களிடையே பிரிவினையை ஏற்படுத்தக்கூடாது என்று கூறப்பட்டது. அக்காலத்தில் இத்தகையப் பாகுபாடுகள் தலை தூக்கியிருந்தன.

நற்செய்திக்கு முரண்பட்ட கருத்துக்களைப் போதித்த போதகர்கள்: கலாத்தியத் திருச்சபைகளில் உள்ள ஆசிரியர்கள், பவுல் அப்போஸ்தலன் வேறுவகையான ஒரு நற்செய்தியைப்

பரப்புரை செய்கிறார் என்று அறிவித்து, புறஜாதி விசுவாசிகள் விருத்தசேதனம் செய்து சட்டத்தைக் கடைப்பிடிக்க வேண்டும் என்று வலியுறுத்தினர். ஆனால் பவுல் தான் பிரசங்கித்ததற்கு முரணான நற்செய்தியைப் பிரசங்கிக்கும் எவரும் சபிக்கப்பட்டவர் என்று தனது கூர்மையான கடிதத்தின் மூலம் பதிலளித்து அறிவித்தார். அவர் தனது அப்போஸ்தல அதிகாரத்தை நிலைநாட்டி, தனது நீண்ட கால நற்செய்திப்பணியை நிரூபித்தார். தவறான போதனைகள் பல்வேறு வடிவங்களில் தோன்றின. சிலர் இறந்தவர்களின் உயிர்த்தெழுதலை மறுத்தனர். சிலர் அழகியல் நடைமுறைகளை ஊக்குவித்தனர், திருமணத்தில் சில உணவுகளைத் தடை செய்தனர். இந்தக் கட்டுப்பாடுகளை உயர்ந்த ஆன்மீகத்தின் அடையாளங்களாகக் கருதினர். சிலர் இயேசு உண்மையில் மனித உடலில் (physical flesh) வரவில்லை என்று கற்பித்தனர். ஒவ்வொரு சவாலுக்கும் பதில் தேவைப்பட்டது.

திருச்சபைகள், பல அளவுகோல்களின்படி ஆசிரியர்களை மதிப்பீடு செய்தன. அங்கீகரிக்கப்பட்ட அப்போஸ்தலர்களிடமிருந்து திருச்சபைகள் பெற்றதை அவர்கள் கற்பித்தார்களா? அவர்கள் அங்கீகரிக்கப்பட்ட திருச்சபையால் அனுப்பப்பட்டார்களா? அவர்களின் வாழ்க்கை கிறிஸ்தவ நல்லொழுக்கத்தை வெளிப்படுத்தியதா அல்லது பேராசை, பெருமை அல்லது பாலியல் ஒழுக்கக்கேட்டால் தூண்டப்பட்டதா? அவர்களின் போதனை சமூகத்தைக் கட்டியெழுப்பியதா அல்லது பிரிவினையை உருவாக்கியதா? என்ற பல கேள்விகள் எழுந்தன.

அப்போஸ்தலர்களின் பயணங்களும், திருச்சபைகளின் வளர்ச்சியும்: பேதுரு விரிவாகப் பயணம் செய்தார், பல பகுதிகளில் அறியப்பட்டார். பவுல், கொரிந்திய விசுவாசிகளுக்கு, பேதுருவைப் பற்றி அவர்கள் ஏற்கனவே அறிந்திருப்பதாகக் கருதி, கடிதம் எழுதினார். எருசலேமில் யாக்கோபின்(James) நற்செய்தி தொலைதூர கிறிஸ்தவ சமூகங்களால் அங்கீகரிக்கப்பட்டது. யோவான் ஆசியா மைனரில் அறியப்பட்டார். இந்த அங்கீகரிக்கப்பட்ட குரல்கள் பேசும்போது அல்லது எழுதும்போது, அவற்றின் வார்த்தைகள்

முக்கியத்துவம் பெற்றன. பரிந்துரை கடிதங்கள் முக்கியமானதாக மாறின. போபேயி (Phoebe) பெண்மணியை வரவேற்று அவளுக்கு உதவுமாறு ரோம் விசுவாசிகளைக் பவுல் கேட்டுக்கொண்டார். அவள் சார்பாக பவுல் கடிதம் எழுதினார். பிலிப்பிய விசுவாசிகளுக்கு தீமோத்தேயுவை அவர் பரிந்துரைத்தார். பிற்காலங்களில் திருச்சபைகளில், நற்செய்தியை அறிவிக்கும் போதகர்கள் பற்றிய நம்பகத்தன்மை பற்றிய பல சர்ச்சைகள் எழுந்தன. ஆயினும்கூட, தேவாலயங்களின் வலையமைப்பு(Communication), அப்போஸ்தலக் கடிதங்கள், அங்கீகரிக்கப்பட்ட தலைவர்கள் மற்றும் சமூக மதிப்பீடு ஆகியவை, குறிப்பிடத்தக்க ஸ்திரத்தன்மையைத் திருச்சபைகளில் அளித்தன.

முதல் தலைமுறையினர் முடிவு: எருசலேம் தேவாலயத்தின் தலைவரான யாக்கோபு, கி.பி. 62-இல் தேவாலயத்திலிருந்து, தூக்கி எறியப்பட்டு கல்லெறிந்து கொல்லப்பட்டார். யூத மற்றும் புறஜாதி விசுவாசிகள் இருவரிடையேயும் இயேசுவைத் தனிப்பட்ட முறையில் அறிந்திருந்த மற்றும் தனித்துவமான அதிகாரத்தைக் கொண்டிருந்த ஒரு குரலைச் கிறிஸ்தவச் சமூகம் இழந்தது. கி.பி. 64-இல் நீரோவின் துன்புறுத்தலின்போது பேதுரு ரோமில் இறந்தார். இயேசுவுடன் நடந்து, அவரது உருமாற்றத்தைக் கண்ட சாட்சியான அப்போஸ்தலர்; இயேசுவை மூன்று முறை மறுதலித்தார்; எருசலேமிலிருந்து ரோம், ஆசியா மைனர் வரையிலான திருச்சபை சமூகங்கள் அவர் கற்பிப்பதைக் கேட்டிருந்தன. பவுல் கி.பி. 67-இல் ரோமில் வெட்டுண்டு கொல்லப்பட்டார். பேரரசு முழுவதும் உள்ள திருச்சபை கிறிஸ்தவச் சமூகங்களுக்கு கடிதங்கள் எழுதி, ஆயிரக்கணக்கான மைல்கள் பயணம் செய்து, தேவாலயங்களை நிறுவி, இளைய தலைவர்களுக்கு பயிற்சி அளித்து, திரிபுகளுக்கு எதிராக நற்செய்தியைப் பாதுகாத்த புறஜாதியினருக்கான அப்போஸ்தலர் பவுல். அவரது குரல் மௌனமானது. இயேசுவை நேரில் கண்ட தலைமுறை இறந்து கொண்டிருந்தது. இயேசு நோயுற்றவர்களைக் குணப்படுத்துவதைக் கண்டவர்கள், கடலோரத்தில் அவர் கற்பிப்பதைக் கேட்டவர்கள்,

ஓசனாவின் கூக்குரல்களுடன் எருசலேமுக்குள் நுழைவதைப் பார்த்தவர்கள், அவரது சிலுவையைக் கண்டவர்கள் மற்றும் அவரது உயிர்த்தெழுதலுக்குப் பிறகு அவரைச் சந்தித்தவர்கள், மறைந்து கொண்டிருந்தனர்.

இயேசுவை நேரில் பார்த்த முதல் தலைமுறை தலைவர்களின் வாழ்வு முடிவுக்கு வந்த காலம், ஒரு அவசர நிலையை ஏற்படுத்தியது. இரண்டாம் தலைமுறைத் தலைவர்கள் தோன்றினர். தீமோத்தேயு அப்போஸ்தலர், பவுலால் பயிற்றுவிக்கப்பட்டார். தீத்து பவுலின் போதனையைப் பெற்று, தனது சுவிசேஷத்தைத் திருச்சபை சமூகங்களுக்கு எடுத்துச் சென்றார். அக்ரில்லா, பிரிஸ்கில்லா ஆகியோரால் சுவிசேஷப் பயிற்சி பெற்ற அப்பல்லோ, பின்னர் கொரிந்து மற்றும் எபேசுவில் பட்டணங்களில் சக்திவாய்ந்த முறையில் கிறிஸ்துவுக்கான ஊழியக்காரனாக இருந்தார். இந்தத் தலைவர்கள் இயேசுவைப் பார்க்கவில்லை, ஆனால் கிறிஸ்து இயேசுவைக் கண்டும், கேட்டும், அவர் அருகில் இருந்த சீடர்களால் கற்பிக்கப்பட்டிருந்தனர்.

இரண்டாம் தலைமுறை அப்போஸ்தலர்கள்: திருச்சபையின், முதல் தலைமுறை தலைவர்களின் இழப்பினால், உருவான மாற்றம் தடையின்றி நடக்கவில்லை. ஏனெனில் பின்னர் வந்த கடிதங்கள், புரட்டான சுவிசேஷத்தை அறிவித்த பொய்யான போதகர்களுக்கு எதிராக அவசரமாக எச்சரிக்கை செய்திருந்தன. தவறுகள் நடக்கும்போது அதனை உடனடியாகச் சரிசெய்யவும், எடுத்துக்காட்டவும் முதல் தலைமுறை அப்போஸ்தலர்கள் உயிரோடு இல்லை. அதனால் திருச்சபை சமூகங்கள், புதுமையான போதனைகளால் அதிகப் பாதிப்பை எதிர்கொண்டன. இச்சமயத்தில் அப்போஸ்தலர்களின் எழுதப்பட்ட சாட்சியத்தின் தேவையின் அவசியம் முக்கியமானது. திருச்சபை சமூகங்கள் இந்தச் சமயத்தில், தங்களிடம் இருந்த சுவிசேஷ எழுத்துக்களை, கடிதங்களைப் பொக்கிஷமாகக் கருதின. பவுல், பேதுரு, யாக்கோபு மற்றும் யூதா ஆகியோரின் கடிதங்கள் கவனமாகப் பாதுகாக்கப்பட்டன. இயேசுவைத் தனிப்பட்ட முறையில் நினைவுகூர்ந்தவர்கள்

இறந்ததால், அவர்களது ஊழியத்தின் தேவை பெருகிய முறையில், நற்செய்திகள், சாட்சிகள் ஆகியவை விலைமதிப்பற்றதாக மாறின. திருச்சபை சமூகங்கள் இந்த நூல்களை மிகவும் வேண்டுமென்றே நகலெடுத்துப் பகிர்ந்து கொண்டன. கி.பி. 90-வாக்கில், கிறிஸ்து இயேசுவை நேரில் கண்ட தலைமுறை அடிப்படையில் கடந்துவிட்டது. சிலர் இருந்திருக்கலாம். யோவான் 90-களில் வாழ்ந்திருக்கலாம், ஆனால் உயிரோடு இருந்த அப்போஸ்தலக் கிறிஸ்தவம் முடிவுக்கு வந்தது.

நற்செய்தி உரைநடைகளின் வளர்ச்சி

கிறிஸ்தவம் உயிர்வாழ்வதற்கு, அப்போஸ்தலர்களின் எழுத்துக்களில் உருவான கடிதங்கள், வாய்மொழி உபதேசங்கள் அவசியமாகி வந்தன. குரல்களிலிருந்து உரைநடைக்கு மாறுவது திட்டமிடப்படவில்லை. அது அப்போஸ்தலர்களின் மரணத்தால் கட்டாயமானது. வரையறுக்கப்பட்ட புதிய நற்செய்தி ஆவணம் (நூல்) இல்லாமல் கிறிஸ்தவம் பல நூற்றாண்டுகளில் வெவ்வேறு தேசங்களில் ஒத்திசைவான அடையாளத்தை எவ்வாறு பராமரித்தது? என்ற கேள்வி எழுகிறது. வரலாற்றாசிரியர்கள் பொதுவாகப் பல கட்டமைப்புகள் இருந்தன என்பதற்கு உடன்படுகிறார்கள். முதலாவதாக, வாய்மொழி மரபு நவீன மக்கள் கருதுவதைவிட மிகவும் நம்பகத்தன்மை வாய்ந்ததாக இருந்தது. பண்டைய மத்தியதரைக் கடல் கலாச்சாரங்கள் கல்வி, சட்ட நடவடிக்கைகள் மற்றும் கலாச்சாரப் பரிமாற்றத்திற்கு, நினைவில் வைத்திருக்கும் ஆற்றலை (memory power) சார்ந்திருந்தன. பயிற்சி பெற்ற மனப்பாடம், சமூகத்தில் திருத்தத்துடன் பேசுவது, மற்றும் பொது இடத்தில் மீண்டும் மீண்டும் கூறுதல் ஆகியவை நிலையான வாய்மொழி மரபுகளை உருவாக்கின. ஆரம்பகால கிறிஸ்தவர்கள் இந்த நிறுவப்பட்ட நுட்பங்களைத் திறம்படப் பயன்படுத்தியதாகச் சான்றுகள் தெரிவிக்கின்றன. இரண்டாவதாக, இயேசுவை நேரில் கண்ட அப்போஸ்தலர்கள் சாட்சிகளாக வாழ்ந்தபோது, அவர்களின் சாட்சியத்தை நினைவுகூற முடியும். அவர்களின் போதனைகள்

ஒப்பீடு செய்யப்பட்டன; அவர்களின் ஒப்புதலும் பெறப்பட்டது. இந்தத் தனிப்பட்ட ஒப்பீடும், ஒப்புதல் பெறுதலும் எளிதில் கிடைப்பவை அல்ல. அப்போஸ்தலர்கள் என்று தங்களைக் கூறிக்கொண்டவர்கள், உயிர்த்தெழுந்த இயேசுவை உண்மையில் பார்த்தார்கள் அல்லது நேரடி ஆணையைப் பெற்றவர்கள் என்று சொன்னவர்களின் பேச்சுக்கள் சரியானதா, என்று அவர்களை அறிந்தவர்களிடமிருந்து கேட்டு ஆய்வுக்கு உட்படுத்தப்பட்டனர்.

திருச்சபைகளின் பரஸ்பரத் தொடர்புகள்: மூன்றாவதாக, திருச்சபை சமூகங்களின் பரஸ்பரக் கூட்டமைப்புத் தொடர்புகள், பரஸ்பர ஒத்துழைப்பை வழங்கியது. வெவ்வேறு நகரங்களில் உள்ள தேவாலயங்கள் தொடர்ந்து தொடர்பு கொண்டன. பயணிகள் அறிக்கைகளையும், செய்திகளையும் எடுத்துச் சென்றனர். திருச்சபைகள் ஒன்றுடன் ஒன்று இணையும்போது, அது நிலையானத் தன்மையை ஊக்குவித்தது. நான்காவதாக, எழுதப்பட்ட கடிதங்கள், நற்செய்தி விளக்கங்கள் படிப்படியாக ஆனால் கணிசமாகக் குவிந்தன. கி.பி. 50-களில் பவுலின் கடிதங்கள் பரவத் தொடங்கின. 90-களில், திருச்சபை சமூகங்கள் பல்வேறு கடிதத் தொகுப்புகளைக் கொண்டிருந்தன.

அப்போஸ்தலர்களின் வாய்வழிப் போதனையிலிருந்து, எழுதப்பட்ட அப்போஸ்தலர்களின் புதிய ஏற்பாட்டு நூல்களுக்கு மாறுவது, படிப்படியாகவும், சீரற்றதாகவும் நடந்தது. கி.பி. 70-இல் கிறிஸ்தவம் இப்போது ஆவணங்களைச் சார்ந்துள்ளது என்று அறிவிக்க எந்தச் சபையும் கூடவில்லை. அதற்குப் பதிலாக, நேரில் கண்ட சாட்சிகள் இறந்ததால், திருச்சபை சமூகங்கள் அந்த நேரில் கண்ட அப்போஸ்தலச் சாட்சிகள் எழுதியதை அதிகளவில் நம்பியிருந்தன. அவ்வப்போது நிருபங்களாக இருந்த கடிதங்கள் இயேசு கிறிஸ்துவின் நிரந்தரச் சாட்சியங்களாக மாறின. சுவிசேஷ மற்றும் போதனை நோக்கங்களுக்காகச் சேவை செய்த நற்செய்திப் பதிவுகள், இயேசுவின் உண்மையான ஊழியத்துடன் ஈடுசெய்ய முடியாத இணைப்புகளாக மாறின. பிற்காலக் கிறிஸ்தவர்கள், இந்த ஆரம்பகாலச் சுவிசேஷ நற்செய்திப் பதிவுகளை,

அடித்தளமாக அங்கீகரித்தனர். அப்போஸ்தலர்கள் மற்றும் அவர்களது நெருங்கிய கூட்டாளிகளால் எழுதப்பட்ட அல்லது கூறப்பட்ட நூல்கள் சிறப்பு அந்தஸ்தைப் பெற்றன. இரண்டாம் நூற்றாண்டின் பிற்பகுதியில், கிறிஸ்தவர்கள் இந்தப் புதிய ஏற்பாட்டு நற்செய்தி புத்தக எழுத்துக்களை மற்ற மதிப்புமிக்க கிறிஸ்தவ இலக்கியங்களிலிருந்து வேறுபடுத்திக் காட்டினர். புதிய ஏற்பாட்டு நியதியின் சரியான எல்லைகளை வரையறுக்கும் செயல்முறை பல நூற்றாண்டுகளாகத் தொடர்ந்தது. ஆனால் நான்கு முக்கிய சுவிசேஷங்கள், பவுலின் கடிதங்கள், செயல்கள், சில கூடுதல் அப்போஸ்தலக் கடிதங்கள் பரவலாக அங்கீகரிக்கப்பட்டன.

கிறிஸ்தவம் அதன் முதல் 60 ஆண்டுகளை வாய்வழிக் கற்பித்தல், நேரில் கண்ட சாட்சியம், அவ்வப்போது பெறப்பட்ட கடிதங்கள், கூட்டுச் சிந்தனை நினைவுகள் (collective thinking memories) மற்றும் தெய்வீகப் பாதுகாப்பு மூலம் தப்பிப்பிழைத்தது. புதிய ஏற்பாட்டுப் புத்தகம் ஒரு மதத்தின் புத்தகமாக மாற யாரும் திட்டமிடவில்லை. அது அவசியமானதாகக் கருதப்பட்டது. கிறிஸ்தவர்கள் அதனை இறைவனின் பாதுகாப்பு (providential) என்று கூறுவார்கள்.

புதிய ஏற்பாட்டு நூல்களின் விவரங்கள்

1. **மத்தேயு நற்செய்தி** - இயேசுவின் சீடர் மத்தேயு எழுதியது (கி.பி. 80-90).
2. **மாற்கு நற்செய்தி** - பேதுருவின் உதவியாளர் மாற்கு எழுதியது (கி.பி. 65-70). இது நான்கு சுவிசேஷங்களில் முதலாவது எழுதப்பட்டது.
3. **லூக்கா நற்செய்தி** - பவுலின் நண்பர் லூக்கா எழுதியது (கி.பி. 80-90).
4. **யோவான் நற்செய்தி** - இயேசுவின் அன்பு சீடர் யோவான் எழுதியது (கி.பி. 90-100).
5. **அப்போஸ்தலர் நடபடி** - லூக்காவால் எழுதப்பட்டது (கி.பி. 80-90).

இவை அனைத்தும் அக்காலப் பொதுமொழியான கிரேக்கத்தில் (கொய்னே கிரேக்கம்) எழுதப்பட்டன. மத்தேயு முதலில் எபிரேயம் அல்லது அராமிக் மொழியில் எழுதப்பட்டிருக்கலாம் என்ற கருத்து உண்டு; ஆனால் நம்மிடம் உள்ள ஆதாரங்கள் கிரேக்கத்தையே காட்டுகின்றன.

கி.பி. 1715-ல் சீகன் பால்க் (Bartholomäus Ziegenbalg) **இந்த நூல்களை முதன்முதலில் தமிழில் மொழிபெயர்த்து அச்சிட்டார்.**

பவுலின் 13 நிருபங்கள் (கிரேக்கத்தில் எழுதப்பட்டவை)

- பயண நிருபங்கள்: கலாத்தியர் (கி.பி.48-49), 1 தெசலோனிக்கேயர் (கி.பி 50-51), 2 தெசலோனிக்கேயர் (கி.பி 51-52), 1 கொரிந்தியர் (கி.பி 53-54), 2 கொரிந்தியர் (கி.பி 55-56), ரோமர் (கி.பி 55-57).
- சிறை நிருபங்கள்: எபேசியர், பிலிப்பியர், கொலோசெயர், பிலேமோன் (60-62).
- போதக நிருபங்கள்: 1 தீமோத்தேயு (கி.பி 62-64), தீத்து (கி.பி 63-66), 2 தீமோத்தேயு (கி.பி 66-67).

குறிப்பு: எபிரெயர் புத்தகம் சில பாரம்பரியங்களின்படி பவுல் எழுதியதாகக் கருதப்பட்டாலும், அதன் ஆசிரியர் குறித்து அறிஞர்களிடையே ஒருமித்த கருத்து இல்லை. அப்போஸ்தலனாகிய புனித பேதுரு (St.Peter) இரண்டு நிருபங்களை எழுதினார். இவை இரண்டும் புதிய ஏற்பாட்டில் ஒன்று பேதுரு மற்றும் இரண்டு பேதுரு என்று அழைக்கப்படுகின்றன. இவை இரண்டும் மூலமொழியான கிரேக்கத்தில் (Koine Greek) எழுதப்பட்டன. பேதுரு ஒரு மீனவராக இருந்ததால், இவ்வளவு செழுமையான கிரேக்க மொழியில் அவரால் எழுதியிருக்க முடியுமா என்ற விவாதம் அறிஞர்களிடையே உள்ளது. எனவே, அவர் தனது எண்ணங்களைக் கூற, சிலுவானு (Silvanus) போன்ற ஒரு உதவியாளர் (செயலாளர்) மூலமாக இவற்றை எழுதியிருக்கலாம் என்று கருதப்படுகிறது.

1-பேதுரு: இது சுமார் கி.பி. 62–64 ஆம் ஆண்டுகளில் எழுதப்பட்டிருக்கலாம். நீரோ மன்னனின் காலத்தில் கிறிஸ்தவர்களுக்கு ஏற்பட்ட கடுமையான துன்புறுத்தல்களின் போது, அவர்களுக்கு ஆறுதல் அளிப்பதற்காக ரோமிலிருந்து (பாபிலோன் எனக் குறிப்பிடப்படுகிறது) இது எழுதப்பட்டது.

2-பேதுரு: பேதுருவின் மரணத்திற்குச் சற்று முன்பாக, சுமார் கி.பி. 64–68 ஆம் ஆண்டுகளில் எழுதப்பட்டதாகக் கருதப்படுகிறது. இது சபையில் தோன்றிய கள்ளப் போதனைகளுக்கு எதிராக எச்சரிக்கை விடுக்க எழுதப்பட்டது. பேதுருவின் நிருபங்கள் ஆசியா மைனரில் (இன்றைய துருக்கி) சிதறி வாழ்ந்த விசுவாசிகளுக்காக எழுதப்பட்ட பொதுவான கடிதங்களாகும்.

வெளிப்படுத்தல் விஷேசம் இயேசு கிறிஸ்துவின் சீடரான யோவான், சுமார் கி.பி.90-100 கால இடைவெளியில் எழுதிய புதிய ஏற்பாட்டு புத்தகத்தின் கடைசி தீர்க்கதரிசன புத்தகம்.

இயேசு கிறிஸ்து பேசிய மொழிகள்: இயேசு கிறிஸ்துவின், முதன்மை மொழி அராமிக் (Aramaic) என்பது வரலாற்று அறிஞர்கள் மற்றும் விவிலிய வல்லுநர்களின் ஒருமித்த கருத்து ஆகும். அக்காலகட்டத்தில் பாலஸ்தீனத்தில் வாழ்ந்த சாதாரண மக்களின் பேச்சுமொழியாக இது இருந்தது. இயேசுவின் சில வார்த்தைகள் நற்செய்தி நூல்களில் நேரடியாக அராமிக் மொழியிலேயே பதிவு செய்யப்பட்டுள்ளன. உதாரணமாக: “தலித்தாகூமி” (“சிறுபெண்ணே, எழுந்திரு”), “எப்பாத்தா” (“திறக்கப்படு”), மற்றும் சிலுவையில் அவர் கூறிய “ஏலோயி ஏலோயி லாமா சபக்தானி” (“என் இறைவா, என் இறைவா, ஏன் என்னைக் கைவிட்டீர்?”).

அவர் கூடுதலாக பின்வரும் மொழிகளையும் அறிந்திருந்தார். எபிரேயம் (Hebrew) மத வழிபாட்டு மொழியாக இருந்ததால், ஜெப ஆலயங்களில் வேத வாக்கியங்களை வாசிக்கவும் விவாதிக்கவும் அவர் இம்மொழியைப் பயன்படுத்தினார். கிரேக்கம் (Koine Greek) அக்கால ரோமப் பேரரசின் பொதுவான வணிக மற்றும் நிர்வாக மொழியாக இருந்ததால், இதில் இயேசுவுக்கு ஓரளவு புலமை

இருந்திருக்க வாய்ப்புள்ளது. இயேசு கிரேக்க மொழியில் சரளமாகப் பேசினார் என்பதற்கு நேரடி எழுத்துபூர்வ ஆதாரங்கள் இல்லை என்றாலும், அவர் கிரேக்க மொழியைப் பயன்படுத்தியிருக்கலாம் என்பதற்கான வலுவான சூழல் ஆதாரங்கள் விவிலியத்தில் உள்ளன. பிலாத்துவுடனான உரையாடல்: இயேசுவின் விசாரணையின் போது, ரோம் ஆளுநரான பொந்தியு பிலாத்துவுடன் அவர் பேசியது அநேகமாகக் கிரேக்கத்தில் இருந்திருக்கலாம். ஏனெனில் பிலாத்துவுக்கு அராமிக் தெரிந்திருக்க வாய்ப்பில்லை, இயேசுவுக்கும் லத்தீன் தெரிந்திருக்க வாய்ப்பு குறைவு. அப்போது கிரேக்கம் ஒரு பொதுவான இணைப்பு மொழியாக இருந்தது. ரோம் நாட்டு நூற்றுக்கதிபதியுடன் இயேசு உரையாடுகிறார்[237]. ரோம் அதிகாரிகளுடன் தொடர்பு கொள்ளக் கிரேக்கம் அவசியமாக இருந்திருக்கலாம். புவியியல் பின்னணியை பார்க்கும்போது, இயேசு வளர்ந்த நாசரேத் ஊருக்கு மிக அருகாமையில் 'செப்போரிஸ்' (Sepphoris) போன்ற கிரேக்கக் கலாச்சாரம் கொண்ட நகரங்கள் இருந்தன. ஒரு தச்சராக அவர் அங்குள்ள மக்களுடன் வணிகம் செய்யக் கிரேக்க மொழியைப் பயன்படுத்தியிருக்க அதிக வாய்ப்புள்ளது. தீரு, சீதோன் மற்றும் தெக்கப்போலி போன்ற கிரேக்க மொழி பேசும் மக்கள் அதிகம் வாழ்ந்த பகுதிகளில் இயேசு ஊழியம் செய்தபோது, புற இனத்தவருடன் பேசும்பொது, அவர்களுடன் கிரேக்கத்தில் பேசியிருக்கலாம் என்று அறிஞர்கள் கருதுகின்றனர். சுருக்கமாகச் சொன்னால், இயேசுவின் அன்றாட மொழி அராமிக் மொழியாக இருந்தாலும், சூழலுக்குத் தேவையான போது அவர் கிரேக்க மொழியைப் பயன்படுத்தினார் என்பது பல அறிஞர்களின் கருத்தாகும்.

முதலாம் நூற்றாண்டில், இயேசுக்கிறிஸ்துவின் தலைமையில், அவரது சீடர்களுடன் தொடங்கியது புரட்சிகர வழி. அதில் பயணித்தோர், வாழ்வுதரும் வாழ்க்கைப் பாதையை வரும்கால தலைமுறையினருக்கு பரிசுத்த ஆவியானவர் உதவியுடன் செப்பனிட்டுச் சென்றனர். அந்தத் தலைமுறையினர், அந்த வழிப்

237 மத்தேயு-8

பாதையில் பரிசுத்த ஆவியானவர் உதவியுடன் திருச்சபைகளை உருவாக்கினர். இயேசுகிறிஸ்துவின் சரீரம் எனப்பட்ட திருச்சபையில், பரிசுத்த ஆவியானவரால் மின்னொளி ஏற்றினர். இன்று அந்த ஒளியில் நாமும் நடைபயணம் செய்துகொண்டு இருக்கிறோம்; இயேசு கிறிஸ்து மீண்டும் வரும்வரை! ஆமேன்.

www.ingramcontent.com/pod-product-compliance
Lightning Source LLC
LaVergne TN
LVHW100309210926
848480LV00003B/1070
* 9 7 9 8 9 0 5 6 0 4 0 0 3 *